அசோகர்

அசோகர்

மருதன்

அசோகர்

Ashokar

Marudhan ©

Kizhakku Edition: February 2022

272 Pages

Printed in India.

ISBN : 978-93-90958-15-3

Kizhakku - 1257

Kizhakku Pathippagam

177/103, First Floor, Ambal's Building, Lloyds Road,

Royapettah, Chennai - 600 014. Ph: +91-44-4200-9603

Email : support@nhm.in Website : www.nhm.in

 kizhakkupathippagam kizhakku_nhm

Author's email id: marudhan@gmail.com

Cover Image: Srinivasan Rajagopalan

இனி என் நினைவுகளில் வாழப்போகும்
சோ. சுத்தானந்தம் தோழருக்கு
இந்நூல் காணிக்கை.

பொருளடக்கம்

அறிமுகம்

நான் முறையாக வரலாறு பயின்றவனல்ல. வரலாறு எழுதுவது என்றால் என்ன, வரலாற்று ஆய்வு எப்படி இருக்கும் என்பதை வாசித்து அறிந்தவன் என்னும் முறையில் உறுதியாக என்னால் ஒன்றைச் சொல்லமுடியும். இது வரலாற்று நூலோ ஆய்வு நூலோ அல்ல. அசோகரின் வாழ்வையும் அவர் வாழ்ந்த காலத்தையும் பொது வாசகர்களுக்கு அறிமுகப்படுத்தும் ஒரு முயற்சி மட்டும்தான்.

'அசோகரும் மெளரியப் பேரரசின் வீழ்ச்சியும்' எனும் தலைப்பில் 1961ஆம் ஆண்டு தனது முதல் ஆய்வுநூலை வெளியிட்டார் ரொமிலா தாப்பர். அதன்பின் எவ்வளவோ ஆய்வுக்கட்டுரைகளும் நூல்களும் வெளிவந்துவிட்டன என்றாலும் இன்றுவரை அவருடைய பரந்து விரிந்த ஆய்வுலகின் மையமாக அசோகர் நீடிக்கிறார். இன்றுவரை அசோகருடனான உரையாடலை அவர் தொடர்ந்துகொண்டிருக்கிறார்.

ஒரு வரலாற்றாசியருக்கும் என்னைப் போன்றவர்களுக்குமான அடிப்படை வேறுபாடு இது. ஓர் ஆய்வாளர் தன்னுடைய ஆய்வுப்பொருளோடு வாழ்நாள் முழுமைக்குமான உறவை வளர்த்துக்கொள்கிறார். கவனத்தைச் சிதறவிடாமல் முழுக்கவும் அதில் தோய்ந்துபோகிறார். மூலப் பிரதிகளை நேரடியாக வாசிக்கிறார். கல்வெட்டுகளை நெருங்கிச்சென்று ஆராய்கிறார்.

சமயம், வரலாறு, தத்துவம், பொருளாதாரம், கலைக்கட்டுமானம் என்று தொடர்புடைய துறைகளிலிருந்து தரவுகளைத் திரட்டிக்கொள்கிறார். ஏற்கெனவே சேகரிக்கப்பட்டுள்ள தரவுகளைப் புதிய கோணங்களில் அணுகுகிறார்; புதிய

கேள்விகளை எழுப்புகிறார்; புதிய பொருள் தேடுகிறார். தேடல் விரிய, விரிய அவர் எடுத்துக்கொண்ட ஆய்வுப்பொருளும் செழுமைகொள்கிறது.

எனக்கு இத்தகைய பயிற்சிகள் இல்லை என்பதால் இதுவரை அசோகர் குறித்து மேற்கொள்ளப்பட்ட ஆய்வுகளை அடிப்படையாகக்கொண்டு ஓர் எளிய சித்திரத்தை இங்கே உருவாக்கியிருக்கிறேன்.

பாடப்புத்தகங்களில் அறிமுகமானபோதே அசோகரை எனக்குப் பிடித்துவிட்டது. அரசர் என்றால் போரிடவேண்டும். இவரோ சாலையோரங்களில் மரம் நட்டுக்கொண்டிருந்தார். மனிதர்கள் போல் விலங்குகளுக்கும் தாகம் எடுக்கும் என்று குளங்களோடு சேர்த்து நீர்த்தொட்டிகளையும் உருவாக்கிக்கொண்டிருந்தார். கலிங்கப் போரைக் கண்டு கலங்கி பௌத்தத்தைத் தழுவி விட்டதைத் தொடர்ந்து இப்படி உருமாறிவிட்டார் என்று பள்ளியில் சொல்லிக்கொடுத்தார்கள். அசோகர் பார்ப்பதற்குப் புத்தர்போல் இருப்பார் என்று அப்போது நம்பினேன்.

இருவருடைய வாழ்வையும் வரலாற்று நோக்கில் விவரிப்பது கடினம். தரவுகள் குறைவு என்பதால் கிடைத்த இடங்களில் எல்லாம் கதைகளும் கற்பனைகளும் கிளைகளைப் பரப்பி வனம்போல் மாற்றி வைத்திருக்கின்றன. அவற்றுக்குள் புகுந்து, புதர்களை நீக்கிவிட்டு, வரலாற்று புத்தரையும் வரலாற்று அசோகரையும் மீட்பதென்பது அசாத்தியமான பணி.

ஒரு முக்கிய வேறுபாடும் உள்ளது. புத்தரின் உபதேசங்கள் நம்மை நேரடியாக வந்துசேரவில்லை. ஆனால், அசோகரின் குரலை நம்மால் இன்றும் கேட்கமுடியும். இருப்பதிலேயே உறுதியான ஒரு தளத்தில் தன் சொற்களை அவர் பொறித்து வைத்துவிட்டுச் சென்றிருக்கிறார். எவ்வளவு உன்னதமானதாக இருந்தாலும் காலத்தை வென்று நிற்கும் ஆற்றல் உயிருக்கு இல்லை; ஆனால், அது விட்டுச்செல்லும் சொல்லுக்கு உண்டு என்பது அவருக்குத் தெரிந்திருந்தது.

பண்டைய இந்தியாவிலிருந்து ஒலிக்கும் முதல் குரல் அசோகருடையது. அவருடைய கதை என்பது பண்டைய இந்தியாவின் கதையும்தான். எனவே இந்நூலில் பண்டைய இந்தியாவையும் இயன்றவரை விவரித்துள்ளேன். அசோகரை அவர் வாழ்ந்த காலத்தோடு சேர்த்து அணுகும்போதுதான்

அவரைப் புரிந்துகொள்ளமுடியும். தனியாக வாசிப்பதைவிட, அவர் காலத்தின் சிக்கல்களோடும் முரண்களோடும் சேர்த்து வாசிக்கும்போது அசோகரின் சொற்கள் ஆழமும் அகலமும் பெறுகின்றன.

முற்கால இந்தியாவில் அதிகம் கவனம்பெற்ற, அதிகம் ஆராயப்பட்ட துறை என்று மௌரியர் காலத்தைச் சொல்லலாம். மௌரியப் பேரரசின் ஆட்சியில் பொருளாதாரம், அயலுறவு, சமூகம், நிர்வாக முறை ஆகியவை எப்படி இருந்தன என்பதைப் பலர் பகுதி, பகுதியாக ஆராய்ந்திருக்கிறார்கள். இன்னமும் ஆராய்ந்துவருகிறார்கள். அசோகர் பற்றிய எளிய, அறிமுக நூலாக மட்டும் இதனைத் திட்டமிட்டதால் அவற்றையெல்லாம் சேர்க்க இயலவில்லை.

ஆர்வமுள்ளவர்கள் தேடிப் படிக்க வசதியாக அசோகர்/மௌரியர் கால வரலாறு தொடர்பான நூல்கள், ஆய்வுக்கட்டுரைகளின் பட்டியலை இணைத்திருக்கிறேன். அசோகரின் கல்வெட்டுகள் கிடைத்துள்ள இடங்கள், அவற்றின் செய்திச்சுருக்கம் ஆகியவற்றையும் நூலின் முடிவில் தொகுத்திருக்கிறேன்.

இந்தப் புத்தகத்தை இணையத்தில் தொடராக வெளியிட்ட நண்பர் வெ. சந்திரமோகனுக்கும் 'இந்து தமிழ் காமதேனு' இணைய இதழுக்கும் என் நன்றி. பிழையில்லா பதிப்பாக இது வெளிவரவேண்டும் என்பதில் என்னைவிடவும் எஸ். சுஜாதா காட்டிய அக்கறை அதிகம். அவருக்கு நன்றியும் அன்பும். தொடக்கப் பகுதிகளை வாசித்து, உச்சரிப்பு சார்ந்த சில பிழைகளைச் சுட்டிக்காட்டிய பத்ரி சேஷாத்ரிக்கு நன்றி.

மருதன்

டிசம்பர் 2021

- 1 -

ஏன் அசோகர்?

அசோகர் போல் ஒரு மகத்தான அரசரை கிழக்கு, மேற்கு என்று எங்கு தேடினாலும் கண்டுபிடிக்க முடியாது என்கிறார் வின்சென்ட் ஸ்மித். அசோகரின் முதல் நவீன வாழ்க்கை வரலாறு நூல் இவர் எழுதியதுதான். சுமார் 120 ஆண்டுகளுக்கு முன் வெளிவந்த இந்நூல் இன்றும் அச்சில் இருக்கிறது. புதிய வாசகர்களை இன்றும் சென்றடைந்துகொண்டிருக்கிறது. அயர்லாந்திலுள்ள டப்ளினில் பிறந்தவர் ஸ்மித். இந்தியா போல் அயர்லாந்திலும் அப்போது பிரிட்டனின் ஆட்சிதான் என்பதால் அவரால் எளிதாக இங்கே வந்து இந்தியக் குடிமைப் பணி தேர்வெழுதி, வெற்றி பெற்று, அடுத்தடுத்து பல முக்கியப் பொறுப்புகளை வகிக்கமுடிந்தது. நீதிபதியாகவும் சில காலம் இருந்திருக்கிறார். பணிக்காலம் முடிந்ததும் ஆக்ஸ்ஃபோர்ட் சென்று சேர்ந்த ஸ்மித், இந்தியா குறித்து அடுத்தடுத்து பல நூல்களை எழுதி வெளியிட்டார். அசோகர் போக அக்பரின் வாழ்வையும் பண்டைய இந்தியாவின் வரலாற்றையும் எழுதியுள்ளார். இவையும் முக்கியமான படைப்புகள்தாம்.

பொதுவாக காலனிய வரலாற்றாசிரியர்களும் அதிகாரிகளும் உருவாக்கும் படைப்புகளில் மேற்கு உயர்ந்தது, கிழக்கு தாழ்ந்தது எனும் தொனிதான் பக்கத்துக்குப் பக்கம் ஆதிக்கம் செலுத்தும். நாங்கள் உங்கள் மீட்பர்கள். நாங்கள் மட்டும் வராமல்

போயிருந்தால் நீங்களெல்லாம் இருளில் தத்தளித்துக் கொண்டிருப்பீர்கள். கரம் கொடுத்து உங்களை உயர்த்தியவர்கள் நாங்கள். சகதியிலிருந்த உங்களைச் சுத்தப்படுத்தி, மென்மைப் படுத்தியவர்கள் நாங்கள். வரலாறு என்றால் என்னவென்றுகூடத் தெரியாமல் இருந்த உங்கள் நிலத்தின் கதையை நாங்கள் உங்களுக்காக எழுதுகிறோம். உங்கள் கடந்த காலத்தை நாங்கள் கண்டறிந்து உங்களுக்கு அளிக்கிறோம்! கற்றுக்கொள்ளுங்கள். எங்களுக்கு நன்றியோடு இருங்கள்.

வின்சென்ட் ஸ்மித்தும் இந்தப் பார்வையைப் பெருமளவு பகிர்ந்துகொண்டவர்தான் என்றாலும் அவருடைய அசோகரில் இந்தத் தொனி இல்லை. ஒரு காலனி அதிகாரி ஓர் இந்திய மன்னரை எப்படிப் பார்ப்பாரோ அப்படி அசோகரை அவர் பார்க்கவில்லை. பார்க்க இயலவில்லை என்றுதான் சொல்ல வேண்டும். அதற்குக் காரணம் நானல்ல, அசோகர்தான் என்பதை அவர் உணர்ந்துவிட்டார். எனவே தன் அணுகுமுறையை அவர் மாற்றிக்கொள்ளவேண்டியிருந்தது. தனது மதிப்பீடுகளை அவர் மறுவரையறை செய்யவேண்டியிருந்தது. இந்தியாவை ஆண்ட எண்ணற்ற மன்னர்களில் ஒருவரல்லர் அசோகர். அரிதினும் அரிதாகவே இப்படியோர் ஆளுமையை வரலாறு சந்திக்கும் என்பதை அவர் ஏற்றுக்கொள்ளவேண்டியிருந்தது. முழு மனதோடு ஏற்றுக்கொண்டார்.

அசோகருக்கு இணையான ஒருவர் மேற்கிலும் தோன்றியதில்லை என்று அறிவிக்கும் அளவுக்கு ஸ்மித் சென்றது மேற்குலகைச் சேர்ந்த பலரை அன்று சீண்டியிருக்கும். எந்த அடிப்படையில் இப்படியோர் அதிரடி தீர்ப்பை அளித்திருக்கிறீர்கள்? இந்தியாவுக்கு அல்லது கிழக்குலக நாடுகளுக்கு வேண்டுமானால் அவர் ஒரு தன்னிகரற்ற ஆளுமையாக இருந்திருக்கலாம். மேற்குலகில் பேரரசர்களுக்கா பஞ்சம்? ஏன், முதல் கிறிஸ்தவ ரோமப் பேரரசர் கான்ஸ்டன்டைனை எடுத்துக்கொள்ளுங்கள். பௌத்தத்துக்கு அசோகர் என்றால் கிறிஸ்தவத்துக்குப் புனித கான்ஸ்டன்டைன் அல்லவா? அசோகரால் பௌத்தம் செல்வாக்கு பெற்றது என்றால் கான்ஸ்டன்டைனால் கிறிஸ்தவம் செல்வாக்குப் பெறவில்லையா?

இப்படியோர் ஒப்பீடு வரலாம் என்று முன்பே கணித்துவிட்ட ஸ்மித் தனது நூலில் மேலும் தெளிவுபடுத்துகிறார். கான்ஸ்டன்டைன் கிறிஸ்தவத்துவுக்கு ஆதரவு அளித்தது

உண்மைதான். ஆனால், அப்போது கிறிஸ்தவம் மறுக்க முடியாத வலுவான ஓரிடத்தை ஏற்கெனவே பெற்றிருந்தது. கிறிஸ்தவத்தை ஆதரிப்பதுதான் தனக்கு அனுகூலமானது, அதுதான் சரியான அரசியல் நடவடிக்கையாக இருக்கும் என்று கணக்கிட்டு தன் ஆதரவை வழங்கினார் ரோமானிய மன்னர். அசோகர் அப்படியல்ல. அவர் பௌத்தத்தின் மாண்பை உணர்ந்து, உள்ளன்போடு தழுவிக்கொண்டவர். அவருடைய பௌத்தப் பணிகள் மகத்தானவை. தன் இதயத்தைத் தொட்டதுபோல் மற்றவர்களின் இதயங்களையும் பௌத்தம் தொடவேண்டும் என்று அவர் விரும்பினார். தன் சிந்தனைகளைப் போல் மற்றவர்களுடைய சிந்தனைகளையும் பௌத்தம் கவரவேண்டும் என்று கனவு கண்டார். பௌத்தத்தை உலக மதமாக அவர் மாற்றியமைத்தார். ஒரு துறவிக்கான கடமைகளையும் ஒரு மன்னருக்கான பொறுப்புக்களையும் ஒருசேர வகித்தவர் அசோகர். மீண்டும் சொல்கிறேன். அவருக்கு நிகர் எவரும், எங்கும் இல்லை.

வின்சென்ட் ஸ்மித்தின் அசோகர் வெளிவந்து 20 ஆண்டுகள் கழித்து ஹெச்.ஜி. வெல்ஸ் சுருக்கமான உலக வரலாறு (1922) எனும் நூலை எழுதி வெளியிட்டார். அறிவியல் புனைவுகளின் தந்தை என்று புகழப்படும் வெல்ஸ் கதைகள் போக, கட்டுரை, வாழ்க்கை வரலாறு, வரலாறு, அறிவியல், சமூகம் என்று பல துறைகளில் இயங்கியவர். உயிர்களின் தோற்றத்தில் தொடங்கி முதல் உலகப் போர் வரையிலான நிகழ்வுகளை மிக எளிமையாக அறிமுகம் செய்யும் அவருடைய வரலாற்று நூல் உலகப் புகழ்பெற்றது. மனிதகுல வளர்ச்சியைப் புரிந்துகொள்ள இந்நூலைப் படியுங்கள் என்று பரிந்துரை செய்திருக்கிறார் ஆல்பெர்ட் ஐன்ஸ்டைன்.

உலகம் இதுவரை கண்ட மன்னர்களில் மகத்தானவர் அசோகர் என்கிறார் ஹெச்.ஜி. வெல்ஸ். அசோகருக்குத் தனியே ஓர் அத்தியாயத்தை ஒதுக்குகிறார் அவர். கௌதமர் மறைந்து பல தலைமுறைகளுக்குப் பிறகும் உலகம் பௌத்த உபதேசங்கள் பற்றிய அறிதல் இல்லாமல்தான் வாழ்ந்துவந்தது. அசோகரின் வரவுக்குப் பிறகே இந்நிலை மாறியது என்கிறார் வெல்ஸ்.

அசோகர் பற்றிய சுருக்கமான அறிமுகத்தை வெல்ஸ் அளிக்கிறார். தாத்தா (சந்திரகுப்த மௌரியர்), அப்பா (பிந்துசாரர்) இருவர் வழியில் சென்று இந்தியத் துணைக்கண்டத்தை முழுமையாக வசப்படுத்தியவர் அசோகர். வரலாற்றில் முதல் முறையாக

'ஆப்கனிஸ்தான் முதல் மெட்ராஸ் வரை' விரிந்திருந்த மாபெரும் நிலப்பரப்பு அவர் கரங்களில் வந்துசேர்ந்தது. கலிங்கத்தில் மாபெரும் வெற்றியை ஈட்டிய பிறகும் இனி வன்முறை கூடாது என்று முடிவெடுத்து போரைத் துறந்தவர். பௌத்தத்தைத் தழுவிய பிறகு, இனி வெல்லவேண்டியது உலகையல்ல, மனதை என்று முடிவெடுத்தார். அதன்படி வாழ்ந்தார். பௌத்த நெறிமுறைகளின்படி அவர் ஆட்சி அமைந்தது.

அசோகர் எத்தகைய பணிகளில் தன்னை ஈடுபடுத்திக்கொண்டார், எப்படிப்பட்ட சமூக மாற்றங்களைக் கொண்டு வந்தார் என்பதை அடுத்தடுத்த பத்திகளில் விவரிக்கிறார் வெல்ஸ். அசோகர் மொத்தம் 28 ஆண்டுகள் இந்தியாவை ஆண்டார். ஆனால், இந்தியா கடந்து ஒட்டுமொத்த மனிதகுல வரலாற்றிலும் ஒளிமிகுந்த காலகட்டம் என்று இவற்றைச் சொல்லமுடியும். மன்னர்களின் மன்னர் அவர். தன் காலத்தைக் கடந்து சிந்தித்தவர். எவ்வளவோ மன்னர்கள், எவ்வளவோ காலங்களுக்கு, எங்கெங்கெல்லாமோ ஆண்டிருக்கிறார்கள். இவர்கள் எவரோடும் ஒப்பிட முடியாத அளவுக்கு ஓங்கி, உயர்ந்து நிற்கிறார் அசோகர். எண்ணற்றவர்கள் மத்தியில் 'தனித்த நட்சத்திரமாக வானில் அவர் தொடர்ந்து மின்னிக்கொண்டிருக்கிறார்'. அசோகர் குறித்து எழுதும் அனைவராலும் இன்றுவரை தொடர்ந்து மேற்கோள் காட்டப்படும் ஒரு வரியாக இது தங்கிவிட்டது.

வின்செண்ட் ஸ்மித் விரித்து எழுதியதன் சாரத்தை ஓர் அத்தியாயத்தில் சுருக்கிக் கொடுத்துவிட்டார் வெல்ஸ். இருபது வருட இடைவெளியில் எழுதிய இருவரும் அசோகர் குறித்து ஒரே மதிப்பீட்டுக்குதான் வந்து சேர்ந்திருந்தனர். ஸ்மித் மூலம் மேற்குலகுக்கு ஏற்கெனவே அறிமுகமாகியிருந்த அசோகரை இன்னும் அழுத்தமாக, இன்னும் பரவலாகப் பலரிடம் கொண்டு சென்றுசேர்த்தார் வெல்ஸ். ஸ்மித்தின் ஆய்வுப் படைப்பை வாசித்திராதவர்கள்கூட வெகு மக்களுக்காக எழுதிய வெல்ஸின் நூலை ஆர்வத்தோடு எடுத்து வாசித்தார்கள். அசோகர் உலகம் முழுக்க விரிந்து சென்றார்.

ஹெச்.ஜி. வெல்ஸின் நூல் வெளிவந்து பத்தாண்டுகள் கழித்து ஜவாஹர்லால் நேரு எழுதிய உலக வரலாறு (1934) வெளிவந்தது. 1930 தொடங்கி மூன்றாண்டுகள் வெவ்வேறு சிறைகளில் அடைபட்டுக்கிடந்த காலத்தில் தன் மகள் இந்திராவுக்கு உலக வரலாற்றை எளிமையாக அறிமுகப்படுத்தி அவர் எழுதிய 196

கடிதங்கள் தொகுக்கப்பட்டு நூல் வடிவம் பெற்றது. என்னிடம் இங்கே போதுமான புத்தகங்கள் இல்லை என்பது மிகப் பெரிய குறைதான். நான் படிக்கும் நூல்களிலிருந்து எழுதி வைத்த குறிப்புகளின் அடிப்படையில் இக்கடிதங்களை எழுதுகிறேன் என்று தன் முன்னுரையில் குறிப்பிடுகிறார் நேரு.

அவர் படித்த நூல்களில் ஹெச்.ஜி. வெல்ஸின் உலக வரலாறும் அடங்கும். நேருவின் வரலாறு வெல்ஸ் எழுதியதைக் காட்டிலும் கிட்டத்தட்ட மூன்று மடங்கு அதிகமானது, எனவே விரிவானதும்கூட. இரண்டுமே எளிய அறிமுகங்கள். வெல்ஸ் பொது வாசகர்களை மனதில் வைத்து எழுதினார் என்றால் நேரு ஒரே ஒரு வாசகருக்காக எழுதினார். நேருவின் கடிதங்கள் வெளிவந்தபோது தி நியூ யார்க் டைம்ஸ் இதழ் வெளியிட்ட புத்தக மதிப்பீட்டில் (1934) தவிர்க்கவியலாதபடி இரு நூல்களும் ஒப்பிடப்பட்டிருந்தன. நேருவின் வியக்க வைக்கும் பிரம்மாண்டமான படைப்பைப் பார்க்கும்போது வெல்ஸ்கூட நம் கண்களுக்குச் சுருங்கிவிடுகிறார் என்று எழுதியது அந்த அமெரிக்க இதழ்!

வெல்ஸ் போல் அசோகருக்கு ஓர் அத்தியாயமும் அசோகர் காலத்து உலகுக்கு இன்னோர் அத்தியாயமும் (அதாவது இரு கடிதங்கள்) ஒதுக்கினார் நேரு. 'கடவுளின் பிரியத்துக்குரியவர்' என்பது முதல் கடிதத்துக்கு அவர் சூட்டிய தலைப்பு. அசோகரும் தன்னை 'பியதசி' என்றே அழைத்துக்கொண்டார் என்பதை அவருடைய கல்வெட்டுகள்மூலம் அறிகிறோம். கடவுளுக்குப் பிரியமான மன்னர் என்பது இதன் பொருள். அவருடைய கடவுள் புத்தர். கொல்லாமை. கருணை. அறம். தம்மம். தான் வரித்துக்கொண்ட கடவுளின் அன்பைப் பெறுவதே அவர் குறிக்கோளாக இருந்திருக்கிறது. அசோகர் எந்த அளவுக்கு நேருவின் சிந்தனைகளில், கனவுகளில், செயல்திட்டங்களில், கற்பனைகளில் நிறைந்திருந்தார் என்பதற்கு எடுத்துக்காட்டு அவர் தன் மகளுக்குச் சூட்டிய பெயர். இந்திரா 'பிரியதர்ஷினி.'

உண்மையில் மன்னர்கள், இளவரசர்கள் போன்றோர்மீது எனக்கு எப்போதுமே நாட்டம் இருந்ததில்லை என்று தன் கடிதத்தைத் தொடங்குகிறார் நேரு. ஆஹா என்று வியக்கும் அளவுக்கு அவர்களிடம் எதுவும் இல்லை. ஏனோ மரியாதையும் தோன்ற மாட்டேன் என்கிறது. இவரும் மன்னர்தான், பேரரசர்தான் என்றாலும் அசோகர் மென்மையானவர், மதிப்புக்குரியவர்.

தனித்து மின்னும் நட்சத்திரம் என்று அசோகரை வானளவு உயர்த்திப் புகழ்கிறார் ஹெச்.ஜி. வெல்ஸ். இது அதிகப்படியான புகழ்ச்சியே இல்லை. நிச்சயம் இதற்கெல்லாம் தகுதியானவர் தான் அசோகர். நம் வரலாற்றில் அசோகர் போன்ற ஒருவர் இடம்பெற்றிருக்கிறார் என்பதில் ஓர் இந்தியராக நான் மிகுந்த மகிழ்ச்சியடைகிறேன் என்கிறார் நேரு.

நிலங்களை ஆக்கிரமித்தவராக மட்டும் இருந்திருந்தால் அசோகர் நம் நினைவுகளில் இன்று தங்கியிருந்திருக்க மாட்டார். அசோகர் ஆக்கிரமித்தது தன்னை. தன் மக்களை. தம்மத்தின் மூலம் மக்களின் இதயங்களை ஆக்கிரமித்தார் அவர். இருப்பதிலேயே மிகப் பெரிய தீரச் செயல், மிகப் பெரிய சாகசம் நேருவைப் பொருத்தவரை இதுதான். எல்லா மன்னர்களையும்போல் அசோகர் தன் வலிமையைத் திரட்டி தன் மதத்தை மக்களிடம் திணித்தவரல்லர் என்று கவனப்படுத்துகிறார் நேரு. மக்களின் இதயங்களை வென்றால் அந்த இதயங்களுக்குள் பௌத்தத்தை நிரப்பிவிட முடியும் என்பதுதான் அசோகரின் நம்பிக்கை.

இயன்றவரை அசோகரை விரித்து உள்வாங்கிக்கொண்டிருந்தார் நேரு. இறந்தகாலத்தைச் சேர்ந்தவராகவோ பண்டைய இந்தியாவுக்கு உரியவராகவோ அசோகரை அவர் கருதியதுபோல் தெரியவில்லை. கடந்த காலத்தின் கரங்களிலிருந்து அசோகரை மீட்டெடுத்து, உயிரூட்டி, ரத்தமும் சதையுமாக அவரைச் சமகாலத்துக்கு இழுத்துவந்து நிறுத்தமுடியும் என்று அவர் நம்பியதுபோல் உள்ளது. அசோகரிடமிருந்து தான் மட்டுமல்ல, சுதந்தரம் பெற்று மலரவிருக்கும் புதிய இந்தியாவும் உந்துதலைப் பெறவேண்டுமென்று அவர் விரும்பினார். அசோகர் உயர்த்திப் பிடித்த தம்மம் அடித்தளத்தையும் சாரநாத் தூணின் உச்சியிலிருக்கும் சிங்கங்கள் வலுவையும் புதிய இந்தியாவுக்கு வழங்கும் என்று அவர் கனவு கண்டார்.

நேருவைச் சந்திக்க ஒருமுறை மாணவர்கள் குழு அனுமதி கேட்டு கடிதம் எழுதி இருந்தது. நேரு அவர்களை வரவேற்று பதில் அனுப்பினார். உற்சாகத்தோடு அவரைச் சந்தித்த மாணவர்களில் ஒருவர் ரொமிலா தாப்பர். நம்பவே முடியாதபடிக்கு அவர் கனிவானவராகவும் நிதானமானவராகவும் இருந்தார். எங்களோடு அமர்ந்துகொண்டு நீ என்ன செய்கிறாய், உன் கனவு என்ன என்றெல்லாம் எங்கள் ஒவ்வொருவருடனும் அவர் அரட்டை அடித்தார் என்று அச்சந்திப்பை நினைகூர்கிறார் ரொமிலா.

தனது முனைவர் பட்ட ஆய்வேட்டுக்கு அசோகரைக் கருப்பொருளாகத் தேர்ந்தெடுத்திருந்தார் ரொமிலா தாப்பர். அவருடைய ஆய்வு 1961ஆம் ஆண்டு தனி நூலாக வெளிவந்தது. புதிதாக ஆய்வு செய்ய வந்துள்ள ஒரு மாணவி அசோகர் பற்றி ஒரு நூல் எழுதியுள்ளார் என்னும் செய்தி நேருவைச் சென்றடைந்துள்ளது. 'நேருவுக்குப் பிடித்த நாயகர்களில் அசோகரும் ஒருவர் என்பதால் அந்தப் புத்தகத்தைப் படிக்க விரும்புவதாக அவர் சொல்லியிருக்கிறார். இது தெரிந்ததும் நான் என் புத்தகத்தை நேருவுக்கு அனுப்பி வைத்தேன்' என்கிறார் ரொமிலா. நன்றி, நேரம் கிடைத்ததும் நிச்சயம் படிக்கிறேன் என்று அவரிடமிருந்து பதிலும் வந்திருக்கிறது.

கடந்த 60 ஆண்டுகளாகத் தொடர்ந்து முற்கால இந்தியாவை ஆராய்ந்து வருகிறார் ரொமிலா தாப்பர். அவருடைய படைப்பு களில் அசோகர் கணிசமான இடத்தைப் பிடித்துக்கொண்டு விட்டார். பட்டம் பெற்று, ஆய்வேடு வெளிவந்துவிட்ட பிறகும் அசோகரைவிட்டுப் பிரிய மனமில்லை ரொமிலாவுக்கு. மீண்டும், மீண்டும் அசோகரிடம் அவர் திரும்பிச் சென்றுகொண்டே இருப்பதைக் காணமுடிகிறது. ஒரு வரலாற்றாசிரியராக மட்டுமின்றி பொதுமக்களுக்காக இயங்கும் அறிவுஜீவியாகவும் திகழ்வதால் அசோகரின் முக்கியத்துவத்தை வேறெப்போதையும் விட இப்போது அவர் கூர்மையாக உணர்வதுபோல் தெரிகிறது.

அசோகர் புத்தரைத் தன் வழிகாட்டியாக எடுத்துக்கொண்டவர் என்பது நமக்குத் தெரியும். ஆனால், புத்தரின் தம்மம்தான் அசோகரின் தர்மம் என்று சொல்லிவிட முடியாது என்கிறார் ரொமிலா. அசோகரின் தர்மம் தனித்துவமானதாக இருக்கிறது. தனி நபர்களுக்கான அறம், தனிநபர்களுக்கான மோட்சம், தனிநபர்களுக்கான விடுதலை ஆகியவற்றைப் பேசுபவராக இல்லை அசோகர். அகண்டு விரிந்திருக்கும் சமூகத்தின்மீது அக்கறைகொண்டவராக, சமூகத்துக்கான அறத்தை வரையறுக்க விரும்புபவராக, சமூக மீட்சி குறித்துக் கனவு காண்பவராக அவர் இருக்கிறார். இந்த அம்சம் என்னைக் கவர்கிறது என்கிறார் ரொமிலா.

ஏன் அசோகர் நமக்குத் தேவைப்படுகிறார் என்பதற்கான காரணங்களைத் தொகுத்துக்கொள்வது எளிது. பெரும்பான்மை வாதத்தையும் மதவாதத்தையும் வெறுப்பு அரசியலையும் எதிர்க்கும் அனைவருக்கும் அசோகர் தேவைப்படுகிறார்.

வன்முறையற்ற உலகை விரும்பும் அனைவருக்கும், சமூக நல்லிணக்கத்தை அடையத் துடிக்கும் அனைவருக்கும், அறத்தின் மீது நம்பிக்கைகொண்ட அனைவருக்கும் அசோகர் தேவைப் படுகிறார். நிகழ்காலத்தை மாற்றத் துடிக்கும் அனைவருக்கும், கடந்த காலத்திலிருந்து கற்க விரும்பும் அனைவருக்கும், எவ்வளவு இருள் சூழ்ந்தாலும் எதிர்காலத்தின் மீது நம்பிக்கை கொண்டிருக்கும் அனைவருக்கும் அசோகர் தேவைப்படுகிறார்.

●

- 2 -

அசோகரின் ஆரம்பகாலம்

ஒரு நாள் புத்தர் ராஜக்ருஹம் எனும் நகரின் பிரதான வீதியில் நடந்து சென்றுகொண்டிருந்தபோது இரு குழந்தைகள் மணலிலும் புழுதியிலும் மகிழ்ந்து விளையாடிக்கொண்டிருப்பதைக் கண்டார். ஒரு குழந்தையின் பெயர், ஜெயா. புத்தரைக் கண்டதும் விளையாடுவதை நிறுத்திவிட்டு அவரை நெருங்கியிருக்கிறான் ஜெயா. பிச்சைப் பாத்திரத்தை ஏந்தியபடி நின்றுகொண்டிருந்த அந்த விநோத மனிதர் ஜெயாவின் ஆவலைத் தூண்டியிருக்க வேண்டும். சட்டென்று குனிந்து உள்ளங்கை முழுக்கப் புழுதியை அள்ளி அவருடைய பாத்திரத்தில் போட்டிருக்கிறான் ஜெயா.

புத்தருக்கு உணவு அளிப்பவர் ஏதேனும் வரம் வேண்டிக் கொள்வது மரபு. குழந்தையாக இருந்தாலும் அந்த மரபு ஜெயாவுக்குத் தெரிந்திருந்தது. புழுதிக் கையோடு தன் கனவை அவன் புத்தரிடம் பகிர்ந்துகொண்டிருக்கிறான். 'வருங்காலத்தில் நான் ஒரு மன்னனாக மாறுவேன். என் ஆட்சி நடைபெறும்போது பூமி ஒரே குடையின்கீழ் திரண்டிருக்கும். என் அஞ்சலியை, புத்தருக்கு அப்போது செலுத்துவேன்!'

குழந்தைக்குப் புத்தரைத் தெரிந்திருந்தது. ஆனால், அவரிடம்தான் பேசிக்கொண்டிருக்கிறோம் என்பது தெரியவில்லை. புத்தருக்கு அந்தக் குழப்பம் இல்லை. ஜெயாவின் உள்முகத்தை அவர்

கண்டுகொண்டுவிட்டார். தரையிலிருந்து குழந்தை அள்ளிப் போட்ட புழுதியை அன்போடு ஏற்றுக்கொண்டார் அவர். குழந்தையின் கனவு நிஜமாகும். நிஜமாக்குவதற்கான வல்லமையை, குழந்தை எப்படியேனும் பெற்றுவிடும் என்பது புத்தருக்குத் தெரியும். எனவே, தனது அணுக்கச் சீடரான ஆனந்தரிடம் புத்தர் சொன்னார்: 'நான் மரணமடைந்து நூறு ஆண்டுகளுக்குப் பிறகு, இந்தக் குழந்தை அசோகர் என்னும் பெயரில் பிறந்துவந்து, பாடலிபுத்திரத்தில் பேரரசராகப் பொறுப் பேற்றுக்கொள்ளும். ஒரு தர்மராஜாவாக, சக்கரவர்த்தியாக நான்கு கண்டங்களில் ஒன்றை அறத்தின் பெயரால் அசோகர் ஆட்சி செய்வார். உலகுக்கு என்னை நினைவூட்டும் வகையில் என் உடலுறுப்புகளைப் பரந்து, விரிந்து எடுத்துச் சென்று பகிர்ந்து கொள்வார். 84,000 தர்மராஜிகாக்கள் (தூபிகள்) எழுப்புவார்.'

அசோகாவதானம் பதிவுசெய்துள்ள நிகழ்வு இது. பௌத்த இலக்கியங்களில் முற்பிறவிக் கதைகளுக்கு எப்போதும் ஒரு முக்கிய இடமுண்டு. முந்தைய பிறவிகளில் ஒருவர் மேற்கொள்ளும் நல்லொழுக்கச் செயல்கள் அவருடைய அடுத்தடுத்த பிறப்புகளில் தாக்கத்தை ஏற்படுத்தும் என்பது நம்பிக்கை. அந்த நம்பிக்கையோடு இயற்றப்படும் நூலுக்கு அவதானம் என்று பெயர். அசோகரின் வாழ்வை அவருடைய முற்பிறவிகளைக் கொண்டு மகிமைப்படுத்துவதால் அசோகாவதானம் அப்பெயரைப் பெற்றது.

ஜாதகக் கதைகளில் புத்தரின் முந்தைய பிறவிகள் மனித உருவில் மட்டுமின்றி விலங்கு உருவிலும் சித்தரிக்கப்பட்டுள்ளன. புத்தரையும் அவர் உபதேசங்களையும் உலகுக்குப் பரப்பிய சக்கரவர்த்தி என்பதால், அசோகருக்கும் அசோகாவதானம் முற்பிறப்புகளை உண்டாக்கி, பெருமை சேர்த்துள்ளது. அசோகரின் புகழ்பாடுவதற்கென்றே மதுராவிலுள்ள பௌத்த பிக்குகளால் சமஸ்கிருதத்தில் இயற்றப்பட்ட நூல், அசோகாவதானம். இப்போது நம்மிடமுள்ள பிரதி பொஆ 2ஆம் நூற்றாண்டு வாக்கில் தொகுக்கப்பட்டிருக்கலாம் என்கிறார் இந்நூலை ஆராய்ந்து, ஆங்கிலத்தில் மொழிபெயர்த்துள்ள ஜான் எஸ். ஸ்டிராங் (1983).

அசோகரின் ஆரம்பகால வாழ்வுக்கான தேடலை முன்னெடுக்கும் எந்த வரலாற்றாசிரியரும் இத்தகைய பௌத்தப் புராணக் கதைகளிலிருந்துதான் தங்கள் ஆய்வைத் தொடங்குகிறார்கள். பௌத்தர்கள் புனிதமாகக் கருதி வாசிக்கும் அதே பிரதிகளை

வேறு நோக்கங்களுடன், வேறு வகைகளில் இவர்கள் வாசிக்கிறார்கள். முழுக்க, முழுக்க நம்பிக்கை சார்ந்து எழுதப் படும் ஒரு படைப்பிலிருந்து தகுந்த ஆய்வு முறையியலைக் கையாண்டு தங்கள் துறை சார்ந்த தரவுகளை இவர்கள் சேகரித்துக் கொள்கிறார்கள்.

எடுத்துக்காட்டுக்கு, நயன்ஜோத் லாஹிரி தனது அசோகர் (2015) நூலில் இந்தக் கதையை எவ்வாறு விவாதிக்கிறார் என்று பார்ப்போம். புத்தர் பொஆமு 6ஆம் நூற்றாண்டைச் சேர்ந்தவர் என்றால் அசோகர் அவருக்குப் பின் மூன்று நூற்றாண்டுகள் கழித்துப் பிறந்தவர். இருந்தாலும் இருவருக்கும் இடையில் ஒரு மாயச் சந்திப்பை அசோகாவதானம் ஏன் ஏற்பாடு செய்ய வேண்டும்? அசோகர் புத்தரால் அவருடைய முற்பிறவியிலேயே அடையாளம் காணப்பட்டவர்; அவர் எப்படிப்பட்டவராக மலரவிருக்கிறார் என்பதை நமக்கு முன்கூட்டியே புத்தர் உணர்த்திவிட்டார்; அசோகரின் சாதனைகள் அனைத்தும் புத்தரின் அருளால் நிகழ்த்தப்பட்டவை என்றெல்லாம் சொல்வதன்மூலம் அசோகரைப் பிரம்மாண்டமாக உருப்பெருக்கிக் காட்டமுடியும். இயேசுநாதரின் வருகைபோல், புத்தரின் வருகைபோல், மோசஸின் வருகைபோல் அசோகரின் வருகையும் முன்னறி விக்கப்பட்டது என்று நிறுவமுடியும். அவ்வாறு செய்வதன்மூலம் அவரைப் புனிதப்படுத்தவும் முடியும்.

பழங்கால கதை மரபு எப்படி இருந்தது என்பதையும் இதிலிருந்து தெரிந்துகொள்ளலாம் என்கிறார் லாஹிரி. அசோகர் எனும் பாத்திரம் நமக்கு அறிமுகமாகும்போதே, அவர் பற்றிய ஆருடமும் நமக்குச் சொல்லப்பட்டுவிடுகிறது. ஆக, இந்தக் கதையில் என்ன நடக்கப்போகிறது என்பது நமக்கு முன்கூட்டியே தெரிந்துவிடுகிறது. அது எவ்வாறு நடக்கப்போகிறது என்பதை அறிய முழுக் கதையையும் படிக்கவேண்டும்.

இக்கதையிலுள்ள எல்லாமே கற்பனை என்றும் சொல்லிவிட முடியாது. நம்புவதற்கரிய செய்திகளைக்கூட நம்பத்தகுந்த சூழலில் பொருத்திதான் சொல்லவேண்டும். புத்தர் வருகை புரிந்ததாக வரும் ராஜக்ருஹம் என்னும் நகரம் நிஜம். புத்தர் வாழ்ந்த காலத்தில் மகதப் பேரரசின் ஆட்சி நடைபெற்று வந்தது. மகதத்தின் தலைநகரமாக ராஜக்ருஹம் இருந்தது. அசோகர் காலத்தில் ராஜக்ருஹம் பொலிவிழந்து, பாடலிபுத்திரம் ஆட்சிப்பீடமாக மலர்ந்தது. அப்போது நான்கு கண்டங்கள்தாம் தெரிந்திருந்தன என்பதால் அசோகருக்கு அவற்றிலிருந்து ஒன்று

அளிக்கப்பட்டுள்ளது. எனக்குப் பிறகு 100 ஆண்டுகள் கழித்து அசோகர் பிறப்பார் என்பதை அப்படியே 100 ஆண்டுகள் என்று எடுத்துக்கொள்ளக் கூடாது. 100 என்றால் நீண்ட காலத்துக்குப் பிறகு என்று மட்டுமே பொருள் கொள்ளவேண்டும்.

வடமேற்கு இந்தியாவில் பௌத்தம் எவ்வாறு தழைத்திருந்தது, எங்கெங்கே என்னென்ன விகாரைகள் அமைந்திருந்தன, பௌத்த இலக்கிய மரபு எவ்வாறு வளர்ச்சிபெற்றது, பௌத்தம் தழைத்த பகுதிகளில் சமூக வாழ்க்கை எப்படி இருந்தது உள்ளிட்ட பல தகவல்களை அசோகாவதானம் போன்ற பிரதிகளிலிருந்து திரட்டமுடியும் என்கிறார் நயன்ஜோத் லாஹிரி.

ஆனால், அசோகரின் ஆரம்பகால வாழ்க்கை பற்றிய மிகவும் அடிப்படையான, அவ்வளவுகூட வேண்டாம், மிகவும் மேலோட்டமான ஒரு சித்திரத்தைக்கூட அசோகாவதானம் அளிக்கவில்லை. எந்தப் பிரதியுமே அதை அளிக்கவில்லை என்பதுதான் உண்மை. அசோகர் பொஆமு 3ஆம் நூற்றாண்டைச் சேர்ந்தவர் என்று மட்டும்தான் நமக்குத் தெரியும். குறிப்பாக அவர் எந்த ஆண்டு பிறந்தார் என்பது தெரியாது. சரி, பிறந்த ஆண்டு கிடைக்காவிட்டால் போகட்டும். அவர் குழந்தைப் பருவம் எப்படி இருந்தது, உடன் பிறந்தவர்கள் எவ்வளவு பேர், அவர்களுடன் அவர் எவ்வாறு பழகினார், எப்படிக் கல்வி கற்றார், எத்தகைய கல்வி அது, படிப்பில் அவருக்கு நாட்டம் இருந்ததா, அவருக்கு என்ன பிடிக்கும் பிடிக்காது, அவர் யாரிடமெல்லாம் நெருக்கமாக இருந்தார், யாரிடம் இல்லை, எப்படித் தன் உலகைப் புரிந்துகொண்டார், எப்படிச் சிந்தித்தார், எத்தகைய கனவுகளை வளர்த்துக்கொண்டார் என்று அலையலையாக நமக்குள் எழும் எந்தக் கேள்விக்கும் விடையில்லை.

அசோகரின் ஆரம்பத்தைத் தேடி நாம் செல்லும் ஒவ்வொரு முறையும் இருளில் தொலைந்துவிடுகிறோம். அசோகாவதானம் போலவே திவ்ய அவதானத்திலும் அசோகர் இடம் பெற்றிருக்கிறார் என்றாலும் அதிலும் புத்தர் கதைகளும் பூர்வ ஜென்மக் கதைகளும்தாம் பெருமளவு நிறைந்துள்ளன. இலங்கைப் பதிவுகளான தீபவம்சமும் மகாவம்சமும் முக்கிய மானவை; அசோகரின் வாழ்வைக் கட்டமைக்கப் பெரிதும் உதவுபவை என்றாலும் அவருடைய ஆரம்பகால வாழ்வை இரண்டும் பேசுவதில்லை. காரணம் அசோகரின் வாழ்க்கை வரலாற்றை விவரிப்பது அல்ல; அவருடைய பௌத்த ஈடுபாட்டை, குறிப்பாக இலங்கையில் அவர் மேற்கொண்ட

சமயப் பணிகளைப் பதிவுசெய்வதுதான் இப்பிரதிகளின் நோக்கம்.

நாம் எதிர்பார்க்கும் பிரதிகள் நம்மைக் கைவிடும்போது, எதிர்பாராத ஓரிடத்திலிருந்து உதவிக்கரம் நீண்டுவருகிறது. நாம் தேடித் தேடிச் செல்லும் பேரரசரே நம்மைத் தேடிவந்து பேசுவதற்குத் தயாராக இருக்கிறார். சிந்து சமவெளி காலத்துக்குப் பிறகு நமக்குக் கிடைத்திருக்கும் முதல் எழுத்துகள் அசோகருக்குச் சொந்தமானவை. சிந்து எழுத்துகளை நம்மால் இன்றுவரை படிக்கமுடியவில்லை என்னும் நிலையில் (அவை எழுத்துகள்தாமா என்னும் ஐயமும் தீர்க்கப்படவில்லை) இந்திய வரலாற்றில் நமக்குக் கிடைத்திருக்கும் முதல் பழமையான எழுத்துப்பூர்வமான தரவு என்று அசோகரின் கல்வெட்டுகளை அழைக்கமுடியும். பாறை, கல்தூண், கற்பலகை என்று இந்தியத் துணைக்கண்டம் முழுக்க அசோகரின் சொற்கள் உறைந்து போயிருக்கின்றன. அசோகாவதானம் போன்ற பௌத்தப் பிரதிகள் மெனக்கெட்டு உருவாக்கும் மாயத்தோற்றத்தை அசோகரே தன் கல்வெட்டுகள்மூலம் உடைத்தெறிகிறார். எந்த வகையிலும் அற்புதமல்ல நான். உங்கள் எல்லோரையும்போல் நிறை, குறைகள் கொண்ட ஒரு மனிதன் மட்டுமே என்று அறிவிக்கிறார் அசோகர்.

ஆனால், அசோகரின் குரலைக் கேட்பதற்கு நாம் இன்னமும் கொஞ்சம் காத்திருக்கவேண்டியிருக்கிறது. ஆட்சிப் பொறுப்பேற்ற பிறகுதான் அசோகர் தனது உரையாடலைத் தொடங்குகிறார். அதற்கு முந்தைய வாழ்க்கை குறித்து அவருமேகூட அமைதியே காக்கிறார். இதனால் அசோகரின் ஆரம்ப வாழ்வைத் தெரிந்துகொள்ள அவர் கல்வெட்டுகளையும் நம்மால் உதவிக்கு அழைக்க முடிவதில்லை.

மொழி, மதம், கலை, இலக்கியம், பண்பாடு, தத்துவம், கணிதம், வானியல் என்று பல துறைகளில் குறிப்பிடத்தக்க சாதனைகள் புரிந்திருந்தாலும் வரலாற்றுத் துறையில் இந்தியர்கள் ஆரம்பம் முதலே ஆர்வமில்லாதவர்களாகவே இருக்கின்றனர் என்று பின்னர் வந்த ஐரோப்பியர்கள் அங்கலாய்த்துக்கொண்டதன் காரணம் ஒன்றுதான். இந்திய வரலாற்றில் ஒளி மிகுந்த பாதைகளைவிட இருள் குவிந்த மூலைகள்தாம் அதிகம். நவீன முறையியல்படி இந்தியாவில் எழுதப்பட்ட ஒரே வரலாற்றுப் பிரதி என்று ஐரோப்பியர்கள் கருதியது ராஜதரங்கிணியை மட்டும்தான்.

12ஆம் நூற்றாண்டைச் சேர்ந்த கல்ஹனர் இயற்றிய இந்தச் சமஸ்கிருத நூல் வடமேற்கு இந்தியாவை ஆண்ட வெவ்வேறு மன்னர்களின் வம்சாவளியை விரிவாகப் பதிவுசெய்துள்ளது. காஷ்மிர் குறித்து முதல் வரலாற்றுக் குறிப்பை இதுவே அளிக்கிறது. இந்நூலில் அசோகரும் இடம்பெற்றிருக்கிறார் என்றாலும் ராஜதரங்கிணியிடமிருந்து நாம் எதிர்பார்க்கும் தரவு கிடைக்கவில்லை. பல சரியான தகவல்களைச் சொல்லிக் கொண்டே வரும் கல்ஹனர் குழப்பமூட்டும் வகையில் ஏனோ அசோகரை மகாபாரத சகுனியின் வம்சத்தோடு முடிச்சுப்போட்டு விடுகிறார். சகுனியின் கொள்ளுப்பேரன்தான் அசோகர் என்கிறார்.

மௌரியப் பேரரசை நிறுவிய சந்திரகுப்தரின் பேரன்தான் அசோகர் என்பது நமக்கு நன்றாகவே தெரியும். அசோகரின் தந்தை பிந்துசாரர் என்பதும் தெரிந்ததுதான். மௌரியப் பேரரசின் மூன்றாவது மன்னர்தான் அசோகர். சரி, அசோகரின் அம்மா யார்? அசோகாவதானத்தில் இடம்பெறும் மற்றோர் ஆரூடக் கதையை நாடுவோம். சம்பா என்னும் பகுதியில் பிராமணர் ஒருவர் வசித்துவந்தார். அவருக்கு அழகிய மகள் ஒருவர் இருந்தார். அவரைக் கண்ட ஊர் மக்கள், உன் மகளை நம் மன்னர்தான் மணம் முடித்துக்கொள்வார் என்று அந்தப் பிராமணரிடம் ஆரூடம் சொல்லியிருக்கிறார்கள். மகிழ்ச்சியடைந்த பிராமணர் தன் மகளை அழைத்துக்கொண்டு பாடலிபுத்திரம் சென்று பிந்துசாரரைச் சந்தித்திருக்கிறார். வாக்கு பலித்திருக்கிறது. பிந்துசாரர் அவர் மகளை மணந்துகொண்டார். அந்தப் பெண்ணுக்கும் ஓர் ஆரூடம் சொல்லப்பட்டிருக்கிறது. உனக்குத் தங்கம்போல் இரு குழந்தைகள் பிறப்பார்கள். ஒருவன் சக்கரவர்த்தியாக மாறி, நான்கு கண்டங்களில் ஒன்றை ஆள்வான். இன்னொருவன் துறவியாக மாறி தன் மதக்கடமையை நிறைவேற்றுவான்.

முந்தைய ஆரூடத்துக்கும் இந்த இரு ஆரூடங்களுக்கும் உள்ள முக்கிய வேறுபாட்டைக் கவனிக்கவேண்டும். அசோகர் ஒரு சக்கரவர்த்தி என்பதால் அவர் பிறப்பைக் கணிக்கும் பொறுப்பை புத்தர் ஏற்கிறார். பிராமணருக்கு ஊர், பெயர் தெரியாத யாரோ ஆரூடம் சொல்லியிருக்கிறார்கள். அவர் மகளுக்கு ஆரூடம் சொன்னவர் யார் என்பதும் தெரியவில்லை. காரணம், இந்த இரு ஆரூடங்களும் ஒரு பெண் தொடர்பானவை. ஒரு பெண்ணுக்கு இந்த அளவுக்கு முக்கியத்துவம் கொடுத்தால் போதும் என்று

பெளத்த மத இலக்கியங்கள் நினைத்திருக்கின்றன. பிராமணர் சாதாரண குடிமகன் என்பதால் அவர் பெயர் சொல்லப்பட வில்லை.

அசோகரின் அம்மாவாக இருந்தாலும், பிந்துசாரரின் மனைவியாக இருந்தாலும் அவர் ஒரு சாமானியப் பெண் என்பதால் அவர் பெயரும் குறிப்பிடப்படவில்லை. வேறு இடங்களில் அவர் சுபத்ராங்கி என்றும் தர்மா என்றும் துர்தரா என்றும் அழைக்கப்படுகிறார். அசோகாவதானத்தைப் பொருத்தவரை அவர் 'அம்மா' மட்டுமே. ஆனால், வேறு எங்கும் கிடைக்காத ஒரு தகவல் இதில் இருக்கிறது. அசோகரின் அம்மா 'சம்பா' என்னும் ஊரைச் சேர்ந்தவர் என்ற தகவல் அசோகாவதானத்தில் மட்டுமே இருக்கிறது. பாடலிபுத்திரத்திலிருந்தும் கங்கையிலிருந்தும் சற்றுத் தள்ளி அமைந்துள்ள இடம் இது. இன்றைய பிகாரிலுள்ள பாகல்புரியில் சம்பாவின் இடிபாடுகளைக் காணமுடியும் என்கிறார் நயன்ஜோத் லாஹிரி.

அசோகரின் அம்மா வரும்வரை பிந்துசாரர் காத்திருக்கவில்லை. அவர் ஏற்கெனவே பல திருமணங்கள் செய்துகொண்டிருந்தார். புதிதாக வந்த அழகிய இளம் பெண்ணை ஏற்கெனவே அந்தரப் புரத்தில் வசித்துவந்த பெண்கள் சிறிதும் விரும்பவில்லை. எனவே இயன்றவரை அவரை, பிந்துசாரரிடமிருந்து பிரித்துத் தனிமைப்படுத்தினார்கள் என்கிறது அசோகாவதானம். பிந்துசாரர் அவர்மீது நாட்டம் கொண்டுவிட முடியாதபடி கவனமாகப் பார்த்துக்கொண்டார்களாம். திட்டத்தின் ஒரு பகுதியாக அந்தப் பிராமணப் பெண்ணுக்கு முடிதிருத்தும் பணியைச் சொல்லிக் கொடுத்திருக்கிறார்கள். அவரும் அக்கலையை நேர்த்தியோடு கற்றுத் தேர்ந்திருக்கிறார்.

ஓர் ஆருடம் சொல்லப்படுகிறது என்பதால் அது பலித்தாக வேண்டும் அல்லவா? ஒரு நாள் அவர் பிந்துசாரரை அணுகி உங்கள் கேசத்தைத் திருத்தட்டுமா என்று கேட்டிருக்கிறார். அவரும் ஒப்புக்கொள்ள, மிக அழகாக பிந்துசாரரை அவர் உருமாற்றியிருக்கிறார். மகிழ்ந்து போன மன்னர் உனக்கு என்ன வேண்டும் என்று கேட்க, நான் உங்களைக் காதலிக்க அனுமதிக்கவேண்டும் என்று பதிலளித்திருக்கிறார் அவர். ஆனால், முடிதிருத்தும் தொழிலில் ஈடுபடும் ஒருவரை (அவர் அப்படித்தான் நம்பினாராம்) எப்படிக் காதலிப்பது என்று பிந்துசாரர் தயங்கினாராம். அவர் ஒரு பிராமணப் பெண் என்பது

தெரியவந்ததும், குறிப்பாக அவரைப் பற்றிய ஆருடத்தைக் கேள்விப்பட்டதும் தன் பிரதான மனைவியாக உயர்த்தியிருக்கிறார்.

குழந்தையும் பிறந்துவிட்டது. என்ன பெயர் வைக்கலாம் என்று அம்மாவை அணுகிக் கேட்டிருக்கிறார்கள். அரண்மனையில் கொண்டாட்டங்கள் உச்சத்தில் இருந்த நேரம் அது. எல்லாம் நல்லபடியாக முடிந்துவிட்டது என்னும் மனநிறைவில் இருந்த அம்மா, 'நான் இப்போது துக்கத்தின் சாயல்கூட இன்றி இருக்கிறேன். எனவே என் குழந்தைக்கு அசோகர் என்று பெயர் சூட்டுகிறேன்' என்று சொல்லியிருக்கிறார். அசோகர் என்றால் 'சோகம்' அற்றவர். இரண்டாவது குழந்தை பிறந்தபோதும் இதே மனநிலையில்தான் இருந்திருக்கிறார் என்பதால் சோகம் முற்றுப்பெற்றுவிட்டது என்னும் பொருள்பட 'விதஷோகா' என்று பெயரிட்டிருக்கிறார் அம்மா.

அசோகாவதானத்திடமிருந்து நமக்குக் கிடைக்கும் அசோகரின் ஆரம்பகால வாழ்க்கை இவ்வளவுதான். ஆக மொத்தம், ஆட்சிக்கு வருவதற்கு முன்பான அவருடைய வாழ்வை நம்மால் தெரிந்துகொள்ள முடியாது என்பதுதான் உண்மை. அதன் பின்னருமேகூட அவர் வாழ்வில் ஏகப்பட்ட இடைவெளிகளை நாம் காணப்போகிறோம். இத்தனைக்கும் இந்திய வரலாற்றில் ஓரளவு தரவுகள் அதிகம் கிடைக்கும் காலம் என்றால் அது மௌரியர் காலம்தான். மௌரியப் பேரரசில் ஒளி மிகுந்த காலம் என்றால் அது அசோகரின் ஆட்சிக்காலம்தான். அதிலேயே இவ்வளவு இடைவெளிகள்.

இருந்தாலும், அசோகாவதானம் போன்ற பழங்காலப் பௌத்தப் பிரதிகள் தொடங்கி நவீன அகழ்வாய்வுகள்வரை சாத்தியமான அனைத்துத் துறைகளிலிருந்தும் தரவுகளைத் திரட்டியிருக் கிறார்கள் வரலாற்றாசிரியர்கள். கிடைக்காததை எண்ணி மயங்கிக் கிடக்காமல் கிடைத்ததைக் கொண்டு, அது எவ்வளவு சொற்பமாக இருந்தாலும் அவர் வாழ்வையும் காலத்தையும் இயன்றவரை கட்டமைத்திருக்கிறார்கள். அந்த அசோகரைத்தான் நாம் இங்கே சந்திக்கப்போகிறோம்.

●

- 3 -

இளவரசர்

மாளிகையில் வளரும் ஒரு குழந்தையை இளவரசராக வளர்த்தெடுப்பதற்கு என்னவெல்லாம் செய்யவேண்டும் என்பதை அர்த்தசாஸ்திரம் விவரிக்கிறது. மௌரியப் பேரரசைப் புரிந்துகொள்ள உதவும் பிரதிகளில் ஒன்றாக அர்த்தசாஸ்திரம் கருதப்படுவதால் அதைக் கொண்டு அசோகருக்கு எத்தகைய பயிற்சிகள் இளம் வயதில் அளிக்கப்பட்டிருக்கும் என்பதை நாம் கற்பனை செய்து பார்க்கலாம் என்கிறார் நயன்ஜோத் லாஹிரி. தரவுகள் இல்லாத இடங்களை வெறுமனே கடந்துசெல்வதற்குப் பதில் சற்றே அகலமாகத் தேடலை விரித்து, கற்பனையைக் கையாண்டு, சின்னச் சின்ன இடைவெளிகளை நிரப்ப முடியுமா என்று பார்ப்பதில் தவறில்லை என்கிறார் நயன்ஜோத் லாஹிரி. இவருடைய அசோகர் (2015) அப்படிப்பட்ட ஒரு முயற்சிதான். இங்கே கற்பனை என்பதை இல்லாத ஒன்றை இட்டுக் கட்டிச் சொல்லுதல் என்று எடுத்துக்கொள்ளாமல், சான்றுகள் உதவியோடு சிந்தனையை வளர்த்தெடுத்தல் என்று அர்த்தப் படுத்திக்கொள்ளலாம்.

எடுத்துக்காட்டுக்கு, அர்த்தசாஸ்திரத்தில் எந்தவொரு மௌரிய மன்னரின் பெயரும் இல்லை என்றாலும் அதில் விவாதிக்கப்படும் பொதுவான வாழ்வியல் சித்திரங்கள் சிலவற்றை அசோகருக்குப் பொருத்திப் பார்ப்பது சாத்தியம். அதன்படி, சமயச் சடங்கின் ஒரு

பகுதியாக மூன்று வயதில் அசோகரின் தலைமுடி மழிக்கப்
பட்டிருக்கும். தக்க வயதில் உபநயனம் செய்திருப்பார்கள்.
நிர்வாகப் பணிகளில் ஈடுபடுவதற்கு எழுதவும் கணக்கு போடவும்
தெரிந்திருக்கவேண்டும் என்பதால் இரண்டும் அவருக்குப்
போதிக்கப்பட்டிருக்கும். வேதம், தத்துவம், பொருளாதாரம்,
அரசியல் போன்ற துறைகளைத் தகுந்த ஆசிரியர்களைக்கொண்டு
படிப்படியாகக் கற்றுக்கொடுத்திருப்பார்கள்.

தொடர்ச்சியாக, தினமும் வகுப்புகள் நடைபெறும்.
முதல் பாதியைப் போர் பயிற்சிகள் எடுத்துக்கொள்ளும்.
குதிரையேற்றம், யானையேற்றம், ஆயுதங்களைக் கையாளுதல்
போன்றவை கற்றுக்கொடுக்கப்படும். அதன்பின் அமர வைத்து
'இதிகாசம்' சொல்லிக்கொடுப்பார்கள். இன்று நாம் இதை
வரலாறு என்று அழைக்கிறோம். அன்று உலகைப் பலவிதமான
தலைப்புகளில் அறிமுகப்படுத்தும் உரைகள் என்று
இதிகாசத்தைப் புரிந்துகொள்ளலாம். அரசியல், நிர்வாகம், அறம்,
தத்துவம் உள்ளிட்ட துறைகளில் அசோகர் பெற்றிருந்த
தேர்ச்சியை அவர் கல்வெட்டுகள் வெளிப்படுத்துகின்றன. அவர்
பெற்றிருந்த கல்வியே இதற்கெல்லாம் அடித்தளம் அமைத்துக்
கொடுத்திருக்கும் என்று எதிர்பார்க்கலாம் என்கிறார் லாஹிரி.

அசோகர் வளர்ந்து நிற்கும்போது பிந்துசாரரின் கவலையும்
சரிசமமாக வளர்ந்து நின்றுகொண்டிருந்தது. என் மரணத்துக்குப்
பிறகு யார் மணிமகுடம் தரிப்பார்கள்? என்னுடைய அரசியல்
வாரிசு யார்? தீபவம்சமும் மகாவம்சமும் சொல்வது சரியென்றால்
அவருக்கு 16 மனைவிகளும் 101 குழந்தைகளும் இருந்தனர்.
கூர்மதி படைத்த ஒரு துறவியை வரவழைத்து தன் கவலையைப்
பகிர்ந்துகொண்டார் பிந்துசாரர். கவலை வேண்டாம்,
இளவரசர்கள் அனைவரையும் ஓரிடத்தில் கூட்டுங்கள்.
பரிசோதித்துவிட்டு என் கணிப்பைச் சொல்கிறேன் என்று
பதிலளித்திருக்கிறார் துறவி. இளவரசர்கள் அனைவருக்கும்
தகவல் சென்றுசேர்ந்தது.

யார் வேண்டுமானாலும் போகட்டும். நான் போகப்போவ
தில்லை என்று தன் அம்மாவிடம் தீர்மானமாகச் சொல்லிவிட்டார்
அசோகர். என்னுடைய தோல் கரடுமுரடானது. தீண்டுவதற்கு
உகந்தது அல்ல. நான் அருவருப்பூட்டும் தோற்றத்தைக்
கொண்டிருக்கிறேன். எப்படியும் என்னை அப்பாவுக்குப்
பிடிக்காது. எதற்காக அவர் முன் இப்போது போய் நிற்கவேண்டும்

என்று சலித்துக்கொண்டிருக்கிறார் அசோகர். அம்மா அறிவுறுத்தியதைத் தொடர்ந்து வேறுவழியின்றி சென்றிருக்கிறார்.

அசோகனைக் கண்டதுமே துறவி உணர்ந்துவிட்டார். ஆனால், பிந்துசாரரின் விருப்பு, வெறுப்புகளை அவர் அறிவார் என்பதால் சூசகமாகத் தன் கணிப்பை வெளிப்படுத்தியிருக்கிறார். 'யாரிடம் உயர்ந்த வாகனமும் இருக்கையும் பாத்திரமும் பானமும் உணவும் இருக்கிறதோ அவரே மன்னராக வருவார்.' அசோகருக்கு விளங்கிவிட்டது. அன்றைய தினம் அவர் யானை மீதேறி வந்திருந்தார். எல்லா இளவரசர்களும் நல்ல இருக்கைகளில் அமர்ந்திருக்க அவர் மட்டும் தரையில் அமர்ந்திருக்கிறார். ஆபரணத் தட்டுகளில் அல்லாமல் மண் சட்டியில் அவருக்கான உணவு வந்துசேர்ந்திருக்கிறது. சாதமும் தயிரும் சாப்பிட்டிருக்கிறார். அருந்துவதற்கு நீர் மட்டும்.

அசோகரின் அம்மாவிடம் மட்டும் ரகசியத்தைப் பகிர்ந்து கொண்ட துறவி, அதன்பின் அங்கிருப்பது உசிதமல்ல என்பதால் நகரைவிட்டே வெளியேறிவிட்டார். பிந்துசாரரின் மறைவுக்குப் பிறகே மகதம் திரும்பினாராம். அந்தத் துறவின் பெயர் பிங்கலவச்சஜீவா என்றும் அவர் ஓர் ஆசீவகர் என்றும் அசோகாவதானம் சொல்கிறது. (அசோகருக்கும் ஆசீவகத்துக்குமான தொடர்பு குறித்துப் பின்னர் பார்ப்போம்). புத்தர் மட்டுமல்ல, ஓர் ஆசீவகரும் அசோகரின் எதிர்காலத்தைக் கணித்துவிட்டார் என்று சொல்வதற்காக இயற்றப்பட்ட கதை போல் தெரிகிறது.

அசோகரின் தோற்றம் குறித்து நமக்கு என்ன தெரியும்? பிந்துசாரர் தன் மகனைக் காணப் பிடிக்காமல் பாடலிபுத்திரத்திலிருந்து வெளியேற்றினார் என்று தனது நூலில் குறிப்பிடுகிறார் சார்லஸ் ஆலன் (2012). தனது முற்பிறவியில் புத்தரின் பிச்சைப் பாத்திரத்தில் புழுதியை இட்டதால் இப்பிறவியில் அசோகரின் தோல் மணல் போல் கரடுமுரடாக மாறிவிட்டது என்கின்றன சில பௌத்த இலக்கியங்கள். அசோகரின் உடலில் அமங்கலமான அடையாளங்கள் தென்பட்டதாகக் குறிப்புகள் உள்ளன. இவற்றையெல்லாம் வைத்துக்கொண்டு அசோகருக்கு ஒரு வகையான தோல் நோய் இருந்திருக்கலாம் என்னும் முடிவுக்குச் சிலர் வருகிறார்கள். சாஞ்சி தெற்கு வாசலில் அமைந்துள்ள அசோகரின் சிலையை அடிப்படையாகக் கொண்டு அவர் குள்ளமான உருவம்கொண்டவர் என்றும் அவருக்குத் தொந்தி

இருந்தது என்றும் ஊதிய முகம் கொண்டவர் என்றும் ஆலன் யூகிக்கிறார். யூகங்களாக மட்டுமே இவற்றை எடுத்துக்கொள்ள முடியும்.

மண் சட்டி, தயிர் சாதம், தரையில் அமரும் வழக்கம் போன்றவை அசோகரின் எளிமையைப் பறைசாற்றுவதற்காகச் சொல்லப் பட்டவையாக இருக்கும் என்றாலும் கதையின் மையம் உண்மைக்கு நெருக்கமானது. பல மகன்களைக் கொண்ட பிந்துசாரருக்கு வாரிசு குழப்பம் நேராமல் இருந்தால்தான் ஆச்சரியப்படவேண்டும்.

•

அசோகர் எப்படி வளர்ந்தார் என்பதைப் போலவே, எங்கே வளர்ந்தார் என்பதையும் தெரிந்துகொள்ளவேண்டியது முக்கியம் என்பதால் பாடலிபுத்திரத்தை விரைவாக ஒரு சுற்றுச் சுற்றி வருவோம்.

புத்தர் வாழ்ந்த காலத்தில் ஒரு கிராமமாக இருந்தது பாடலிபுத்திரம். பாடலிகிராமா என்பதுதான் அதன் பெயர். புத்தரின் வாழ்வோடு நெருங்கிய தொடர்புடைய இடங்களில் ஒன்று வைஷாலி. தனது இறுதிப் பயணமொன்றின்போது மகதத்திலிருந்து கிளம்பிய புத்தர் வைஷாலியை அடைவதற்கு முன்பு பாடலிகிராமாவில் தங்கினார். அங்கே குழுமியிருந்த மக்கள் முன்பு உரையும் நிகழ்த்தினார். அப்போது அந்தக் கிராமம் குறித்து அவருக்குள் சில மனச்சித்திரங்கள் விரிந்திருக்கின்றன. அசோகரை எப்படி முற்பிறவியிலேயே கண்டுகொண்டாரோ அப்படியே அந்தக் கிராமம் அடையவிருக்கும் வளர்ச்சியையும் முக்கியத்துவத்தையும் சில குறியீடுகள்மூலம் முன்கூட்டியே அனுமானித்திருக்கிறார். முதலில் பாடலிபுத்திரத்துக்கும் அதன்பின்பே அசோகருக்கும் அவர் ஆருடம் சொல்லி இருக்கிறார்.

பிம்பிசாரரின் (பொஆமு 544-492) வருகையோடு மகதப் பேரரசு தொடங்குகிறது. சமணப் பதிவுகளின்படி மகாவீரரைப் பின்பற்றுபவராக இருந்திருக்கிறார் பிம்பிசாரர். இல்லை, அவர் புத்தரை வழிபடுபவர் என்கின்ற பௌத்தப் பதிவுகள். அவர் மகாவீரரைச் சந்தித்தார் என்று சமணர்களும் புத்தரைச் சந்தித்தார் என்று பௌத்தர்களும் சாதிக்கின்றனர். பிம்பிசாரரின் ஆட்சியின் போது மகதத்தின் தலைநகராக ராஜக்ருஹம் இருந்தது.

அவருடைய மகன் அஜாதசத்ரு (பொஆமு 493-462) காலத்தில் பழங்கால கிராமமாக இருந்த பாடலிபுத்திரம் கங்கைக் கரையை ஒட்டிய முக்கிய நகரமாக வளர ஆரம்பித்ததோடு பாடலிபுத்திரம் என்னும் பெயரையும் பெற்றது. லிச்சாவி அரசு வட இந்தியாவில் வலுவோடு இருந்த காலம் அது. அவர்களிடமிருந்து காக்க பாடலிபுத்திரத்துக்குப் பலத்த பாதுகாப்பு ஏற்பாடுகள் செய்திருந்தார் அஜாதசத்ரு. பல ஆண்டுகள் நீடித்த போருக்குப் பிறகு லிச்சாவிகளை அவர் தோற்கடித்தார். அஜாதசத்ருவின் குறிப்பிடத்தக்க வெற்றியாக இது கருதப்படுகிறது. இது நடந்து 50 ஆண்டுகளுக்குப் பிறகு, அஜாதசத்ருவின் மகன் உதயணன் ஆட்சியில்தான் பாடலிபுத்திரம் மகதப் பேரரசின் தலைநகராக முதல் முறையாக மாறியது. அதன்பின் சிசுநாக வம்சத்தினர் ஆண்டபோதும் சரி, நந்தர்கள் ஆண்டபோதும் சரி பாடலி புத்திரமே தலைநகராக நீடித்தது. மெளரியர்களின் தலைநகரும் அதுவே.

அசோகரின் தாத்தா சந்திரகுப்த மெளரியரின் ஆட்சி நடை பெற்றுக்கொண்டிருந்தபோது பாடலிபுத்திரத்துக்கு வருகை தந்து, அந்நகர் குறித்துப் பல முக்கியமான குறிப்புகளை வழங்கினார் கிரேக்கப் பயணியான மெகஸ்தனிஸ். சந்திரகுப்தரின் அரசவைக்கும் சென்றிருக்கிறார். 'இந்தியர்களின் மன்னர் சண்டிரகூடாஸ்' என்று அவரை அழைக்கிறார் மெகஸ்தனிஸ். எதன் பொருட்டு அரசவைக்குச் சென்றார், அங்கே அவருக்கு என்ன வேலை, சந்திரகுப்தரை நேரில் கண்டாரா போன்ற கேள்விகளுக்கு விடையில்லை. அவருக்கு முன்பே அலெக்சாண்டரோடு இணைந்து பல கிரேக்கர்கள் இந்தியாவுக்கு வந்திருந்தாலும் அவர்கள் வட மேற்குப் பகுதிகளை மட்டுமே கண்டனர். பாடலிபுத்திரம் வரை வந்தவர் மெகஸ்தனிஸ் மட்டுமே. 'பலிம்போத்ரா' என்று பாடலிபுத்திரத்தைக் குறிப்பிடுகிறார் மெகஸ்தனிஸ்.

பாடலிபுத்திரம் முழுக்க முழுக்க மரத்தால் கட்டியெழுப்பப்பட்ட ஒரு நகரம் என்கிறார் மெகஸ்தனிஸ். நதிக்கும் நதிக்கரைக்கும் அருகிலுள்ள இந்திய நகரங்களில் மரமே பிரதான கட்டுமானப் பொருளாக இருக்கிறது. காரணம், இந்திய நதிகள் எப்போது கோபத்தில் பெருக்கெடுத்து ஓடும், எப்போது கரையை உடைத்துக்கொண்டு சமவெளிக்குப் பாயும் என்று ஒருவராலும் கணிக்க முடியாது. மழை அதிகம் பெய்வதால் காற்றில் எப்போதும் ஈரப்பதம் இருந்துகொண்டே இருக்கிறது.

இன்றைய பாட்னாவிலுள்ள கும்ரஹார் பகுதியில்
காணப்படும் தூண்களின் சிதிலங்கள்

கும்ரஹார் பகுதியில் மரப்பலகைகளைக் கொண்டு
அமைக்கப்பட்ட நடைமேடைகள்

செங்கற்களில் எதை உருவாக்கினாலும் நீரும் ஈரமும் ஊடுருவிச் சென்று தின்ன ஆரம்பித்துவிடும். எனவே மரத்தைக் கொண்டு கோட்டை கொத்தளங்களை உருவாக்குகிறார்கள் என்கிறார் மெகஸ்தனிஸ். நதியைவிட்டுத் தொலைவிலோ அல்லது உயரமான பகுதிகளிலோ உருவாகியிருக்கும் நகரங்களில் மட்டுமே செங்கல் கட்டடங்களைக் காணமுடிகிறதாம்.

பாடலிபுத்திரத்தின் நீள அகலங்களைத் துல்லியமாக அளிக்கிறார் மெகஸ்தனிஸ். கிரேக்க அளவுமுறைகளில் அவர் அளிக்கும் அளவீடுகளை மாற்றினால் பாடலிபுத்திரம் கிட்டத்தட்ட 14.5 கி.மீ. நீளமும் 2.5 கி.மீ. அகலமும் கொண்ட ஒரு நகரம். வெளிப்புறத்தில் பாதுகாப்புக்கு அகழி வெட்டப்பட்டுள்ளதாகக் குறிப்பிடும் மெகஸ்தனிஸ் அதன் ஆழ அகலத்தையும்கூட விட்டுவிடாமல் கேட்டறிந்து பதிவுசெய்கிறார். பாதுகாப்புக் காரணம் போக, கழிவுநீரைச் சேகரிப்பதற்காகவும் அகழி பயன்படுத்தப்பட்டிருக்கிறது.

நகர எல்லையில் படர்ந்திருக்கும் அரண்களின் அளவுகள்கூட அவருக்குத் தெரிந்திருக்கின்றன. ஒன்பது மைல் நீளமும் ஒன்றரை மைல் அகலமும் கொண்ட பெரும் மரச்சுவர் பாடலிபுத்திரத்தைச் சுற்றிப் படர்ந்திருப்பதாகச் சொல்கிறார். மதிலில் ஆங்காங்கே பொந்துகள் அமைக்கப்பட்டிருக்கும். புற்றிலிருந்து பாம்பு எட்டிப் பார்ப்பதுபோல் ஒவ்வொரு பொந்திலிருந்தும் அம்பு வெளியில் நீட்டிக்கொண்டிருக்கும். பகைவர் புக முயன்றால் அம்பு மழையைத்தான் முதலில் அவர்கள் எதிர்கொள்ளவேண்டியிருக்கும். அந்நிய நடமாட்டத்தைத் தொலைவிலேயே தெரிந்துகொள்ள உயரமான கண்காணிப்புக் கோபுரங்கள் அமைக்கப்பட்டிருந்தன. இவற்றின் எண்ணிக்கை 570 என்கிறார் மெகஸ்தனிஸ்.

கணிதத்தில் இணைகரம் என்றொரு வடிவம் சொல்வார்கள். மெகஸ்தனிஸின் அளவுகள்படி பார்த்தால் அப்படியொரு வடிவத்தில் நீளமாகவும் குறுகலாகவும் பாடலிபுத்திரம் காட்சியளித்திருக்கவேண்டும். பரப்பளவு குறைந்தபட்ச கணிப்பின்படி 1220 முதல் 1300 ஹெக்டேர். மெகஸ்தனிஸின் விவரிப்பைப் பார்க்கும்போது அன்றைய தேதியில் தென்காசியாவிலேயே அளவில் பெரிய நகரமாக பாடலிபுத்திரம் இருந்திருக்கவேண்டும் என்கிறார்கள் ஆய்வாளர்கள். கங்கையின் வரப்பிரசாதமாகவும் மௌரியரின் இதயமாகவும் அந்நகரம் திகழ்ந்திருக்கிறது. ஆனால், நாம் முதல் முதலில் சந்திக்கும்போது

இளவரசர் அசோகர் அவர் பிறந்து, வளர்ந்த பாடலி புத்திரத்திலிருந்து வெளியேறிக்கொண்டிருந்தார். அவர் வெளியேறிக்கொண்டிருந்தாரா அல்லது வெளியேற்றப்பட்டாரா என்னும் கேள்விக்குத் தீர்மானமான விடை நமக்குக் கிடைக்கப்போவதில்லை.

அஜாதசத்ரு தன் தந்தையைக் கொன்றுவிட்டு அவரிடத்தைப் பிடித்துக்கொண்டவர். சொந்த வாரிசால் வரக்கூடிய ஆபத்தை அன்றைய அரசர்கள் நன்கு உணர்ந்திருந்தனர். அந்த அச்சம் பிந்துசாரருக்கும் இருந்ததா? பிம்பிசாருக்கு நேர்ந்தது தனக்கும் நேரக்கூடும் என்று அவர் அஞ்சினாரா? ஆம் என்கிறார்கள் ஒரு பிரிவினர். அவர்களைப் பொருத்தவரை பிந்துசாரர் அசோகரை வெறுக்கவில்லை. அவரைக் கண்டு அஞ்சியிருக்கிறார். தன் மகனால் தனக்கு ஆபத்து நேரலாம் என்பதை உணர்ந்துதான் ஆரம்பத்திலிருந்தே அவரிடமிருந்து தள்ளி இருந்திருக்கிறார். அச்சத்தின் காரணமாகத்தான் ஏதோ காரணம் கண்டுபிடித்து அசோகரை அவர் பாடலிபுத்திரத்திலிருந்து வெளியேற்றினார் என்பது இவர்கள் வாதம். இல்லாவிட்டால் எதற்காக அவரைத் திடீரென்று தட்சசீலத்துக்கு அனுப்பிவைக்கவேண்டும்?

இதை வெளியேற்றமாகப் பார்க்கத் தேவையில்லை என்கிறார்கள் இன்னொரு பிரிவினர். பிந்துசாரர் அசோகரை விரும்பினாரா, வெறுத்தாரா என்று தெரியாது. ஆனால், நிச்சயம் தன் மகனின் திறமைகளை அவர் அங்கீகரித்தார். தட்சசீலம் அப்போது கடும் கொந்தளிப்பில் இருந்தது. தன் ஆட்சிக்கு உட்பட்ட ஒரு பகுதியில் சிக்கல் நேரும்போது நிலைமையைச் சரிசெய்ய நம்பிக்கைக்குரிய ஒருவரைத் தேர்ந்தெடுத்து மன்னர் அனுப்பி வைப்பது இயல்புதானே? இதற்கு ஏன் உள்ளார்த்தம் கற்பிக்கவேண்டும்?

இன்றைய பாகிஸ்தானிலுள்ள பஞ்சாப் மாகாணத்தில், ராவல்பிண்டி மாவட்டத்தில் அமைந்துள்ளது தட்சசீலம். சமஸ்கிருதப் பெயர், தக்ஷசீலம். உச்சரிக்கக் கடினமாக இருந்ததால் 'டாக்ஸிலா' என்று சுருக்கி அழைத்தனர் கிரேக்கர்கள். அலெக்சாண்டர் தனது இந்தியப் படையெடுப்பின் போது பொஆமு 326இல் இந்நகரைக் கைப்பற்றினார். உண்மையில் அவர் கைப்பற்றுவதற்கு முன்பாகவே அவர் கரங்களுக்குள் சென்று சேர்ந்துவிட்டது தட்சசீலம். சேர்ப்பித்தவர் அப்போது ஆட்சியிலிருந்த அம்பி. அலெக்சாண்டர் வந்து கொண்டிருக்கிறார் என்னும் தகவல் வந்துசேர்ந்ததும் பரிசுப்

பொருள்களுடன் கிளம்பி எல்லைக்கே சென்று அலெக்சாண்டரின் நட்பைப் பெற்றுக்கொண்டார் இவர். செல்வச் செழிப்புள்ள இடம். நன்றாக நிர்வகிக்கப்படும் இடம் என்று கிரேக்கர்கள் தட்சசீலத்தைப் புகழ்ந்திருக்கின்றனர். அலெக்சாண்டர் வெளியேறிய பிறகு தட்சசீலத்தை, சந்திரகுப்தர் வென்றெடுத்தார். பாடலிபுத்திரம் போலவே தட்சசீலமும் மெளரியர்களுக்கு நெருக்கமான இடம்.

அசோகர் பாடலிபுத்திரத்திலிருந்து வட மேற்கில் 2,000 கி.மீ. பயணம் செய்து தட்சசீலத்தை அடைந்தபோது அந்நகரம் உள்ளுக்குள் நொறுங்கிக்கொண்டிருந்ததைக் கண்டார். எங்கே பிரச்னை என்பதை விரைவில் கண்டறிந்துவிட்டார் அசோகர். ஆட்சிக்கு எதிராக மக்கள் ஒன்றுகூடி ஆங்காங்கே கலகங்களில் ஈடுபட்டுவந்தனர். ஆயுதமேந்திய எதிர்ப்புகள் என்பதால் விரைவில் முடிவுக்குக் கொண்டுவரவேண்டிய நெருக்கடிக்குத் தள்ளப்பட்டார் அசோகர். இளவரசராக அவருக்கு இடப்பட்ட முதல் பணி. இளவரசராக அவர் சந்தித்த முதல் பெரும் நெருக்கடி.

இந்த இடத்தில் மிக விநோதமான ஒரு தகவலை நமக்கு அளிக்கிறது அசோகாவதானம். கலகத்தை அடக்க குதிரைப் படை, காலாட்படை, யானைப் படை, தேர்ப் படை ஆகிய நான்கு படைகளை அசோகருக்கு அளித்திருந்தாராம் பிந்துசாரர். ஆனால், ஆயுதம் எதுவும் கொடுத்தனுப்பவில்லையாம். இந்தச் செய்தி பாடலிபுத்திரத்திலிருந்து கிளம்பிக்கொண்டிருந்தபோதுதான் அசோகருக்கே தெரியவந்திருக்கிறது. ஓர் ஆயுத எழுச்சியை ஆயுதமே இல்லாமல் எப்படி எதிர்கொண்டு அடக்குவேன் என்று கலங்கவில்லை அசோகர். அரசராக மாறும் தகுதி எனக்கு இருப்பது உண்மையானால் எனக்கான ஆயுதங்கள் தானாகவே தோன்றட்டும் என்று அறிவித்திருக்கிறார். உடனே பூமி பிளந்தது. கடவுள்கள் பலவிதமான ஆயுதங்களை ஏந்தியபடி வெளியில் வந்தனர்.

ஆயுதமே இல்லாமல் அனுப்பினார் என்பதைக் குறைவான ஆயுதங்களோடு அனுப்பினார். ஆயுதங்களுக்கு அப்போது தட்டுப்பாடு நிலவியிருக்கும் என்று நாம் அர்த்தப்படுத்திக் கொள்ளலாம் என்கிறார் நயன்ஜோத் லாஹிரி. அல்லது பிந்துசாரர் தன் மகனை ஒழித்துக்கட்டும் திட்டத்தோடு ஆபத்தான ஓரிடத்துக்கு நிராயுதபாணியாக அனுப்பிவைத்தார் என்னும் முடிவுக்கும் சிலர் வந்துசேரலாம்.

உண்மையில் தட்சசீலத்தில் ஆயுதங்களை வெளியில் எடுப்பதற்கான அவசியமே அசோகருக்கு நேரவில்லை என்கிறது அசோகாவதானம். கலகக்காரர்களை அவர் எதிர்கொண்டபோது அம்மக்கள் அசோகரிடம் பின்வருமாறு சொல்லியிருக்கிறார்கள். 'இளவரசே, உங்களை எதிர்த்துப் போரிடுவதற்காக நாங்கள் வரவில்லை. நாங்கள் பிந்துசாரருக்கு எதிரானவர்களும் இல்லை. அமைச்சர்களோடுதான் எங்களுக்கு மோதல். அவர்கள் தீயவர்கள். எங்களை ஒடுக்குகிறார்கள்.'

ஆயுதம் தரிக்காமல் வெறும் உரையாடல்மூலம் அசோகர் அம்மக்களை வென்றெடுத்தது இப்படித்தான் என்கிறது அசோகாவதானம். அசோகர் தட்சசீலம் வந்ததையும் மக்களை அமைதி வழியில் வென்றதையும் விவரிக்கும் ஒரே பதிவு, அசோகாவதானம் மட்டும்தான். பிற்காலத்தில் பௌத்தராக மாறிய பேரரசருக்கு அவருடைய இளமைக் காலத்திலேயே புகழைத் தேடித்தரும் நோக்கில் இந்நிகழ்வை பௌத்தர்கள் புனைந்திருப்பதற்கு வாய்ப்பு உண்டா?

அசோகர் தனது கல்வெட்டுகளில் இந்நிகழ்வை நேரடியாகக் குறிப்பிடவில்லை என்றாலும் முழுப் புனைவு என்று இதனைக் கருதத் தேவையில்லை என்கிறார் நயன்ஜோத் லாஹிரி. பூமி பிளந்தது, ஆயுதம் இல்லாமல் அசோகர் சென்றது போன்ற தகவல்கள் வேண்டுமானால் அசோகரை கடவுளாக்குவதற்காக இணைத்திருக்கலாம். அசோகர் தட்சசீலம் செல்லவேயில்லை என்று கருதத் தேவையில்லை என்கிறார் அவர்.

ரொமிலா தாப்பரின் கருத்தும் இதுதான். அன்றைய சூழலை நெருக்கமாக ஆராயும்போது தட்சசீலத்தில் கலகங்கள் வெடித்திருப்பதற்கான வாய்ப்புகளே அதிகம் இருந்தன என்கிறார் அவர். உயரதிகாரிகளுக்கு எதிராக ஒன்றுதிரண்டு போராடுவதற்கான முகாந்திரம் மக்களிடம் இருந்தது. மௌரியர் வருவதற்குமுன்பு தட்சசீலம் இதர பகுதிகளோடு ஒப்பிடுகையில் ஓரளவுக்குச் சுதந்தரமாகவே இருந்திருக்கிறது. எனவே மௌரியரின் தலைமையை அப்பகுதி மக்களால் எளிதில் அங்கீகரித்திருக்க முடியாது என்கிறார் தாப்பர்.

மௌரியப் பேரரசின் மையமாகப் பாடலிபுத்திரமும் வெளிப்புறப் பகுதிகளாகத் தட்சசீலமும் இருந்திருக்கின்றன. மையத்தை விட்டுத் தொலைவில் சிதறிக்கிடக்கும் இத்தகைய பகுதிகளை வழிக்குக் கொண்டுவருவதற்கு வழக்கத்தைக் காட்டிலும்

கடுமையான நடவடிக்கைகளை மௌரிய அரசு எடுத்திருக்கும். அவற்றை அப்பகுதி மக்கள் விரும்பியிருக்க மாட்டார்கள் என்கிறார் தாப்பர். இதுபோக, தட்சசீல மக்களில் பலர் பண்பாட்டு ரீதியில் மேற்கே இரானோடு நெருக்கமாக இருந்தனர். இரானிய வழிவந்தவர்களும் தட்சசீலத்தில் கணிசமாக இருந்தனர். புவியியல் தொடங்கி பண்பாடு வரை பல அம்சங்களில் பாடலிபுத்திரத்திலிருந்து விலகியே இருந்துவிட்டதால் அந்நகரையும் அதன் அதிகாரத்தையும் தட்சசீலத்து மக்கள் எதிர்த்திருக்கலாம் என்கிறார் தாப்பர்.

தட்சசீலத்தின் அடையாளங்களில் ஒன்று தர்மராஜிக தூபி. புத்தரின் எலும்புத்துண்டுகளில் ஒரு சிறு பகுதியைப் பாதுகாக்கும் பொருட்டு குஷாணர்கள் பொதுஆ 2ஆம் நூற்றாண்டில் இதைக் கட்டியிருக்கிறார்கள். ஆனால், அவர்கள் தூபியை எழுப்புவதற்கு முன்பு அதே இடத்தில் மௌரியர் காலக் கட்டுமானம் ஒன்று இருந்ததாகவும் அதன் சிதிலங்களுக்கு மேல்தான் புதிய தூபி உருவானதாகவும் சொல்லப்படுகிறது. அசோகரின் பௌத்தப் பணிகளுக்காக அவருக்கு வழங்கப்பட்ட பட்டம்தான் தர்மராஜா. குஷாணர்கள் தூபிக்குச் சூட்டிய பெயர் அசோகரையே நினைவுப்படுத்துகிறது என்கிறார் லாஹிரி. அசோகரின் பெயரை தட்சசீலத்திலிருந்து பிரித்தெடுப்பது கடினம் என்கிறார் அவர். அதேபோல், தட்சசீலத்தில் ஒரு வீட்டில் அராமெக் மொழி எழுத்துகளைக் கொண்ட கல்வெட்டு அகப்பட்டுள்ளதைக் கவனப்படுத்தும் ரொமிலா தாப்பர், அதில் 'பியதசி' என்னும் சொல் இடம்பெற்றுள்ளதையும் குறிப்பிடுகிறார். அசோகருக்கும் தட்சசீலத்துக்குமான உறவை மட்டுமல்ல தட்சசீலத்துக்கும் இரானுக்குமான உறவையும் இது வெளிப்படுத்துகிறது என்கிறார் அவர்.

அசோகரின் தட்சசீலப் பயணத்துக்கான சான்றுகளாக இவற்றைக் கொள்ளமுடியும் என்றால் அவர் தன் வாழ்வில் ஈட்டிய முதல் வெற்றியாகவும் இப்பயணத்தைக் கருதமுடியும்.

•

- 4 -

ஒரு காதலின் கதை

தட்சசீலத்திலிருந்து திரும்பிய கையோடு அசோகர் தனது அடுத்த பயணத்துக்குத் தயாராகவேண்டியிருந்தது. இந்த முறை மத்திய இந்தியாவில் அமைந்துள்ள அவந்தி (இன்று மால்வா) என்னும் பகுதிக்குச் செல்லுமாறு அறிவுறுத்தப்பட்டிருந்தார். இதுவும் தட்சசீலம் போலவே பாடலிபுத்திரத்திலிருந்து மிகத் தொலைவில் அமைந்திருந்த வெளிப்புறப் பகுதிதான் என்றாலும் கடந்த முறை போலன்றி இந்த முறை தன் மகனுக்குப் பொறுப்புமிக்க பதவியை அளித்திருந்தார் பிந்துசாரர். அவந்தி இனி அசோகரின் நேரடிக் கட்டுப்பாட்டின்கீழ் இருக்கும். அதன் ஆளுநராக அவர் நியமிக்கப்பட்டிருந்தார். ஓர் இளவரசருக்கு இது முக்கியமான பொறுப்பு என்பதால் இந்தமுறை பிந்துசாரரின் நோக்கத்தை ஒருவரும் சந்தேகிக்கவில்லை. அப்பாவுக்கும் மகனுக்கும் இடையில் நிலவியதாகச் சொல்லப்பட்ட வெறுப்பும் பகையும் அச்சமும் காணாமல் போயின.

அவந்தி என்பது தோராயமாக இன்றைய மத்தியப் பிரதேசத்திலுள்ள மால்வாவைக் குறிக்கும். அவந்தியின் தலைநகரம், உஜ்ஜைனி. பாடலிபுத்திரத்திலிருந்து கிளம்பிய அசோகர் கிட்டத்தட்ட ஆயிரம் கி.மீ. பயணம் செய்து உஜ்ஜைனியை அடையவேண்டும். நீண்ட பயணம் என்பதால் இடையில் பல இடங்களில் தங்கி, இளைப்பாற

வேண்டியிருந்தது. உஜ்ஜைனியை அடைவதற்கு முன்பு அவர் இறுதியாக விதிஷாவில் ஓய்வெடுத்தார். ஓய்வெடுத்தோமா கிளம்பினோமா என்று இருந்திருந்தால் இந்த இடத்தை நாமும் கூடக் கடந்துசென்றிருப்போம். அவ்வாறு செய்ய இயலாமல் போனதற்குக் காரணம் அங்கே அவருக்குப் பிறந்த காதல்.

பாலி மொழியில் 'விதிஸா' என்றும் சமஸ்கிருதத்தில் 'வைதீஷா' என்றும் விதிஷா அழைக்கப்படுகிறது. 'வேதிசா' என்னும் பெயரும் உண்டு. சாஞ்சியில் கிடைத்துள்ள 1ஆம் நூற்றாண்டு பிராமி கல்வெட்டில் வேதிசா என்னும் பெயர் பொறிக்கப் பட்டுள்ளது. அசோகர் வந்திறங்கியதும் வேதிசாவைச் சேர்ந்த உள்ளூர் வணிகர் ஒருவர் இளவரசரை வரவேற்று, உபசரித்திருக் கிறார். எவ்வளவு தினங்கள் என்று தெரியவில்லை, அசோகர் அவர் இல்லத்தில் தங்கி இளைப்பாறியிருக்கிறார். இளவரசரைத் தங்க வைக்கும் அளவுக்கு வசதியும் செல்வாக்கும் மிக்கவராக அந்த வணிகர் இருந்திருக்கிறார். அங்கே அவர் மகளைக் கண்டிருக்கிறார் அசோகர்.

வணிகருக்குப் பெயரில்லை என்றால் அவர் மகளுக்கு ஒன்றுக்கும் மேற்பட்ட பெயர்கள் வழங்கப்பட்டுள்ளன. வேதிதாதேவி என்பது ஒரு பெயர். ஊர்ப் பெயரோடு இணைத்து வைக்கப்பட்ட ஒரு பெயர். வேதிசா மஹாதேவி என்று மகாபோதிவம்சம் அவரைக் குறிப்பிடுவதாகச் சொல்கிறார் வரலாற்றாசிரியர் ராதாகுமுத் முகர்ஜி (1962). எளிமையாக தேவி என்று அழைப்போரும் உண்டு. எப்படி அசோகரின் அம்மா புகைமூட்டத்தில் மறைந்திருக்கிறாரோ அவ்வாறே தேவியும் மறைந்திருக்கிறார். பௌத்தர்களுக்கு புத்தர் முக்கியம் என்பதால் அசோகர் முக்கியம். அசோகரின் மனைவி என்பதால் தேவியின் பெயர் அனுமதிக்கப்பட்டிருக்கிறது. அதுவும் ஒரு தகவலாக மட்டுமே. அதன்பின் இருவரும் மகிழ்ச்சியோடு வாழ்ந்தனர் என்று தேவதைக் கதைகளில் வரும் இறுதி வரியோடு விதிஷாவுக்கு விடைகொடுத்துவிடுகிறது மகாபோதிவம்சம். அசோகரின் காதலை மேலதிகம் விவரிக்கவேண்டிய தேவையோ சூழலோ இந்தப் பிரதிக்கு அமையவில்லை.

தேவிக்கு மேலும் இரு பெயர்களை மகாபோதிவம்சம் உருவாக்கி வைத்திருக்கிறது என்கிறார் ராதாகுமுத் முகர்ஜி. சாக்கியானி, சாக்கியக்குமாரி. இப்பெயர்கள் புத்தரை உடனடியாக நம் நினைவுக்குக் கொண்டுவருகின்றன. புத்தர் சாக்கிய வம்சத்தைச்

சேர்ந்தவர் என்பதால் சாக்கியமுனி என்றும் அழைக்கப்படுபவர். தேவிக்கும் அதே வம்சத்தின் பெயரைச் சூட்டியதன்மூலம் அவரையும் புத்தரையும் ஒரே வம்சாவளிக்குள் கொண்டுவர முயற்சிக்கிறது மகாபோதிவம்சம். இந்தப் பதிவின்படி அசோகரை மணந்துகொண்டால் பௌத்தத்தைத் தழுவியவரல்லர். அசோகரின் வருகைக்கு முன்பே தேவி புத்தரை வழிபட்டிருக்கிறார். அதோடு நில்லாமல் விதிஷாவில் ஒரு பௌத்த விகாரையையும் கட்டியெழுப்பியிருக்கிறார். அந்தப் பிராந்தியத்தில் முதல் முறையாக உருவான விகாரை அநேகமாக இதுவாகவே இருக்கும் என்கிறார் முகர்ஜி.

சாக்கிய வம்சத்துக்கும் தேவிக்கும் தொடர்பு இருப்பதாகத் தெரியவில்லை. அது உண்டாக்கப்பட்ட கதையாகவே இருக்க வேண்டும் என்கிறார் ரொமிலா தாப்பர். அசோகாவதானம் எப்படி அசோகரின் முற்பிறவியோடு புத்தரை வலிந்து தொடர்பு படுத்தியதோ அதேபோல் தேவியைப் புத்தரின் வம்சத்தோடு கோத்துவிட்டிருக்கிறது மகாபோதிவம்சம். நோக்கம் ஒன்றுதான். கடவுளுக்கு நெருக்கமானவர்களாகக் காட்டுவதன்மூலம் இருவரையும் சாமானிய மனிதப் பிறவிகள் என்னும் நிலையிலிருந்து உயர்த்திக் காட்டுவது.

எதையும் உயர்த்தாமல் எதையும் கூட்டிச் சேர்க்காமல் தேவியை உள்ளபடியே தெரிந்துகொள்ள விரும்புபவர்களுக்கு விடைகளை விட, வினாக்களே கிடைக்கின்றன. வரலாறு மட்டுமல்ல இலக்கியமும் நம்மைக் கைவிட்டுவிடுகிறது. துஷ்யந்தன் - சகுந்தலை காதலை காலம்கடந்து வாழவைக்க காளிதாசர் அபிக்ஞான சாகுந்தலம் இயற்றியதுபோல் அசோகர்-தேவிக்கு யாரும் செய்யவில்லை என்று குறைபட்டுக்கொள்கிறார் நயன்ஜோத் லாஹிரி. தேவி ஒரு சாமானியப் பெண்ணாகவே இருந்திருக்கிறார். சாமானியப் பெண் என்றாலும் மயக்க வைக்கும் அழகு கொண்டவராக இருந்தால்தான் இளவரசரின் கவனத்தை அவரால் ஈர்க்கமுடிந்திருக்கிறது. அரசக் குடும்பத்தினர் வெளியில் வரும்போது கண்ணில் படும் ஓர் அழகிய பெண்மீது காதல் வயப்படுவது வழக்கமானது என்கிறார் லாஹிரி. அவரை மாளிகைக்கு அழைத்துச் சென்றுவிடுவதும் இயல்புதான். ஆனால், அவ்வாறு அழைத்துச் செல்லும் பெண்ணைத் திருமணம் செய்துகொள்ளவேண்டும் என்றோ அரசி என்னும் தகுதியை அளிக்கவேண்டும் என்றோ எந்தக் கட்டாயமும் அரசக் குடும்பங்களுக்கு இல்லை.

அசோகர் தேவியை விதிஷாவில் சந்தித்தார், காதல் வயப்பட்டார் என்று மகாபோதிவம்சம் போலவே மகாவம்சமும் குறிப்பிடுகிறது. மற்றோர் இலங்கை பௌத்த நூலான தீபவம்சமும் இதில் மாறுபடவில்லை. ஆனால், தீபவம்சம் மிக முக்கியமான ஓரிடத்தில் எதுவும் பேசாமல் அமைதி காக்கிறது. சந்தித்தனர், காதலித்தனர், இரு குழந்தைகள் பிறந்தனர் என்கிறது தீபவம்சம். இருவரும் திருமணம் செய்துகொண்டனரா என்னும் கேள்வியை எழுப்பினால் எனக்குத் தெரியாது என்று கைவிரித்துவிடுகிறது. அப்படியானால் அசோகர் தேவியைத் திருமணம் செய்யாமல் இருந்திருக்க வாய்ப்பு உண்டா என்றால் உண்டு,

முகர்ஜி முன்வைக்கும் ஒரு பார்வையை இங்கே கவனத்தில் கொள்ளவேண்டியிருக்கிறது. எவ்வளவோ இடங்கள் இருக்க அசோகர் தனது பௌத்தக் கட்டுமானங்களை உருவாக்க ஏன் சாஞ்சியைத் தேர்ந்தெடுத்தார் என்னும் கேள்வியை வரலாற்றாசிரியர்கள் சில நேரம் எழுப்புவதுண்டு. அதற்குக் காரணம் ஏன் தேவியாக இருக்கக் கூடாது என்கிறார் முகர்ஜி. சாஞ்சி விதிஷாவுக்கு மிக அருகிலுள்ள ஓரிடம். தேவி உருவாக்கிய விகாரைக்கு அருகில் அல்லது தேவிக்கு அருகில் தனது கனவுத் திட்டத்தை அசோகர் நிறைவேற்ற விரும்பி இருக்கலாம் அல்லவா?

திருமணத்துக்குப் பிறகு அசோகர் தன் மனைவியை உஜ்ஜைனிக்கு அழைத்துச் சென்றிருக்கிறார். அவர் அங்கிருந்த காலம்வரை தேவி உடனிருந்திருக்கிறார். ஆனால், பாடலிபுத்திரம் திரும்பும்போது அசோகரோடு தேவி இல்லை. நான் என் இடத்தில் இருந்துகொள்கிறேன் என்று விதிஷாவுக்கே திரும்பிச் சென்றிருக்கிறார் தேவி. பாடலிபுத்திரத்தில் அசோகரோடு தேவி வாழ்ந்ததற்கான சான்று எதுவுமில்லை. சாஞ்சியை அசோகர் தேர்ந்தெடுத்தது தேவிக்காக என்னும் முகர்ஜியின் பார்வை இங்கே வேறொரு பொருளை அல்லவா அளிக்கிறது? பாடலிபுத்திரத்திலிருக்கும்வரை தேவியோடு ஒன்றிணைந்து இருக்க முடியாது என்பதால் அவர் சாஞ்சிக்குப் போக வேண்டியிருந்ததா?

கிடைத்த தரவுகளை வைத்துப் பார்க்கும்போது அப்படித்தான் இதைப் புரிந்துகொள்ள முடிகிறது என்கிறார் ரொமிலா தாப்பர். அசோகர் தேவியை முறைப்படி திருமணம் செய்து கொண்டிருந்தால் அவரால் எளிதாகத் தன் மனைவியைப்

பாடலிபுத்திரத்துக்கு அழைத்துச் சென்றிருக்கமுடியும். அரசியாக அவரை முறைப்படி அறிவித்திருக்கவும் முடியும். அவ்வாறு அவரால் செய்ய முடியாமல் போனதற்கு ஒரேயொரு காரணம்தான் இருக்கமுடியும் என்கிறார் தாப்பர். அசோகர் அரசராகப் பதவியேற்றுக்கொண்டபோது தலைமை அரசியாக வீற்றிருந்தவர் அசந்திமித்ரா என்கிறது மகாவம்சம். அதிகாரப் பூர்வமான மனைவியாக இவரே கருதப்பட்டிருக்கிறார் என்பதற்கான சான்றாக இதைக் கொள்ளமுடியும். முற் பிறவியிலேயே அசோகரை இவர் சந்தித்ததாகவும் அவரை மணந்துகொள்ள அப்போதே அவர் விரும்பியதாகவும் மகாவம்சம் ஒரு கதையை விவரிக்கிறது.

வணிகரின் மகளான தேவியை ஒரு சாமானியப் பெண்ணாகவே பாடலிபுத்திரம் கருதியிருக்கும். அசந்திமித்ரா அரசக் குடும்பத்தைச் சேர்ந்தவர் என்பதால் அவரே இயல்பான மனைவியாக அங்கீகரிக்கப்பட்டிருப்பார் என்கிறார் ரொமிலா தாப்பர். தலைமை அரசியாகத் திகழ்வதற்கு ஒரு சமூகத் தகுதி தேவைப்பட்டிருக்கிறது. அதை உணர்ந்திருந்ததால்தான் தேவி அசோகரோடு செல்லாமல் விதிஷாவுக்குத் திரும்பியிருக்கிறார் என்கிறார் தாப்பர். எனில், அசோகரே விரும்பியிருந்தாலும் தேவியைத் திருமணம் செய்திருக்க முடியாது. மீறி செய்திருந்தாலும் அவருடைய தகுதிக் குறைவு காரணமாகத் தலைமை அரசி பட்டம் கிடைக்காமல் போயிருந்திருக்கும் என்று எடுத்துக்கொள்ளலாமா?

தேவியைத் தன் மனைவியாக அசோகர் முறைப்படி அறிவித்தாரா, இல்லையா என்பதில் வேண்டுமானால் குழப்பம் இருக்கலாம். ஆனால், தேவியை அவர் நிச்சயம் மணந்திருப்பார் என்கிறார் நயன்ஜோத் லாஹிரி. அசோகருக்கும் தேவிக்கும் பிறந்த குழந்தைகள் இருவரும் பிற்காலத்தில் முக்கிய இடங்களை வகிக்கிறார்கள். பௌத்த இலக்கியங்கள் அவர்களுக்கு மதிப்புக்குரிய இடத்தை அளிக்கின்றன. அசோகர் தேவியை மணந்திருந்தால் மட்டுமே அவர்கள் குழந்தைகளுக்கு இப்படியோர் இடத்தை பௌத்தர்கள் அளித்திருப்பார்கள் என்பது லாஹிரியின் வாதம். தேவியைப் பற்றிச் சிங்களப் பௌத்தர்கள் எழுதியிருப்பதே குறைவுதான். அதில் திருமணம் என்பதைக் குறிக்க அவர்கள் கையாண்ட சொல் வெவ்வேறு அர்த்தங்களை அளிப்பதாக அமைந்துவிட்டது. இதனாலும் நம் புரிதலில் குழப்பம் நேர்ந்திருக்கலாம் என்கிறார் லாஹிரி. இப்படி

வாதங்களும் எதிர்வாதங்களும் அனுமானங்களும் மாற்று அனுமானங்களும்தான் நமக்குக் கிடைக்கின்றன. நம்பத்தகுந்த தரவுகள் இல்லாததால் அறுதியும் இறுதியுமான ஒரு தீர்ப்பை நமக்கு யாரும் அளிப்பதில்லை. வரலாறு அப்படியொன்றை அளிப்பதுமில்லை. அளிப்பேன் என்று நம்பிக்கையளிப்பதும் இல்லை.

உஜ்ஜைனிக்கு வெளிப்புறத்தில் வடகிழக்கில் அமைந்துள்ளது கனிபுரா தூபி. பத்து மீட்டருக்கும் மேற்பட்ட உயரம். அப்பகுதியிலேயே பெரிய தூபி இதுதான். பெரிய மொளிய கற்களைக்கொண்டு உருவாக்கப்பட்டிருக்கும் இந்தத் தூபியைத் தேவியோடு சேர்த்தே அப்பகுதி மக்கள் நினைவுகூர்கிறார்கள் என்கிறார் லாஹிரி. வைசியர்களின் மேடு என்னும் பொருளில் 'வைஷ்யா தெக்ரி' என்று இது அழைக்கப்படுகிறது. தேவி வணிகரின் மகள் என்பதால் வைசிய சாதியினர் தூபியைத் தங்களுடையது என்று வரித்துக்கொண்டிருக்கவேண்டும்.

உஜ்ஜைனியில் கிட்டத்தட்ட பத்தாண்டுகள் இருந்திருக்கிறார் அசோகர். முதல் பயணத்தோடு ஒப்பிடும்போது இது மிகவும் நீண்ட காலம். தட்சசீலப் பயணம் குறித்து குறைவான தரவுகளே நமக்குக் கிடைத்தன. உஜ்ஜைனியில் அந்தக் குறை இல்லை என்றாலும் பத்தாண்டுகளில் அசோகர் என்னவெல்லாம் செய்தார் என்பதை நம்மால் அறிய முடியவில்லை. தேவி தவிர, குறிப்பிடத்தக்க வேறெதுவும் அவர் வாழ்வில் நடைபெற வில்லை என்னும் தோற்றத்தையே பௌத்தப் பதிவுகள் ஏற்படுத்துகின்றன. அவந்தியை முழுமையாக மையத்தோடு, அதாவது மௌரியப் பேரரசோடு இணைக்கும் பணியைத்தான் அவர் உஜ்ஜைனியிலிருந்தபடி மேற்கொண்டிருக்கவேண்டும். விதிஷா போன்ற பொருளாதார ரீதியில் முக்கியத்துவம் வாய்ந்த பகுதிகளில் அவர் அதிக நேரம் செலவிட்டிருக்க வாய்ப்புண்டு. இந்தியாவின் பிற பகுதிகளோடு நெருக்கமான தொடர்பைக் கொண்டிருந்ததால் பொருளாதாரக் காரணங்களுக்காக மட்டுமின்றி அரசியல் காரணங்களுக்காகவும் அவந்தி மௌரியப் பேரரசுக்கு முக்கியமானது.

அசோகர் உஜ்ஜைனியிலிருந்தபோது தட்சசீலத்தில் இன்னொரு கலகம் வெடித்திருக்கிறது. அதை அடக்குவதற்குத் தன்னுடைய மூத்த மகனான சுசிமாவை பிந்துசாரர் அனுப்பிவைத்திருக்கிறார். அனுப்பிவைத்த கையோடு பிந்துசாரர் நோயுற்றிருக்கிறார்.

தன்னுடைய இறுதிக்காலம் நெருங்கிவிட்டதை உணர்ந்த அவர், உடனே திரும்பி வருமாறு சுசிமாவுக்குச் செய்தி அனுப்பி இருக்கிறார். அசோகரைத் தட்சசீலத்துக்கு அனுப்பிவிட்டு சுசிமாவின் கரங்களில் அதிகாரத்தை ஒப்படைப்பதுதான் பிந்துசாரரின் திட்டமாக இருந்திருக்கிறது. ஆக, பிந்துசாரர் சுசிமாவையே தனது வாரிசாகக் கருதியிருக்கிறார். ஆனால், உடனிருந்த அமைச்சர்களால் அரசரின் முடிவை ஏற்க இயலவில்லை. சுசிமாவுக்குப் பதில் நீங்கள் ஏன் அசோகரை நியமிக்கக் கூடாது என்றுகூட அவர்கள் விண்ணப்பித்திருக் கிறார்கள். ஆனால், பிந்துசாரர் உடன்பட்டதுபோல் தெரிய வில்லை. அசோகர் உஜ்ஜைனியிலிருந்து புறப்பட்டு வருவதற்குள் பிந்துசாரர் இறந்து போயிருந்தார்.

●

- 5 -

சாத்தானும் கடவுளும்

பிந்துசாரர் தனது மூத்த மகன் சுசிமாவைத் தேர்ந்தெடுத்திருக்க, அசோகரின் கரங்களுக்கு ஆட்சி சென்றது எப்படி? மகாவம்சம் அலட்டிக்கொள்ளாமல் அளிக்கும் விளக்கம் இது. தன் தந்தையின் மரணத்தைத் தொடர்ந்து அண்ணனையும் கொன்றுவிட்டு, அழகிய நகரை ஆளத் தொடங்கினார் அசோகர். தீபவம்சத்தின் கருத்தும் இதுதான். ஆனால், எண்ணிக்கையில் மட்டும் மகாவம்சத்தோடு மாறுபடுகிறது. ஒருவரையல்ல, தனது நூறு சகோதரர்களையும் கொன்றொழித்த பிறகே ஆட்சியைக் கைப்பற்றினாராம் அசோகர்.

அசோகாவதானம் அசோகருக்குப் பதவி வந்த கதையைப் பின்வருமாறு மகிமைப்படுத்துகிறது. பிந்துசாரர் என்னவோ சுசிமாவைத்தான் தனது வாரிசாகத் தேர்ந்தெடுத்திருக்கிறார். ஆனால், ஒரு முக்கியமான அமைச்சர் இதனை எதிர்த்திருக்கிறார். அவருக்கு நிகழ்ந்த அவமரியாதைதான் காரணம். ஏதோ ஒரு சந்தர்ப்பத்தில் அந்த அமைச்சரை, சுசிமா கோபத்தோடு தலையில் ஒரு தட்டு தட்டிவிட்டாராம். இது அமைச்சரை வெகுவாகக் காயப்படுத்திவிட்டது. இளவரசனாக இருக்கும்போதே இவ்வளவு மூர்க்கமாக நடந்துகொள்ளும் இவன், நாளை அரசனானால் என் கதி என்ன? வாளை உருவி என் தலையைச் சீவினாலும் ஆச்சரியப்பட முடியாது அல்லவா?

தனது அச்சத்தை சக அமைச்சர்களோடு பகிர்ந்துகொண்டதோடு, அவர்கள் ஒத்துழைப்பையும் புரிதலையும் நாடிப் பெற்றிருக்கிறார் பாதிக்கப்பட்ட அமைச்சர். என்ன நடந்தாலும் சுசிமா அரியணை ஏறக்கூடாது. எப்படியாவது அசோகரைக் கொண்டுவந்துவிட வேண்டும் என்று அவர்கள் கூட்டாகத் தீர்மானித்திருக்கிறார்கள். பிந்துசாரர் தன் இறுதிக் கணங்களை எண்ணிக்கொண்டிருந்த போது அணுகி, அசோகரை இன்னொருமுறை பரிந்துரைத்திருக் கிறார்கள். செத்தாலும் அது நடக்காது என்று சொல்லிவிட்டார் பிந்துசாரர். அசோகர் கலங்காமல் (முன்பொருமுறை நடந்தது போலவே) வானைப் பார்த்து அறிவித்திருக்கிறார். 'அரியணை என்னுடையது என்றால் கடவுள்கள் அதை எனக்கு எப்படியாவது சொந்தமாக்கட்டும்!' அடுத்த கணமே கடவுள்கள் தோன்றி மணிமகுடத்தை அசோகருக்குச் சூட்ட, ஏமாற்றத்தைத் தாங்கிக் கொள்ள இயலாத பிந்துசாரர் ரத்தம் கக்கி, இறந்துபோனார்.

அசோகர் ஆட்சிக்கு வந்தது கடவுளின் அருளால்தான் என்பதை நிரூபித்து முடித்த பிறகு, மெல்ல கள நிலவரத்தை ஒப்புக் கொள்கிறது அசோகாவதானம். ஆம், பதவியைப் பிடிக்க அசோகர் கடுமையாகப் போட்டியிடவேண்டியிருந்தது. ஆம், அவர் மணிமகுடம் ரத்தக்குளியலைச் சந்தித்திருக்கிறது. சுசிமாவை நெருப்பில் பொசுக்கிக் கொன்றார் அசோகர்.

அசோகருக்கும் சுசிமாவுக்கும் இடையில் சகோதர மோதல் நிகழ்ந்தது என்கிறது திவ்யாவதானம். சுசிமாவின் பின்னால் 98 சகோதரர்களும் ஒன்று சேர்ந்தனர். அவர்கள் அனைவரும் ஓரணியில் இருந்துகொண்டு அசோகரை எதிர்த்தனர் என்கிறது மகாபோதிவம்சம்.

எல்லாமே பௌத்தப் பிரதிகள். எல்லாமே அசோகரைக் கதாநாயகனாகக் கருதுபவை. கடவுளுக்கு நிகராக அவரை உயர்த்தி வைப்பவை. இருந்தும் இவை அனைத்தும் ஒன்றுபடும் புள்ளி, அசோகர் வன்முறையைக் கையாண்டே பதவியைக் கைப்பற்றினார் என்பதுதான். தன் சகோதரர்களுள் ஒருவரைக் கொன்றாரா, நூறு பேரயா என்பதில் மட்டும்தான் மாறுபாடு நிலவுகிறதே தவிர, அசோகர் கொன்றாரா என்பதில் எந்த ஐயமும் இந்தப் பிரதிகளுக்கு இருப்பதுபோல் தெரியவில்லை. இதை எப்படிப் புரிந்துகொள்வது?

கதைகள் என்று மட்டுமே எடுத்துக்கொள்ளவேண்டும் என்கிறார் வின்சென்ட் ஸ்மித். ரத்தக்கடலில் நீந்திதான் அசோகர்

செங்கோலைப் பற்றினார் என்பதை ஏற்க இவர் தயாராக இல்லை. ஒருவர், ஆறு பேர், நூறு பேர் என்று விருப்பத்துக்கு ஏற்றாற்போல் கணக்குக் காட்டும் பௌத்தப் பிரதிகளை நம்ப மறுக்கிறார் ஸ்மித். பூமி பிளந்து ஆயுதங்கள் தோன்றுகின்றன. கடவுள்கள் நினைத்தபோதெல்லாம் மேலிருந்து இறங்கி வருகிறார்கள். முற்பிறவிக் கதைகளும் மறுபிறப்புக் கதைகளும் கொட்டிக் கிடக்கின்றன. அதிசயங்களும் அற்புதங்களும் நிகழ்ந்து கொண்டே இருக்கின்றன. நிகழ்வுகள் விருப்பத்துக்கு ஏற்றாற் போல் திரிக்கப்படுகின்றன, மாற்றப்படுகின்றன, ஊதிப் பெரிதாக்கப்படுகின்றன. இப்படிப்பட்ட பிரதிகள் வரலாற்று உண்மையைச் சொல்லும் என்று எதிர்பார்க்கமுடியுமா? பிக்குகள் பொய் கலந்து எழுதுபவர்கள் என்பதால் அவர்களுடைய பிரதிகளை ஆய்வுக்கு எடுத்துக்கொள்ளவேண்டியதில்லை என்கிறார் ஸ்மித்.

நவீன வரலாற்றாசிரியர்கள் அவ்வாறு செய்வதில்லை. வேதம், புராணம், இதிகாசம், தல வரலாறு, ஜாதகக் கதைகள் உள்ளிட்ட எதையும் புறக்கணிக்காமல் கவனமாக ஆய்வுக்கு உட்படுத்து கிறார்கள். ஒவ்வொன்றையும் சல்லடை போட்டுச் சலித்து, தரவுகள் சேகரிக்கிறார்கள். எவ்வாறு சலிப்பது என்பதற்கும் எவற்றைத் தரவுகளென்று தொகுத்துக்கொள்வது என்பதற்கும் வழிகாட்டு நெறிகள் வகுக்கப்பட்டுள்ளன. அவை தொடர்ந்து விவாதிக்கப்பட்டும் வருகின்றன. ஒரு பிரதியின் உள்ளடக்கம் மட்டுமல்ல, அது எவ்வாறு இயற்றப்பட்டது, யாரால், யாருக்காக, எதற்காகப் போன்றவற்றையும் அவர்கள் கவனத்தில் எடுத்துக்கொள்கிறார்கள். சிக்கல்களையும் சிடுக்குகளையும் படிப்படியாகக் களைந்து தர்க்கப்பூர்வமாக விவாதங்களைக் கட்டமைக்கிறார்கள். அசோகர் ஒரு வன்முறையாளரா எனும் கேள்வியை அதே பௌத்தப் பிரதிகளைக்கொண்டு ரொமிலா தாப்பர் எவ்வாறு ஆராய்கிறார் என்று பார்ப்போம்.

அசோகர் தனது 100 சகோதரர்களைக் கொன்றார் எனும் குறிப்பை முதலில் எடுத்துக்கொள்வோம். நூறு என்பது ஓர் எண்ணல்ல என்று ஏற்கெனவே பார்த்தோம். பிந்துசாரருக்கு 101 குழந்தைகள் என்றால் அவருக்குப் பல குழந்தைகள் என்றும் அசோகருக்கு 100 சகோதரர்கள் என்றால் அவர் ஏராளமான அண்ணன், தம்பிகளைக்கொண்டிருந்தார் என்றும்தான் பொருள் கொள்ள வேண்டும். பிந்துசாரரின் குழந்தைகளில் அசோகர் போக மேலும்

இரண்டு பெயர்கள் மட்டும்தாம் நமக்குக் கிடைத்திருக்கின்றன. முதலாமவர் சுசிமா. சுசீமா, சுமனா ஆகிய பெயர்களாலும் அழைக்கப்படுபவர். அசோகரால் கொல்லப்பட்டதாகச் சொல்லப்படும் பிந்துசாரரின் மூத்த வாரிசு.

இரண்டாமவர், திஷ்யா. சிங்கள இலக்கியங்கள் திஸ்ஸா என்று இவரை அழைக்கின்றன. அரசரான பிறகு அசோகர் இவரைத் தன்னோடு இணைத்துக்கொண்டார் என்றும் நல்ல பதவியில் (உப ராஜா) அமர்த்தினார் என்றும் மகாவம்சம் குறிப்பிடுகிறது. (அசோகருக்குச் சகோதரிகள் இருந்தனரா என்று தெரியாது). அசோகர் இவரைக் கொல்லவில்லை. இவர் மட்டுமே அசோகரோடு உடன் பிறந்தவர் என்றும் மற்றவர்களெல்லாம் பிந்துசாரரின் பிற மனைவிகள்மூலம் பிறந்தவர்கள் என்றும் காரணம் சொல்லப்படுகிறது. இது உண்மையானால் விதஷோகா என்று அவர் அம்மா பெயரிட்ட மகன்தான் திஷ்யாவாக நமக்கு அறிமுகமாகிறார். அதன்பின் பொறுப்புகளைத் துறந்து ஒரு துறவியாக அவர் மாறிவிட்டதாகத் தெரிகிறது.

மொத்தத்தில் சுசிமா கொல்லப்பட்டிருக்கிறார். வேறு எவ்வளவு சகோதரர்களை அசோகர் கொன்றார் என்பது நமக்குத் தெரியப் போவதில்லை. எல்லாச் சகோதரர்களையும் கொன்றுவிட்டார் என்பது ஏற்கத்தக்கதல்ல. ஏனெனில் அசோகரின் கல்வெட்டுகளில் அவருடைய சகோதரர்கள், சகோதரர்களின் குடும்பங்கள் ஆகியோர் பற்றிய குறிப்பு இடம்பெற்றுள்ளது. ஆட்சிப் பொறுப்பேற்று பல ஆண்டுகள் கழித்தும் அவர்கள் வாழ்ந்திருக்கிறார்கள் என்பது இதிலிருந்து தெரியவருகிறது.

பாடலிபுத்திரம் வந்தார், சுசிமாவைக் கொன்றார், பேரரசர் ஆனார் என்னும் அளவுக்கு எளிமையாக எல்லாம் முடிந்துவிடவில்லை என்பதையும் நாம் கவனத்தில்கொள்ளவேண்டும். அசோகர் ஆட்சியைப் பிடித்து நான்காண்டுகளுக்குப் பிறகே முடிசூடிக் கொண்டார் என்கிறது தீபவம்சம். அவ்வளவு காலம் வாரிசுப் போர் நீடித்திருப்பதையே இது உணர்த்துகிறது. மூத்த மகன் எனும் அடிப்படையில் சுசிமா நிச்சயம் அசோகருக்கு எதிராகத் திரண்டிருப்பார். அவரோடு பிற சகோதரர்களும் நின்றிருக்கக் கூடும். அசோகருக்கு அமைச்சர் குழுவின் ஆதரவு இருப்பதாக எடுத்துக்கொண்டால் இரு தரப்புக்கும் இடையில் நீடித்த மோதல்கள் நிகழ்ந்திருக்கவேண்டும். அந்த மோதலில் சுசிமா அசோகரால் கொல்லப்பட்டிருப்பார்.

16ஆம் நூற்றாண்டைச் சேர்ந்த தாரநாதா லாமா பௌத்தத்தின் வரலாற்றை எழுதியிருக்கிறார். திபெத்திய பௌத்தரான இவர் தனது நூலில் மௌரிய வம்சத்தின் கதையைச் சுருக்கமாக அளித்திருக்கிறார். அதில் நிறையக் குறைபாடுகள் உள்ளன என்றாலும் அசோகர் தனது எட்டுச் சகோதரர்களைக் கொன்றார் எனும் குறிப்பு ஏற்கத்தக்கதாக இருக்கிறது என்கிறார் தாப்பர். திஷ்யா கொல்லப்படவில்லை என்றே இவரும் சொல்கிறார்.

அசோகர் பிந்துசாரரின் மூத்த மகனல்ல என்பது தெரிகிறது. அவருக்கு எப்படியும் பதவி அளிக்கப்படாது என்பதையும் அவர் அறிந்திருப்பார். நியமிக்கப்பட்ட வாரிசு வீழ்த்துவதன்மூலம் மட்டுமே அரியணை கிடைக்கும் என்பதை உணர்ந்து தன் சகோதரனை அல்லது சில சகோதரர்களை அவர் கொன்றிருக்கலாம். இது அரண்மனையில் ஒரு கலகத்தைத் தொடங்கியிருக்கும் என்கிறார் தாப்பர்.

ரொமிலா தாப்பரின் வாதத்தை ஏற்கவேண்டுமானால், நூறு பேரைக் கொன்றார், ரத்தக்குளியலில் இறங்கினார், சகோதரனை நெருப்பில் வாட்டிக் கொன்றார் என்றெல்லாம் மிகையாகச் சொல்லவும் முடியாது. அசோகரின் கரங்களில் ரத்தம் படியவேயில்லை என்று பூசி மெழுகவும் முடியாது. முடியாட்சியைப் பொருத்தவரை அதிகாரம் என்பது எப்போதும் வன்முறையோடு தொடர்புகொண்டே இயங்கிவந்திருக்கிறது. அதே அதிகாரத்தின் பெயரால் வன்முறையை நியாயப்படுத்தும் போக்கும் இருந்திருக்கிறது. அசோகரும் இதில் விதிவிலக்காக இருந்திருக்க வாய்ப்பில்லை.

பௌத்தப் பதிவுகள் ஏன் அசோகரின் வன்முறையைப் பெரிதுபடுத்திக் காட்டவேண்டும்? ஒரு பக்கம் அவரை வானளவு உயர்த்தி வழிபட்டுக்கொண்டிருக்கும்போது, இன்னொரு பக்கம் அவருடைய வன்முறையை ஏன் தேவையின்றி வளர்த்து, காட்சிப்படுத்தவேண்டும்? இந்த ஐயம் தோன்றுவதற்குக் காரணம் மேற்கூறிய சம்பவங்கள் மட்டுமல்ல. ஆட்சியைப் பிடித்த பின்பும் அசோகர் மாறவில்லை. வன்முறை நாட்டத்தைக் குறைத்துக்கொள்ளவில்லை. உயிர்களை வதைத்துக்கொண்டே இருந்தார் என்று சாதிக்கின்றன பௌத்தப் பதிவுகள்.

ஒருமுறை அசோகர் நிர்கிரந்தா துறவிகள் அனைவரையும் பிடித்துவந்து கொல்லுமாறு உத்தரவிட்டார். சமணர்களையும் அவர்களுடைய வருகைக்கு முன்பிருந்த பிற துறவிகளையும்

குறிக்கும் ஒரு சொல், நிர்கிரந்தா. வாழ்வின் எல்லாத் தளைகளிலிருந்தும் விடுபட்டு, மக்களிடமிருந்து ஒதுங்கி வாழ்பவருக்கு வழங்கப்படும் பெயர் இது. இந்த வகை துறவிகள் சமயப் பற்றில்லாதவர்கள், கடவுளுக்கு எதிரானவர்கள் என்று அசோகர் அஞ்சியிருக்கிறார். இவர்கள் பெருகினால் பௌத்த நம்பிக்கைகளுக்கு அச்சுறுத்தல் நேரலாம் என்று கருதிய அசோகர் அவர்களைக் கூண்டோடு ஒழிக்க முடிவெடுத்திருக்கிறார். அவர் கொடுத்த உத்தரவின்படி எவ்வளவு துறவிகள் கொல்லப்பட்டனர் என்று தெரியவில்லை. ஆனால், திடீரென்று ஒரு நாள் தனது உத்தரவை அவர் திரும்பப் பெற்றுக்கொண்டார் என்கிறது அசோகாவதானம். ஏன் தெரியுமா? துறவறம் பூண்டிருந்த அவருடைய தம்பி திஷ்யாவையும் தவறுதலாகப் பிடித்துக் கொன்றுவிட்டார்களாம். குற்றவுணர்வுகொண்ட அசோகர் துறவிகளைக் கொல்லும் வழக்கத்தை அன்றே கை விட்டிருக்கிறார்.

அதே அசோகாவதானத்தில் இன்னொரு கதையும் சொல்லப் பட்டிருக்கிறது. ஒரு நாள் கிழக்கு பாடலிபுத்திரத்தில் அமைந்திருந்த ஒரு பூங்காவில் உலாவிக்கொண்டிருந்தார் அசோகர். அந்தப்புரத்துப் பெண்களும் அவருடன் இருந்தனர். செடிகளையும் மரங்களையும் மலர்ந்திருந்த பூக்களையும் பார்த்து ரசித்துக்கொண்டே வரும்போது, ஓர் அசோக மரத்தை நெருங்கியிருக்கிறார். என்னுடைய பெயரைத் தாங்கி நிற்கும் மரம் அல்லவா இது என்று உணர்ச்சிப்பொங்க, வாஞ்சையோடு சொல்லியிருக்கிறார். அதே காதலோடு உடன் வந்த பெண்களையும் அவர் தழுவியிருக்கிறார். ஆனால், அந்தப் பெண்களுக்கு அசோகரின் தீண்டுதல் உவப்பை அளிக்கவில்லை. அவருடைய கரடுமுரடான தோல்தான் அதற்குக் காரணம் என்று சொல்லப்படுகிறது. அசோகர் உறங்கியதும், சினம் பொங்க வெளியில் வந்த பெண்கள் அசோக மரத்தை நெருங்கி அதன் கிளை, இலை, பூ என்று அனைத்தையும் வெட்டி வீசியிருக் கிறார்கள். செய்தி தெரிந்த அசோகர் பழிவாங்கும் வகையில் 500 பெண்களையும் நெருப்பில் வீசிக் கொன்றார். இதனால் கொடூரமான அசோகர் என்னும் பொருள்பட 'சண்ட அசோகா' எனும் பெயரையும் அவர் வென்றெடுத்தார்.

ஆட்சிக்கு வந்தவுடனே அசோகர் தனது வன்முறை ஆட்டத்தைத் தொடங்கிவிட்டதாகச் சொல்கிறது அசோகாவதானம். ஆட்சிக்கு வந்த கையோடு தன் அமைச்சர்கள் அனைவரையும் கூட்டி,

இப்போதே சென்று பூக்கும் மரங்களையும காய்த்துத் தொங்கும் மரங்களையும் வெட்டி வீசுங்கள். எந்த மரத்தில் முள் நிறைந்திருக்கிறதோ அதை மட்டும் விட்டுவிடுங்கள் என்று உத்தரவிட்டாராம். நாம் சரியாகத்தான் உள்வாங்கியிருக்கிறோமா என்பதை உறுதிசெய்ய மீண்டும் அசோகரிடம் அவர் உத்தரவைத் திரும்பச் சொல்லுமாறு அமைச்சர்கள் கோரியிருக்கிறார்கள். மூன்று முறை அசோகர் உத்தரவிட்டிருக்கிறார். இது அர்த்தமற்ற உத்தரவு என்பதால் பலர் அதை நிறைவேற்றாமல் இருந்திருக் கின்றனர். அனைவரையும் சிரச்சேதம் செய்திருக்கிறார் அசோகர். எப்படிப்பட்ட கட்டளையாக இருந்தாலும் தயங்காமல் நிறைவேற்றுபவரை மட்டுமே நம்பி அருகில் வைத்துக்கொள்ள முடியும். மற்றவர்கள் எப்போது வேண்டுமானாலும் துரோகம் இழைக்கலாம் என்பது அசோகரின் திடமான நம்பிக்கையாம். அதனால்தான் 500 அமைச்சர்களை அவர் கொன்றாராம்.

இந்தக் கொலைகளையெல்லாம் அசோகர் தானே முன்வந்து தன் சொந்தக் கரங்களால் நிகழ்த்தியிருக்கிறார். அசோகரின் ரத்த வெறியைக் கண்டு அவருடைய தலைமை அமைச்சர் கலக்கத்தோடு அவரிடம் சென்று, மன்னா நீங்கள் எவ்வளவு பேரை வேண்டுமானாலும் தண்டித்துக்கொள்ளுங்கள். ஆனால், நீங்களே கொல்வதற்குப் பதில் தண்டிப்பதற்கென்றே ஒருவரைப் பணியிலமர்த்திவிடலாமே என்று ஆலோசனை சொல்லியிருக்கிறார். அசோகரும் ஒப்புக்கொண்டிருக்கிறார் என்றாலும் அவர் எதிர்பார்க்கும் அளவுக்கு வன்முறை வேட்கைகொண்ட ஒரு மரண தண்டனை அதிகாரியைக் கண்டுபிடிப்பது சவாலானதாக இருந்திருக்கிறது. இறுதியில் கிரிகா என்றொருவனைப் பிடித்திருக்கிறார்கள். உன்னால் அசோகர் சொல்லும் அனைவரையும் கொல்ல முடியுமா என்று கேட்டதற்கு இந்த நாட்டையே அழிக்கவேண்டுமானாலும் தயார் என்று சொல்லியிருக்கிறான். நீ அசோகரிடம் பணியாற்றக் கூடாது என்று அவன் தாயும் தகப்பனும் தடுத்ததைத் தொடர்ந்து இருவரையும் வெட்டி வீழ்த்திவிட்டு, பணியில் இணைந்து கொண்டிருக்கிறான். மூர்க்கமான கிரிகா என்னும் பொருள்பட 'சண்டகிரிகா' என்று அவன் அதன்பின் அழைக்கப்பட்டானாம்.

அவனுடைய விண்ணப்பத்தை ஏற்றுக்கொண்டு அசோகர் பாடலிபுத்திரத்தில் ஒரு சிறைச்சாலையைத் தனியே உருவாக்கிக் கொடுத்திருக்கிறார். வெளியிலிருந்து பார்ப்பதற்குக் கண்களைக் கவரும் வகையில் அழகாகவும் உள்ளே சென்றால் இதயம்

வெளியில் விழுந்து வெடிக்கும் அளவுக்குப் பயங்கரமாகவும் அந்தச் சிறை இருந்ததாம். அதற்குள் பலரையும் போட்டு அடைத்து விதவிதமாக வதைகள்புரிந்து மகிழ்ந்திருக்கிறான் கிரிகா. 'அசோகரின் நரகம்' என்று இச்சிறை அழைக்கப் பட்டுள்ளது. அஞ்சப்பட்டுள்ளது. எப்படியெல்லாம் உடல் வதைக்கப்படுகிறது என்பதை அசோகரே நேரில் பார்த்து ஆய்வுசெய்திருக்கிறார். கையில் கிடைத்த அப்பாவிகளை, அதாவது அந்தப் பக்கமாகச் சென்றுகொண்டிருந்த சிலரை உள்ளே இழுத்துப்போட்டு அவரும் சில வதைகளை முயன்று பார்த்திருக்கிறார். அந்தச் சிறைக்குள் என்னென்ன வதைகள் எல்லாம் மேற்கொள்ளப்பட்டன என்பதை அசோகாவதானம் ஒன்றன்பின் ஒன்றாக, நிதானமாக, நின்று விவரிக்கிறது.

பெண்ணாசையும் அசோகரைப் பிடித்து ஆட்டியிருக்கிறது என்கிறார் தாரநாதா லாமா. 'காம அசோகா' என்று அழைக்கப் படும் அளவுக்கு அவர் புலனின்பங்களில் மூழ்கித் தன்னைத் தொலைத்தார் என்கிறது இவருடைய பதிவு.

புத்தரின் பேரன்பை ஏந்தி நிற்கவேண்டிய நூல்கள் படிப்போரைப் பதைபதைக்க வைக்கும் அளவுக்கு வதைகளையும் வன்முறைச் செயல்களையும் படுகொலைகளையும் நீட்டி, முழுக்கி பதிவு செய்திருக்கின்றன. ஒரேயோர் எளிய செய்தியைத் தெரிவிப்பதற்குதான் இத்தனையும் என்கிறார் ரொமிலா தாப்பர். காமம், குரோதம், குரூரம், கொலை என்று மனித குலம் வெறுக்கத்தக்க வகையில் நடந்துகொண்டவர் அசோகர். அப்படித்தான் அவர் தொடக்கம் முதல் இருந்தார். அதுதான் அவர் அடையாளம். சண்ட அசோகராகவும் காம அசோகராகவும் வாழ்ந்து வந்தவர் பெளத்தத்தின் அருள் கிடைத்த பிறகே, தம்ம அசோகராக மாறினார். எண்ணற்ற குற்றங்களை இழைத்தவர், பெளத்தம் தீண்டியதும் மாசற்ற மாணிக்கமாக மலர்ந்தார். அசோகர் என்னும் அரக்கனை மனிதனாகவும் பின்னர் கடவுளாகவும் உயர்த்தியது பெளத்தம். ஆகவே மானிடத்தீரே, பெளத்தத்தைத் தழுவுவீர்!

நயென்ஜோத் லாஹிரி வந்தடையும் முடிவும் இதுவே. அசோகரின் பிற்கால வாழ்வை வெளிச்சத்தில் காட்டுவதற்காக அவர் மீது முற்காலத்தில் முடிந்தவரை இருளைப் பீய்ச்சியடித்திருக் கிறார்கள் பெளத்தர்கள். அசோகரின் புரட்சிகரமான மனமாற்றமே அவர்கள் உணர்த்த விரும்பும் செய்தி. அதைத்தான் நாம்

இத்தகைய கதையாடல்களிலிருந்து எடுத்துக்கொள்ளவேண்டும். மற்றபடி மிகையும் கற்பனையும் கலந்த பதிவுகள் என்பது பார்த்த மாத்திரத்திலேயே தெரிந்துவிடுகிறது. ஒரு பிரதி தொட்டதற் கெல்லாம் 100 பேரைக் கொன்றார் என்கிறது. இன்னொன்று குறைந்தது 500 கொலைகளிலிருந்துதான் பேசவே ஆரம்பிக்கிறது. அசோக மரத்தை வெட்டியதால் 500 பெண்களும் அசோகர் சொன்ன மரங்களை வெட்டாததால் 500 அமைச்சர்களும் கொல்லப்பட்டிருக்கின்றனர் என்பதை நம்பமுடிகிறதா? அசோகர் பௌத்தத்தை உயிருக்கும் மேலாக மதித்தார் என்று சொன்னால் போதாதா? மாற்று சமயத்துத் துறவிகளைத் தேடிப் பிடித்துக் கொன்று தன் சமயப் பற்றைப் பறைசாற்றிக்கொண்டார் என்று நிறுவும் அளவுக்குச் செல்லவேண்டுமா?

நரகத்தை பூமியில் உண்டாக்கும் அளவுக்குப் படுபயங்கரமான குரூரம் அசோகருக்குள் நுழைந்திருக்கிறது. அது எப்படி வந்தது, எங்கிருந்து வந்தது? தெரியாது. பெரும் அழிவை ஏற்படுத்திய பிறகு, திடீரென்று ஒரு நாள் வந்த சுவடே தெரியாமல் அது மறைந்துவிடுகிறது. அவ்வளவு குரூரம் எப்படிக் கண்மூடித் திறப்பதற்குள் வரும், மறையும்? கதைகளில் மட்டுமே இத்தகைய மாய விநோதங்கள் நிகழும் என்கிறார் தாப்பர்.

பாடலிபுத்திரத்தையே அச்சத்தில் தள்ளிய அசோகரின் நரகம் என்னானது? அசோகரின் வலதுகரமாகச் செயல்பட்ட கிரிகா என்னானான் என்பதைத் தெரிந்துகொள்ள அசோகாவதானத்துக்கு நாம் திரும்பிச் சென்றாகவேண்டும். ஒரு நாள் சமுத்திரா எனும் பௌத்தத் துறவியை கிரிகா சிறைப்பிடித்து நரகத்துக்கு இழுத்துவந்தான். உன்னை நான் வகை, வகையாக வதைத்துக் கொல்லப்போகிறேன் என்று மிரட்டியிருக்கிறான். வதைகள் எனக்குப் பொருட்டல்ல என்று அடக்கமாகப் பதிலளித்திருக் கிறார் சமுத்திரா. சரி, அதையும் பார்த்துவிடுவோம் என்று இழுத்துச்சென்று கொதிக்கும் நீரில் துறவியை வீசுகிறான். மனித ரத்தமும் எலும்பு மஜ்ஜையும் கழிவும் சேர்ந்து குமிழ்விட்டுக் கொதிக்கும் நீர் அது. சமுத்திராவை ஏற்றுக்கொண்ட மறுகணமே கொதிநீர், குளிர்நீராக மாறியது. உள்ளிருந்து தோன்றிய ஒரு தாமரை மலர்மீது கால்களை மடக்கி அமர்ந்துகொண்டார் சமுத்திரா.

அந்த அதிசயத்தைக் காண அசோகர் உடனே விரைந்துவந்தார். இதை எப்படி உன்னால் செய்யமுடிந்தது என்று அவர்

வியப்போடு கேட்க, நான் புத்தரின் சீடன். தம்மத்தைக் கடைபிடிப்பவன் என்று சொல்லியிருக்கிறார் சமுத்திரா. அத்தோடு நில்லாமல், நீ இப்படியொரு நரகத்தைக் கட்டியிருக்கக் கூடாது. உன் குற்றங்களுக்குப் பரிகாரமாக 84,000 தூபிகளைக் கட்டியெழுப்பு. எல்லா உயிர்களுக்கும் பாதுகாப்பை உறுதிசெய். புத்தர் உன்னை மீட்பார் என்று அறிவுறுத்தியிருக்கிறார். தன் பாவங்களையெல்லாம் ஒப்புக்கொண்ட அசோகர் அக்கணமே பௌத்தத்தை ஏற்றார். கிரிகாவுக்கு மரண தண்டனை விதிக்கப்பட்டது. நரகச் சிறைச்சாலை இடிக்கப்பட்டது. அதன்பின் எல்லாம் சுகமாக மாறியது என்று பூரிக்கிறது அசோகாவதானம்.

ஒரு முன்மாதிரி பௌத்தரை, ஒரு மகத்தான சக்கரவர்த்தியை, ஒரு மனிதப் புனிதரை உருவாக்குவதற்கு நரகம் ஒரு முன்நிபந்தனையாக அவர்களுக்கெல்லாம் இருந்திருக்கிறது.

அசோகரின் வன்முறை முகம் குறித்து உறுதியோடு பேசுவதற்கு நமக்குள்ள ஒரே ஆதாரம் அசோகர் மட்டுமே. அந்த முகத்தை அவர் மறைக்கவில்லை. முலாம் பூசி நியாயப்படுத்தவில்லை. என் ஆன்மாவுக்குள் நரகத்தின் நிழல் வந்துவிழுந்தது என்று அவரே ஒப்புக்கொள்கிறார். அதை எவ்வாறு நீக்கினேன் என்பதையும் அவரே சொல்கிறார். பௌத்த இலக்கியங்கள்கூட அமைதியாகக் கடந்துசென்றுவிடும் இருள் பகுதிகளைத் தானாகவே முன்வந்து வெளிப்படுத்துகிறார். அசோகரின் குரலைக் கேட்கும்போது அது சாத்தானின் குரல் போலவும் இல்லை; கடவுளின் குரல் போலவும் இல்லை. ஒரு மனிதனின் குரலாகவே அது ஒலிக்கிறது.

●

- 6 -

முடிசூடிக்கொண்டது எப்போது?

அசோகரின் வாழ்வையும் அவர் வாழ்ந்த காலத்தையும் கட்டமைக்கும்போது ஒவ்வோர் அத்தியாயத்திலும் பௌத்தப் பிரதிகளே நமக்கு உதவிக்கரம் நீட்டுவதைப் பார்க்கிறோம். முற்பிறவி முதலே புத்தரோடு தொடங்கிவிடும் அசோகரின் உறவு அவர் வாழ்நாள் முழுவதும் தொடர்ந்தது. காலத்தை வென்று இன்றும் தொடர்கிறது. அசோகர் எந்த ஆண்டு ஆட்சிப் பொறுப்பேற்றுக்கொண்டார் என்னும் கேள்வி எழும்போது வேறு யாரிடமிருந்தும் அல்ல, புத்தரிடம்தான் நாம் அடைக்கலம் பெறுகிறோம்.

புத்தர் மரணமடைந்து (பரிநிர்வாணம்) 218 ஆண்டுகள் கழித்து அசோகர் முடிசூடிக்கொண்டார் என்கின்றன மகாவம்சமும் தீபவம்சமும். உபயோகமான தகவல்தான் என்றாலும் இது அடுத்த கேள்விக்கு நம்மை இட்டுச்செல்கிறது. புத்தர் எப்போது இறந்தார்? அஜாதசத்ரு ஆட்சிக்கு வந்து 8 ஆண்டுகள் கழித்து, புத்தர் பரிநிர்வாணம் அடைந்தார் என்கின்றன பௌத்தப் பிரதிகள். அஜாதசத்ரு எப்போது ஆட்சிக்கு வந்தார் என்பது நமக்குத் தெரியாது என்பதால் இந்தத் தகவலை வைத்துக்கொண்டு எதுவும் செய்வதற்கில்லை. எனவே தேடலைச் சற்றே விரிவாக்க வேண்டியிருக்கிறது.

புத்தர் பொஆமு 544ஆம் ஆண்டு பரிநிர்வாணம் அடைந்தார் என்கின்றன இலங்கை, பர்மா, சியாம் பௌத்தப் பதிவுகள். தேரவாத பௌத்தமும் இதை ஒப்புக்கொள்கிறது என்கிறார் எஸ். ராதாகிருஷ்ணன். ஆனால், இதிலுள்ள சிக்கல் என்னவென்றால் இத்தகவலை அளிக்கும் பௌத்தப் பிரதிகள் 11ஆம் நூற்றாண்டைச் சேர்ந்தவையாக இருக்கின்றன. இவ்வளவு நீண்ட இடைவெளிக்குப் பிறகு கிடைப்பதால் ஆய்வாளர்கள் இதனை ஏற்க மறுக்கின்றனர். இதுபோக வேறு சிக்கல்களும் இருக்கின்றன என்கிறார் ரொமிலா தாப்பர்.

ஒரு வாதத்துக்கு 544ஆம் ஆண்டு புத்தர் மரணமடைந்தார் என்று எடுத்துக்கொண்டு அதன் அடிப்படையில் அசோகர், பிந்துசாரர், சந்திரகுப்தர் ஆகியோரின் ஆட்சிக்காலங்களைக் கணக்கிட்டுக் கொண்டே வந்தால், சந்திரகுப்தர் பொஆமு 382ஆம் ஆண்டு பதவியேற்றார் என்னும் முடிவுக்கு நாம் வரவேண்டியிருக்கும். ஆனால், அது ஏற்கத்தக்கதல்ல. காரணம், சந்திரகுப்தர் அலெக்சாண்டரின் சமகாலத்தவர். அலெக்சாண்டரோடும் அவருக்குப் பிறகுப் பதவியில் அமர்ந்த செல்யூகஸ் நிகாடரோடும் சந்திரகுப்தருக்குத் தொடர்புகள் இருந்ததற்குச் சான்றுகள் உள்ளன. அலெக்சாண்டர் இறந்தது 323ஆம் ஆண்டில். அவர் இறப்பதற்கு இரண்டு, மூன்று ஆண்டுகளுக்கு முன்பு சந்திரகுப்தர் அவரைச் சந்தித்ததாகச் சொல்லப்படுகிறது. 382ஆம் ஆண்டு சந்திரகுப்தர் பொறுப்பேற்றிருந்தால் கிரேக்கத் தொடர்புகள் அவருக்குக் கிடைத்திருக்காது. எனவே, 544ஆம் ஆண்டு புத்தர் மரணம் அடைந்திருக்க முடியாது.

அதேபோல் புத்தர் 271ஆம் ஆண்டு பரிநிர்வாணம் அடைந்ததாகச் சொல்லப்படுவதையும் ஏற்பதற்கில்லை. அசோகர் கிரேக்கர்களோடு கொண்டிருந்த தொடர்பை அவருடைய கல்வெட்டுகள்மூலம் நாம் அறிகிறோம். 271ஆம் ஆண்டைக் கொண்டு அசோகர் ஆட்சிக்காலத்தைக் கணக்கிட்டால் கிரேக்கத் தொடர்புகள் சாத்தியப்படாது.

தீபவம்சத்திலிருந்து நமக்கொரு துப்புக் கிடைத்திருக்கிறது. அசோகர் பல்வேறு பௌத்தப் புனித இடங்களுக்கு யாத்திரை மேற்கொண்டிருக்கிறார். அந்த யாத்திரைக்கு முன்பு சூரிய கிரகணம் தோன்றியதாக தீபவம்சம் சொல்கிறது. அசோகர் எப்போது லும்பினி சென்றார் என்பதற்குக் கல்வெட்டு ஆதாரங்கள் உள்ளன. வானியல் கணிதத்தின்படி, 249ஆம் ஆண்டு

ஒரு சூரிய கிரகணம் நிகழ்ந்துள்ளதாகக் கணிக்கப்பட்டுள்ளது. அசோகர் தனது யாத்திரையைத் தொடங்குவதற்கு ஒன்று அல்லது இரண்டாண்டுகளுக்கு முன்பு கிரகணம் ஏற்பட்டிருக்கலாம். ஒரு பேரரசரின் பெரும் யாத்திரையைத் திட்டமிடுவதற்கு நிச்சயம் ஒன்றிரண்டு ஆண்டுகள் தேவைப்பட்டிருக்கும் என்று யூகிக்கலாம்.

அடுத்து நமக்குக் கிடைக்கும் தரவுகள் புத்தரின் பரிநிர்வாணத்தை பொஆமு 486 என்று குறிப்பிடுகிறது. இதைக்கொண்டு மௌரிய மன்னர்களின் காலகட்டத்தைக் கணக்கிட்டுப் பார்க்கிறார் தாப்பர். பொஆமு 486இல் புத்தர் மரணமடைந்திருந்தால் சந்திரகுப்தர் 324இல் பதவியேற்றிருப்பார். பிந்துசாரர் 272ஆம் ஆண்டில் ஆட்சிக்கு வந்திருப்பார். அவர் 28 ஆண்டுகள் ஆண்டிருப்பதாகச் சொல்லப்படுகிறது. அதன்பின் அசோகர் முடிசூடிக்கொள்ள நான்காண்டுகள் ஆயின என்று கடந்த அத்தியாயத்தில் பார்த்தோம். அதையும் சேர்த்தால் 269 அல்லது 268ஆம் ஆண்டு அவர் முடிசூடியிருக்கலாம். அசோகருக்கும் கிரேக்க மன்னர்களுக்குமான உறவைக் குறிப்பிடும் அசோகர் கல்வெட்டின் காலம் 256 அல்லது 255 ஆக இருக்கலாம். சூரிய கிரகணம் 249ஆம் ஆண்டு ஏற்பட்டிருக்கலாம் என்னும் வானியல் ஆய்வாளர்களின் கணிப்பும் இங்கே பொருந்திவருகிறது, மிக நெருக்கமாக.

பொஆமு 483ஆம் ஆண்டையும் சிலர் குறிப்பிடுகிறார்கள். இரண்டுக்கும் பெரிய வேறுபாடுகள் இல்லை என்றாலும் 486ஆம் ஆண்டை புத்தரின் பரிநிர்வாணமாகக்கொள்வது தரவுகளின் அடிப்படையில் சரியாக அமையும் என்னும் முடிவுக்கு வருகிறார் தாப்பர். இந்த அடிப்படையில் 269 அல்லது 268ஆம் ஆண்டு அசோகர் முடிசூடிக்கொண்டார் என்று சொல்லலாம்.

ஆட்சியைப் பிடித்ததற்கும் முடிசூடிக்கொண்டதற்கும் இடையிலான நான்காண்டுகளும் விரிவாகவே விவாதிக்கப் பட்டுள்ளன. புத்தரின் பரிநிர்வாணத்துக்கும் அசோகரின் முடிசூட்டு விழாவுக்கும் முடிச்சுப் போடும்போது ஏற்பட்ட குழப்பங்களைத் தீர்க்க சிலர் இந்த நான்காண்டு இடைவெளியை உருவாக்கியிருக்கலாம் என்பது சிலர் வாதம். அப்படியோர் இடைவெளி இருந்திருக்க வாய்ப்பேயில்லை. ஆட்சியைப் பிடித்தவுடன் அவர் முடிசூடியிருக்கவேண்டும் என்கிறார்கள் இவர்கள். வாரிசு மோதல் முடிந்து தன் அதிகாரத்தைத்

திரட்டிக்கொள்வதற்கு அசோகருக்கு நான்காண்டுகள் நிச்சயம் தேவைப்பட்டிருக்கும். இது ஒன்றும் அதிகப்படியான காலமல்ல என்கிறார்கள் வேறு சிலர்.

இன்னொரு யூகத்தை ராதாகுமுத் முகர்ஜி சுட்டிக்காட்டுகிறார். இருபத்து ஐந்து வயதாகும்போதுதான் ஒருவர் மன்னராகப் பொறுப்பேற்றுக்கொள்ள முடியும் என்னும் மரபு அப்போது பின்பற்றப்பட்டுவந்தது. அதைக்கொண்டு பார்த்தால் அசோகர் தனது 21வது வயதில் சண்டையிட்டு ஆட்சியைக் கைப்பற்றி இருக்கிறார். மரபை மீறாமல் நான்காண்டுகள் காத்திருந்து, முடிசூடிக்கொண்டிருக்கிறார். இல்லை, அசோகர் முடிசூடிக் கொண்டபோது அவர் வயது 34 என்று வேறு சான்றுகளைக் கொண்டு சிலர் வாதிடுகின்றனர்.

முடிசூடிக்கொண்ட ஆண்டு என்பது அசோகரின் வாழ்வில் ஒரு குறிப்பு மட்டும்தான், இல்லையா? அதை ஏன் இவ்வளவு விரிவாக வரலாற்றாசிரியர்கள் ஆராய்ந்திருக்கிறார்கள்? பழமையான இலக்கியங்கள் தொடங்கி நவீன வானியல் ஆய்வுவரை பலவற்றையும் கொண்டு இவ்வளவு சிக்கலான கணக்கீடுகளை ஏன் செய்யவேண்டும் அவர்கள்? புத்தரின் மரணத்தில் தொடங்கி கிரேக்கப் பதிவுகள்வரை ஒப்பிட்டு ஓர் ஆண்டை நிர்ணயம் செய்யவேண்டிய அவசியம் ஏன் நேர்ந்தது? ஏனென்றால் ஒரு மன்னருக்குப் பிறந்த தேதியல்ல, முடிசூடிக்கொண்ட தேதிதான் முக்கியமானதாகக் கருதப்பட்டிருக்கிறது. மணிமகுடம் தரித்த பிறகே ஒரு மன்னர் உயிர்பெற்று எழுகிறார். அவர் வாழ்வின் முக்கிய நிகழ்ச்சிகள் அனைத்தும் அவர் முடிசூடிக்கொண்ட ஆண்டை அடிப்படையாக வைத்தே கணக்கிடப்படுகின்றன. அசோகர் எப்போது முடிசூடிக்கொண்டார் என்பதைக் கண்டறிந்தால்தான் பிந்துசாரரின் ஆட்சிக்காலத்தை உறுதிசெய்ய முடியும். பிந்துசாரரின் ஆட்சிக்காலத்தை உறுதிசெய்தால்தான் சந்திரகுப்தரின் வரலாறு தெளிவடையும். மன்னர்கள் முடிசூடிக் கொண்ட காலத்தை வைத்தே வம்சாவளி வரலாறு கட்டமைக்கப் படுகிறது. அதற்குதான் இவ்வளவு விவாதங்கள், இவ்வளவு கருத்து வேறுபாடுகள்.

அசோகர் குறித்துப் புராணங்களிலும் குறிப்புகள் இருக்கின்றன. பௌத்த மத நூல்கள்போல் அவற்றையும் ஆய்வாளர்கள் கவனமாக வாசித்திருக்கின்றனர். தரவுகளையும் சேகரித்திருக் கின்றனர். விஷ்ணு புராணத்தின் உரையாசிரியரான துந்திராஜாவும்

வேறு சிலரும் 'மூரா' எனும் பெயரிலிருந்து மௌரியர் தோன்றியிருக்கலாம் என்கிறார்கள். மௌரியருக்கு முன்பு மகதத்தை நந்தர் ஆண்டுவந்தனர். நந்த வம்சத்தைச் சேர்ந்த ஒரு மன்னரின் மனைவி பெயர் மூரா. மூராவின் பேரன் அல்லது மகன் சந்திரகுப்தர். சந்திரகுப்தரின் வம்சம் மூராவின் பெயரால் 'மௌரியா' என்று அழைக்கப்பட்டது என்பது இவர்கள் வாதம்.

புராணங்கள் இவ்வாறு குறிப்பிடவில்லை என்பதோடு மூரா என்னும் பெயரையும் எங்கும் காண முடியவில்லை என்கிறார் ஹெச். ராய் சவுத்திரி. பண்டைய இந்திய அரசியல் அமைப்புகள் பற்றிக் குறிப்பிடத்தக்க ஆய்வுகளை மேற்கொண்டவர் இவர். நந்த வம்சத்தினர் சூத்திரப் பிரிவின்கீழ் வருபவர்கள். அவர்களுக்கும் மௌரிய வம்சத்துக்கும் தொடர்பிருப்பதாகப் புராணங்கள் கருதாததற்கு இதுவும் ஒரு காரணமாக இருக்கலாம் என்கிறார் அவர். நந்த அரசைத் தொடங்கி வைத்தவரான மகாபத்ம நந்தர், இனி சூத்திரர் மட்டுமே மன்னராகவேண்டும் என்னும் நோக்கில் சத்திரியர் அனைவரையும் கொன்றொழித்ததாகச் சொல்லப் படுகிறது.

சில புராணப் பிரதிகள் மௌரியரை 'சூத்திர பிரயஸ்தவ் அதர்மிகா' என்று அழைக்கின்றன. 'சூத்திரர் போன்றவர்கள், மதமற்றவர்கள்' என்பது இதன் பொருள். மௌரிய வம்சத்தைச் சேர்ந்தவர்கள் சனாதன தர்மத்தைக் கடைபிடிக்காமல் சமணம், பௌத்தம் போன்றவற்றைப் பின்பற்றியதால் மதமற்றவர்கள் என்று அவர்களை இப்பிரதிகள் கருதியிருக்கின்றன என்கிறார் ராய் சவுத்ரி.

இருப்பதிலேயே பழமையான புராணங்களுள் ஒன்றாகக் கருதப்படுவது மார்கண்டேய புராணம். மார்கண்டேய முனிவரால் இயற்றப்பட்ட இந்நூல் பதினெண் புராணங்களில் ஒன்று. தேவி மகாத்மியம் இதில் ஒரு பகுதியாக இடம்பெற்றுள்ளது. துர்கை, சண்டி ஆகிய வடிவங்களில் தேவி தோன்றி அசுரர்களை அழித்தொழித்து நன்மையை நிலைநாட்டும் கதைகள் தேவி மகாத்மியத்தில் இடம்பெற்றுள்ளன. மார்கண்டேய புராணம் மௌரியரையும் அசுரர் என்று அழைப்பதைச் சுட்டிக்காட்டுகிறார் ராய் சவுத்ரி.

பாகவதத்தில் தீர்த்தங்கரர் போலவே புத்தரும் தோன்றுகிறார். இருவரும் விஷ்ணுவின் அவதாரங்கள். பௌத்தக் கதைகளை விவரிக்கும்போது, வேதங்களைச் சிதைக்கவும் தவறாக

அர்த்தப்படுத்தவும் குழப்பவும் சிலர் தோன்றுவார்கள் என்று நினைவுபடுத்துகிறது. புத்தரின் உபதேசங்களால் கவரப் பட்டவர்களை 'சுரத்விஷ்' என்று பாகவதம் அழைக்கிறது. அசுரர் என்பதே இதற்கும் பொருள்.

இந்தக் குறிப்புகளிலிருந்து சில செய்திகளைத் தொகுத்துக்கொள்ள முடியும். வேதங்களோடு, பிராமணர்களோடு, சனாதன தர்மத்தோடு புத்தர் முரண்பட்டிருக்கிறார். புத்தரை வேத மறுப்பாளராக, சடங்குகளை எதிர்ப்பவராக, கலகக்காரராக, ஆபத்தை விளைவிக்கக்கூடியவராகப் புராணங்கள் கருதியதில் வியப்பேதுமில்லை. பௌத்தம் ஓர் எதிர் மதமாக அல்லது மதத்தை மறுக்கும் அமைப்பாக அவர்களுக்குத் தோன்றி இருக்கிறது. பௌத்தம் மட்டுமல்ல, சமணமும் இவ்வாறே கருதப்பட்டிருக்கிறது. சந்திரகுப்தர், பிந்துசாரர், அசோகர் மூவரும் சமணம், பௌத்தம், ஆசீவகம் போன்ற கலகக்காரப் பிரிவுகளோடு உறவு வளர்த்துக்கொண்டவர்களாக இருந்திருக்கிறார்கள்.

கௌடில்யர் என்னும் பிராமணரால் வளர்த்தெடுக்கப்பட்டவர் என்றாலும் சந்திரகுப்தரின் ஆட்சியில் மேற்கூறிய மூன்று மதங்களும் செழித்து வளர்ந்திருக்கின்றன. பிந்துசாரர் ஆசீவகத்தை ஆதரித்திருப்பதற்குச் சான்றுகள் உள்ளன. அசோகர் புத்தத் தம்மத்தை ஏற்று பௌத்தத்தை முன்மொழிந்ததோடு, உலகெங்கும் கொண்டுசென்று சேர்ப்பித்திருக்கிறார். பௌத்த இலக்கியங்கள் அவரைச் சக்கரவர்த்தியாகக் கொண்டாடுகின்றன. பௌத்தத்தை வளர்த்தெடுத்த புரவலராக அசோகர் திகழ்ந்ததால் பௌத்த இலக்கியங்கள் அவரைக் கொண்டாடுவதில் ஒரு நியாயம் இருக்கிறது. புராணங்கள் அதைச் செய்யவேண்டிய அவசியம் என்ன?

அசுரர், பகைவர் என்றெல்லாம் தூற்றினாலும் மௌரிய வம்சாவளி பற்றிய குறிப்புகளைப் புராணங்கள்கொண்டிருக் கின்றன. கலியுக வம்சங்களைப் பற்றிய இக்குறிப்புகளை எஃப்.ஈ. பார்கிடெர் என்பவர் தொகுத்திருக்கிறார் (1913). மச்ச புராணம், வாயு புராணம், பிரம்மாண்ட புராணம், விஷ்ணு புராணம், பாகவதம், கருட புராணம், பவிஷ்ய புராணம் போன்றவற்றில் இருந்து வெவ்வேறு மன்னர்களின் பெயர்கள், அவர்கள் வம்சத்தின் பெயர், அவர்கள் அரசாண்ட காலம் ஆகியவற்றை பார்கிடெர் திரட்டியிருக்கிறார்.

எடுத்துக்காட்டுக்கு மச்ச புராணம் சந்திரகுப்தர், அசோகர் உள்ளிட்ட 10 மன்னர்களின் பெயரை மௌரிய வம்சத்தின்கீழ் பட்டியலிடுகிறது. மொத்தம் 137 ஆண்டுகள் மௌரியர் ஆட்சி செய்திருப்பதாகவும் குறிப்பிடுகிறது. வாயு புராணத்தின்படி 9 மௌரிய மன்னர்கள் ஆட்சி செய்திருக்கிறார்கள். பிரம்மாண்ட புராணம் 9 மன்னர்களையும் விஷ்ணு புராணம் 10 பேரையும் பாகவதம் 10 பேரையும் குறிப்பிடுகிறது.

மௌரியரின் மொத்த ஆட்சிக்காலம் 137 ஆண்டுகள் என்பதில் எல்லாப் புராணங்களும் உடன்படுகின்றன. மன்னர்களின் எண்ணிக்கை 9 அல்லது 10 என்று மட்டுமே மாறுபடுகிறது. சந்திரகுப்தர், பிந்துசாரர், அசோகர் மூவருடைய பெயர்களும் எல்லாப் புராணங்களிலும் இடம்பெற்றுள்ளன. மற்ற பெயர்கள் ஒன்றுக்கொன்று மாறுகின்றன. புராணங்களின்படி சந்திரகுப்தர் 24 ஆண்டுகளும் பிந்துசாரர் 25 ஆண்டுகளும் அசோகர் 36 ஆண்டுகளும் ஆண்டிருக்கிறார்கள். மகாவம்சத்தின்படி சந்திரகுப்தர் 24 ஆண்டுகளும் பிந்துசாரர் 28 ஆண்டுகளும் அசோகர் 37 ஆண்டுகளும் (இடையில் 4 ஆண்டுகள்) ஆண்டிருக்கிறார்கள். தீபவம்சம் மகாவம்சத்தோடு ஒத்துப்போகிறது.

அசோகரின் ஆட்சிக்காலத்தை நிர்ணயிக்க பௌத்தப் பிரதிகளோடு புராணங்கள் அளிக்கும் தகவல்களையும் ஆய்வாளர்கள் ஒப்பிட்டிருக்கிறார்கள். மற்றபடி மௌரியர் வரலாற்றைக் கட்டமைக்கப் புராணங்கள் மேலதிகம் உதவவில்லை. பௌத்தப் பிரதிகள் மட்டுமே பரவலாக நாடப்படுகின்றன.

●

7

இந்தியா : மௌரியருக்கு முன்

அசோகரின் வாழ்வை அவர் வாழ்ந்த காலத்திலிருந்து பிரிக்க முடியாது. அவர் ஆண்ட நிலம், அந்த நிலத்தின் வரலாறு, புவியியல், அரசியல், பொருளாதாரம், மதம், சமூகம், தத்துவம் அனைத்தோடும் பிணைந்திருக்கிறது அவர் வாழ்க்கை. புறச்சூழல் அவர்மீது செலுத்திய தாக்கம், புறச்சூழலின்மீது அவர் செலுத்திய தாக்கம் இரண்டும் நமக்கு முக்கியம்.

அசோகரின் கரங்களில் ஆட்சி வந்துசேர்ந்திருக்கும் இத்தருணத்தில் சில அடிப்படையான கேள்விகளை நாம் எழுப்பவேண்டியிருக்கிறது. மகதத்தின் பேரரசாக இருப்பது என்றால் என்ன? மகதப் பேரரசு என்பது எவ்வளவு பெரியது? அசோகர் பெற்றுக்கொண்டது பிந்துசாரரின் மகதத்தை. எனில், பிந்துசாரர் காலத்திலும் அவருக்கு முன்பு சந்திரகுப்தர் காலத்திலும் மகதம் எப்படி இருந்தது? மகதத்தைக் கடந்து வேறு என்னென்ன ராஜ்ஜியங்கள் அப்போது இருந்தன? அவற்றை யார் ஆண்டுவந்தனர்? மகதத்தைப் பேரரசு என்றும் அசோகரைப் பேரரசர் என்றும் அழைக்கிறோம். மகதம் எப்படிப் பேரரசாக வளர்ந்தது? இந்தக் கேள்விகளுக்கு விடை காண மௌரியர் வரவுக்கு முன்பு இந்தியா எப்படி இருந்தது என்பதையும் மௌரியருக்குப் பிறகு அது எவ்வாறு மாறியது என்பதையும் தெரிந்துகொள்ளவேண்டும். இந்த இரண்டையும் குறித்து ஓர்

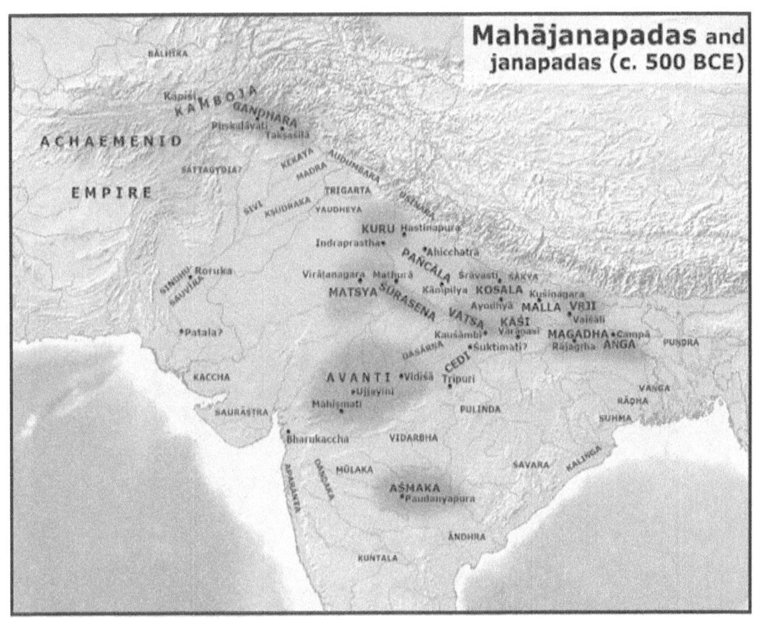

ஜனபதங்களும் மகாஜனபதங்களும், பொஆமு 500 வாக்கில்

எளிய சித்திரத்தை மனதுக்குள் உருவாக்கிக்கொண்டுவிட்டால், அதன்பின் அசோகரைப் பின்தொடர்வது எளிதாக இருக்கும்.

இங்கும் புத்தர் தோன்றிவிடுகிறார். ஒருநாள் தனது அணுக்கச் சீடரான ஆனந்தரோடு குஷினாராவுக்கு வெளியிலுள்ள ஒரு தோப்புக்கு வந்துசேர்ந்தார் புத்தர். அது ஒரு நீண்ட பயணம் என்பதால் இருவரும் பலவற்றை விவாதித்தபடியே நடந்து வந்திருந்தனர். புத்தரின் மரணம் குறித்தும் விவாதம் எழுந்தது. இந்த இடம் நான் இறப்பதற்கு ஏற்புடையதாக இருக்கிறது என்றார் புத்தர். ஆனந்தர் இதை ஒப்புக்கொள்ளவில்லை. தயவுசெய்து இங்கே நீங்கள் இறக்க வேண்டாம்! இது ஊர், பெயர் தெரியாத சிறிய இடம். காட்டுக்கு நடுவில் சில மண் குடிசைகள் மட்டுமே இருக்கின்றன. குஷினாரா நீங்கள் விடைபெறுவதற்கு ஏற்ற இடமல்ல! சம்பா, ராஜக்ருஹம், ஷ்ராவஸ்தி, சாகேதா, கௌசாம்பி, வாரணாசி போன்ற பெரிய நகரங்கள்தாம் உங்களுக்கு ஏற்றவை என்கிறார் ஆனந்தர். புத்தர் ஏற்க மறுக்கிறார். குஷினாரா சிறிய இடமல்ல. அதன் பெருமைகளை நீ உணரவில்லை என்று சொல்லி அந்த இடத்தின் வரலாற்றையும் முக்கியத்துவத்தையும் விவரித்துவிட்டு இறுதியாகச்

பொஆமு 5ஆம் நூற்றாண்டில் குஷிநகர், சாஞ்சி

சொல்கிறார், 'எனது இறுதிமூச்சை வெளியேற்றுவதற்கு ஏற்ற இடம்தான் இது!'

இந்த உரையாடல் மகா பரிநிர்வாண சூக்தத்தில் இடம் பெறுகிறது. பல பெரிய நகரங்களின் பெயர்களை ஆனந்தர் பட்டியலிட்டாலும் புத்தர் தனது பரிநிர்வாணத்துக்கு இறுதியில் குஷிநாராவையே (குஷிநகர்) தேர்ந்தெடுத்தார். நகரத்தின் இயல்புகளை நன்கறிந்தவர் புத்தர். மக்கள் சிந்தனைகளில், வாழ்வில், தத்துவங்களில் நகர்மயமாக்கம் எத்தகைய மாற்றங் களை உண்டாக்கும் என்பதையும் அவர் அறிவார். பழம்பெரும் நகரங்கள் அவர் காலத்தில் புத்துருவாக்கம் பெற்றன; புதிய நகரங்கள் மலர்ந்தன. அரசு எனும் கருத்தாக்கம் புதிய வடிவில் பலம்பெற்றது அவர் காலத்தில்தான். வேதகாலப் பண்பாடு முடிந்து நகர்மயமாக்கம் தொடங்கியதைக் கண்டவர் அவர்.

முதல் இந்திய நகரங்களை உருவாக்கியவர்கள் சிந்து சமவெளி மக்கள். தோராயமாக பொஆமு 2600 முதல் 1700 வரையிலான காலகட்டத்தை 'ஹரப்பா நகர்மயமாக்கல் காலம்' என்று அழைக்கிறார்கள். வெண்கலப் பயன்பாடு கண்டறியப்பட்டதும் இந்தக் காலகட்டத்தில்தான். அதன்பின் வேதகாலம். வேதங்கள் இயற்றப்பட்டதும் தொகுக்கப்பட்டதும் பொஆமு 1500 முதல் 500 வரையிலான காலகட்டத்தில் என்பதால் இப்பெயர் பெற்றது. வட இந்தியாவிலும் வடமேற்கு இந்தியாவிலும் வேதகாலப் பண்பாடு தழைத்திருந்தது. அதாவது ஆப்கனிஸ்தான், பாகிஸ்தானின் வடமேற்கு எல்லைப்புற மாகாணம், பஞ்சாப் (இந்தியா, பாகிஸ்தான்), கீழ்புற சிந்து சமவெளி ஆகிய பகுதிகளை உள்ளடக்கியதாக வேதகாலப் புவியியல் இருந்தது.

வேதகாலத்தின் பிற்பகுதியில் மேலும் அதிக பகுதிகளை மக்கள் அறிந்துகொண்டனர். கங்கைச் சமவெளியோடு, குறிப்பாக கங்கை யமுனை ஆறுகளுக்கு இடையிலான விளைநிலப் பகுதியோடு வேதகால மக்களுக்கு உள்ள பரிச்சயத்தை ஐதரேய பிராமணம்மூலம் அறியமுடிகிறது என்கிறார் ஆர்.எஸ். சர்மா. ஆரியவர்த்தம் எனும் கருத்தாக்கம் நிலைபெறத் தொடங்கியதும் இந்தக் காலகட்டத்தில்தான். அதன் எல்லைகள் காலப்போக்கில் மாற்றம் பெற்றன. இமயமலை தொடங்கி விந்திய மலைத்தொடர் பகுதியிலான பரப்பும்; கிழக்கில் வங்காள விரிகுடா முதல் மேற்கில் அரபிக்கடல் வரையிலான பகுதியும் ஆரியவர்த்தம் என்று அழைக்கப்பட்டிருக்கின்றன. பரதக் கண்டம் எனும் கருத்தாக்கத்தையும் வேதங்கள் தொடங்கி பிற்காலப் புராணங்கள்

வரையில் காணமுடிகிறது. பாகிஸ்தான், ஆப்கனிஸ்தான், வங்கதேசம், நேபாளம், இலங்கை ஆகிய நாடுகளோடு இன்றைய இந்தியாவையும் இணைத்தால் கிடைக்கும் அகண்ட நிலப் பரப்பே பரதக் கண்டம் என்று அழைக்கப்பட்டது.

வேதகாலத்தின் முற்பகுதியைப் புரிந்துகொள்ள வேதங்கள் மட்டுமே இருக்கின்றன. பிற்காலத்துக்குத் தொல்லியல் சான்றுகள் உள்ளன. சாம்பல் வண்ண ஓவியம் தீட்டப்பட்ட மட்பாண்டங்கள் இந்தக் காலகட்டத்தைச் சேர்ந்தவை என்பதால் அந்த மக்களின் பண்பாடும் அதே பெயரால் அழைக்கப்பட்டது. அரசியல் அமைப்பு அதன் தொடக்கநிலையில் இருந்தது. மக்கள் தங்களை ஒரு குழுவாகத் திரட்டிக்கொள்ளத் தொடங்கி இருந்ததற்கான சான்றுகள் ரிக் வேதத்தில் உள்ளதை ஆர்.எஸ். சர்மா சுட்டிக்காட்டுகிறார்.

'கணா', 'ஜனா', 'விஷ்' போன்றவை குழுக்களின் பெயர்களாக அறியப்படுகின்றன. 'கிராமா' என்னும் பெயரும் இடம் பெற்றுள்ளது என்றாலும் இது கிராமத்தையல்ல, சிறிய மக்கள் கூட்டத்தையே குறிக்கிறது. விளைச்சல் நிலப் பண்பாட்டின் கூறுகளை இச்சொல் கொண்டிருக்கிறது என்றும் வெவ்வேறு குலங்கள்கொண்ட ஒரு சிறு தொகுப்பாக இது இருக்கலாம் என்றும் சர்மா வாதிடுகிறார். கிராமா, ஜனா, கணா, விஷ் என்று படிப்படியாக வேதகால மக்கள் குழுக்களாகத் தங்களைத் தொகுத்துக்கொண்டிருக்கலாம். ரிக்வேத சமூகத்தை இனங்களும் பழங்குடிக் குழுக்களும் கொண்ட ஒரு சமுதாய அமைப்பாகக் கற்பனை செய்துகொள்ளலாம். நகரங்கள் அப்போது இல்லை. மக்கள் கால்நடை வளர்ப்பிலும் விவசாயத்திலும் ஈடுபட்டு வந்தனர். 'ராஜா' என்னும் பெயர் வேதங்களில் இடம்பெற்றிருந் தாலும் மன்னர் என்னும் பொருளில் அச்சொல் கையாளப்பட வில்லை.

வேதகாலத்தின் பிற்பகுதியிலிருந்து கங்கைச் சமவெளியில் (பொஆமு 600 முதல் 300 வரை) அடுத்தகட்ட மாற்றங்கள் நிகழத் தொடங்கிவிட்டன. இந்திய வரலாற்றில் பல தளங்களில் அடிப்படை மாற்றங்கள் ஏற்பட்ட காலகட்டமாக இது அறியப்படுகிறது. முதல் முறையாக அரசியல் அமைப்புகள் வலுவோடு எழுச்சிபெற்றன. இரண்டாவது நகர்மயமாக்கல் தொடங்கியது. வட மேற்றில் காந்தாரத்திலிருந்து தெற்கில் அங்கம் கடந்து மால்வா வரை நகரங்கள் வேகமாக உருவாகத் தொடங்கின. பழங்குடி தன்மைகளிலிருந்து விடுபட்டு நகர்புறச்

சமூகத்தை மக்கள் கட்டமைக்கத் தொடங்கினார்கள். சிந்து சமவெளி காலத்துக்குப் பிறகு மீண்டும் புதிய கட்டுமானங்கள் தொடங்கின. இரும்பு முன்பே கண்டுபிடிக்கப்பட்டுவிட்டது என்றாலும் அதன் பயன்பாடு அதிகரிக்கத் தொடங்கிய காலம் என்பதால் இரும்புக் காலம் என்றும் இதே காலகட்டம் அழைக்கப்படுகிறது.

புதிய மதங்கள் உதயமாயின. பௌத்தமும் சமணமும் புதிய மாற்றங்களை முன்னெடுத்தன. அதுவரை வலுவோடு இருந்த அதிகார மையம் எதிர்க்கப்பட்டது. வேதங்களுக்கும் பிராமணர்களுக்கும் சமூகம் அளித்திருந்த இடம் கேள்விக்கு உட்படுத்தப்பட்டது. யாகம், வழிபாடு, பலியிடுதல் தொடங்கி சடங்குகளும் நம்பிக்கைகளும் மறுபரிசீலனைக்கு உட்படுத்தப் பட்டன. புதிய சிந்தனைகள், புதிய கோட்பாடுகள், புதிய பாதைகள் முன்மொழியப்பட்டன. புதிய உண்மைகளைக் கண்டறிவதற்கான தேடல் ஊக்குவிக்கப்பட்டது.

முதல் நகரமயமாக்கலின்போது சிந்து சமவெளி இந்தியத் துணைக்கண்டத்தின் மையமாக இருந்தது என்றால் இரண்டாவதில் வட இந்தியாவின் இதயப் பகுதியான கங்கைச் சமவெளி மையமாக மாறியது. மக்களுக்கும் அவர்கள் வாழும் பிரதேசங்களுக்கும் இடையிலான பிணைப்பு வலுவடையத் தொடங்கியது. தாங்கள் வாழும் பிரதேசத்துக்கு உண்மையாக இருக்கவேண்டும் என்று மக்கள் கருதினர். சமஸ்கிருத மொழிக்கான இலக்கணம் வகுத்த பாணினியிடமிருந்து இதை நம்மால் தெரிந்துகொள்ளமுடிகிறது என்கிறார் டி.என். ஜா.

வேதகாலத்தின் பிற்பகுதியில் 'ஜனபதம்' எனும் பெயர் நமக்கு அறிமுகமாகிறது. ஜனம் என்றால் மக்கள். பதம் என்றால் பாதம். மக்கள் ஒரு குழுவாகத் திரண்டு கால் பதித்த இடமே ஜனபதம். சிறிய அளவிலான கிராமப்புற நிலப்பரப்பை இது குறிக்கும். ஜனபதம் பற்றிய குறிப்புகள் ஐதரேய பிராமணம், சதபத பிராமணம் ஆகியவற்றில் இடம்பெற்றுள்ளன. ஒவ்வொரு ஜனபதமும் ஒரு மன்னரால் ஆளப்பட்டது. ஜனபதத்தின் உறுப்பினர்கள் கூடுவது சமிதி என்று அழைக்கப்பட்டது. இந்த உறுப்பினர்கள்தாம் மன்னரைத் தேர்வு செய்கிறார்கள். அரசருக்கு ஆலோசனை வழங்கும் குழுவின் பெயர், சபா. பல குலங்கள் ஒன்றிணைந்து ஜனபதம் உருவாகியிருக்கலாம். தொடக்கத்தில் ஒவ்வொரு குலமும் ஒரு தலைவரைத் தேர்ந்தெடுத்திருப்பார்கள். ஒரு குறிப்பிட்ட பிரதேசத்தில் பல குலங்கள் ஒன்றிணையும்போது

பல தலைமைகள் இருப்பதற்குப் பதில் ஒரு ஜனபதத்துக்கு ஒரு தலைவர் அல்லது மன்னர் இருப்பது நல்லது, பாதுகாப்பானது என்று மக்கள் கருதியிருக்கலாம். 'ராஷ்டிரா' என்றும் ஜனபதம் அழைக்கப்பட்டது. இது வெறும் பிரதேசத்தைக் குறிக்கும் சொல் மட்டுமல்ல. ஆள்பவரும் ஆளப்படுவோரும் இணைந்து புவியரசியல் உணர்வோடு வகுத்துக்கொண்ட ஓர் அரசுக் கோட்பாடு.

ஜனபதங்கள் சிறிய ஆட்சிப் பகுதிகள் என்றால் மகாஜனபதங்கள் பெரிய ஆட்சிப் பகுதிகள். அங்குத்தரா நிகாயம், தீக நிகாயம் உள்ளிட்ட பௌத்தப் பிரதிகளிலிருந்து மகாஜனபதங்களின் எண்ணிக்கை 16 என்று அறிகிறோம். சமணப் பதிவுகளும் இதை உறுதிசெய்கின்றன. ஒவ்வொரு பிரதேசத்தையும் ஒரு நாடாகக் கற்பனை செய்துகொள்ளலாம். ஒவ்வொன்றுக்கும் தலைநகரம் இருந்தது. எல்லைகள் தெளிவாக வகுக்கப்பட்டிருந்தன. ஆள்பவர் (ராஜா), ஆளப்படுபவர் (பிரஜா) என்னும் வேறுபாடு துலக்கமடைந்திருந்தது. நாங்கள் இந்த நாட்டைச் சேர்ந்தவர்கள் என்று மக்களும் நான் இந்த நாட்டை ஆள்பவர் என்று மன்னரும் தன்னுணர்வு பெற்றிருந்தனர். 16 மகாஜனபதங்களின் பெயர்கள் பின்வருமாறு. 1. அங்கம், 2. கோசலம், 3. காசி, 4. மகதம், 5. வஜ்ஜி, 6. மல்லம், 7. சேதி, 8. வத்சம், 9. குரு, 10. பாஞ்சாலம், 11. மத்சம், 12. சூரசேனம், 13. அஸ்மகம், 14. அவந்தி, 15. காந்தாரம், 16. காம்போஜம்.

மேற்கூறிய எல்லாவற்றையும் விரிவாக அறிமுகம் செய்வது நாம் எடுத்துக்கொண்டுள்ள தலைப்புக்கு அப்பாற்பட்டது. தவிரவும், இந்த மகாஜனபதங்களின் வரலாறு புராணங்களோடும் இதிகாசங் களோடும் பௌத்த, சமணக் கதைகளோடும் பின்னிப் பிணைந்திருக்கிறது. பண்டைய இந்தியாவின் முக்கிய நகரங்கள் மகாஜனபதங்களுக்குள் வந்துவிடுகின்றன. அசோகரின் இந்தியா என்பது பெருமளவில் மகாஜனபதங்களின் தொகுப்புதான். அவர் இந்நாடுகளுக்குப் பயணம் மேற்கொண்டிருக்கிறார். போரிட்டிருக்கிறார். பௌத்தத்தை அறிமுகப்படுத்தியிருக்கிறார். தூண்களையும் தூபிகளையும் நிறுவியிருக்கிறார். கல்வெட்டு களைப் பொறித்திருக்கிறார்.

எல்லா ஜனபதங்களும் நமக்கு முக்கியமானவையல்ல. மகதப் பேரரசு ஆட்சிக்குவந்த பிறகு பல மகாஜனபதங்கள் மகதத்தோடு இணைந்துவிட்டன அல்லது சுருங்கிவிட்டன அல்லது

அதிகாரத்தையும் முக்கியத்துவத்தையும் இழந்துவிட்டன. முக்கியமான சிலவற்றை மட்டும் பார்ப்போம். மகதத்துக்கு அருகிலுள்ளது அங்கம். அங்கத்தை ஆண்ட மன்னர்களின் பெயர்கள் புராணங்களில் இடம்பெற்றுள்ளன. தாதிவாகனன் எனும் மன்னனைச் சமணம் குறிப்பிடுகிறது. அங்கத்தின் மன்னனாக கர்ணனை, துரியோதனன் முடிசூட்டுவதை மகாபாரதம் விவரிக்கிறது. மகதத்தையும் அங்கத்தையும் சம்பா நதி பிரிக்கிறது.

கோசலத்தின் (கோசலை நாடு) தலைநகரம் அயோத்தி. கோசல மன்னர்கள் சூரிய வம்சத்து மன்னரான இஷ்வாகுவின் வழித் தோன்றல்கள். தசரதனும் ராமனும் கோசல நாட்டை ஆண்டவர்கள். புத்தரின் பரிநிர்வாணத்துக்கு ஆனந்தர் பரிந்துரைத்த ஷ்ராவஸ்தி, சாகேதா ஆகிய இரு நகரங்களும் கோசலத்தின் பகுதிகள்தாம்.

காசி வேதங்களில் இடம்பெற்றுள்ளது. காசியின் தலைநகரம், வாரணாசி. புத்தர் முதல் முதலில் உபதேசம் செய்யத் தொடங்கியது வாரணாசியில்தான் என்பதால் பௌத்தர்களுக்கும் இது ஒரு புனித இடம். ஜாதகக் கதைகள் காசியை இந்தியாவின் செழிப்பான நகரங்களுள் ஒன்று என்று அழைக்கின்றன. பக்கத்து கோசல நாட்டோடு காசி நாடு எப்போதும் சண்டையிட்டு வந்திருப்பதையும் அதே ஜாதகக் கதைகளிலிருந்து தெரிந்து கொள்ளமுடிகிறது. அங்கத்தோடும் மகதத்தோடும்கூட காசி சண்டையிட்டிருக்கிறது.

மகதத்துக்கு வடக்கே அமைந்திருக்கிறது மல்லம். மகாஜன பதங்களில் சிறிய நாடு இதுவே என்றாலும் பௌத்தர்களுக்கு முக்கியமான இடம். புத்தர் பரிநிர்வாணம் அடைந்தது இதன் தலைநகரான குஷிநகரில்தான். மகாபாரதம் மல்லத்தை மல்லராஷ்டிரா என்று அழைக்கிறது. மகாவீரர் மறைந்த பாவாபுரியும் இங்கேதான் இருக்கிறது. புத்தரின் இறப்புக்கு முன்பே மல்லம் மகதத்தின் பிடியில் வந்துசேர்ந்துவிட்டது.

வஜ்ஜியை நாடு என்பதைவிடப் பல்வேறு சிறு நாடுகளின் கூட்டமைப்பு என்று சொல்வது சரியாக இருக்கும். சமணப் பிரதிகளில் இடம்பெற்றுள்ள ஓரிடம். கங்கையிலிருந்து வடக்கே அமைந்துள்ளது. இதன் தலைநகரம், வைஷாலி. கங்கை, யமுனை ஆற்றுக்கு அருகில் அமைந்துள்ளது வத்ச நாடு. தலைநகரம், கௌசாம்பி. வத்சன் என்னும் மன்னனின் பெயரால் இந்நாடு அழைக்கப்படுவதாகப் புராணங்கள் சொல்கின்றன. புத்தரின்

சமகால மன்னன், உதயணன். அவருடைய ஈடுபாட்டைக் கண்டு மகிழ்ந்த புத்தர், கௌசாம்பிக்கு அவ்வப்போது சென்றிருக்கிறார்.

மகாபாரதத்தில் வரும் புரு என்னும் மன்னரின் பெயரால் புரு வம்சம் கங்கைச் சமவெளியில் பல ஆண்டுகள் ஆட்சி செய்திருக்கிறது. புரு தோன்றி 25 தலைமுறைகளுக்குப் பிறகு தோன்றியவர் குரு. அவர் பெயரிலிருந்து தோன்றியது குரு நாடு. தலைநகரம் ஹஸ்தினாபுரம். குருவுக்குப் பின்பு பல தலைமுறைகள் கழித்துப் பாண்டவர்களும் கௌரவர்களும் பிறந்தனர். பாஞ்சாலம் தற்போதைய உத்தரகாண்ட், உத்தரப் பிரதேசம் பகுதிகளை உள்ளடக்கிய நாடு. திரௌபதி இந்நாட்டைச் சேர்ந்தவர். பாஞ்சாலத்தின் படைகள் குருஷேத்திரப் போரில் பாண்டவர் அணியில் நின்று போரிட்டிருக்கின்றனர். மத்சய நாடு, விராட நாடு ஆகிய பெயர்களைக்கொண்டது மத்சம். சமஸ்கிருதத்தில் மத்ஸம் என்றால் மீன். இன்றைய வடகிழக்கு ராஜஸ்தான் பகுதிகளைக் கொண்டது. பாலி இலக்கியங்களிலும் இடம்பெற்றிருக்கிறது.

இன்றைய பாகிஸ்தான், ஸ்வாட் பள்ளத்தாக்கு, ஆப்கனிஸ்தான் ஆகியவற்றின் பகுதிகளை உள்ளடக்கிய ஒரு நாடு, காந்தாரம். காந்தார மன்னர்கள் பற்றிய குறிப்புகள் மகாபாரதத்தில் இடம்பெற்றுள்ளன. சகுனியின் இடமாக அறியப்படுகிறது. சகுனி புத்தரின் வழித்தோன்றல் என்றொரு கதை இருப்பதை ஏற்கெனவே பார்த்தோம். அது மகாபாரத சகுனியல்ல, வேறொரு மன்னன் என்று சொல்பவர்களும் உண்டு. காந்தாரம் பௌத்தத்தோடு நெருங்கிய தொடர்புகொண்ட ஒரு நகரம். காந்தாரத்துக்கு அருகிலுள்ள நாடு, காம்போஜம். குதிரை வளர்ப்புக்குப் பெயர் போன இடம். குதிரையைக் குறிக்கும் அஸ்வம் என்னும் பெயரால் அஸ்வகர்கள் என்று காம்போஜ மக்கள் அழைக்கப்பட்டுள்ளனர். அர்த்தசாஸ்திரத்தில் இடம் பெற்றுள்ளது. அசோகர் கல்வெட்டிலும் இடம்பிடித்திருக்கிறது.

சிறிய மீன்களைப் பெரிய மீன் உண்ணுவது போல் மகதம் பல மகாஜனபதங்களை வென்று தன்னோடு இணைத்துக்கொண்டு, அளவில் பெரியதாக உருமாறியது. மகதப் பேரரசு உருவானது இப்படித்தான்.

●

8

மகதப் பேரரசு உருவானது எப்படி?

மகாஜனபதங்களை அறிமுகம் செய்துகொண்டோம். இவை இந்தியத் துணைக்கண்டத்தின் இன்றைய வரைபடத்தில் வடகிழக்கு எல்லையிலிருந்து தெற்கில் கோதாவரி ஆறு வரை; மேற்கில் மால்வா சமவெளிப் பகுதியிலிருந்து கிழக்கே பிகார்வரை படர்ந்திருந்தன. கோதாவரிக்கு அருகிலுள்ள அஸ்மகம் தவிர, மற்றவை பெருமளவில் வட இந்தியாவிலும் சில மத்திய இந்தியாவிலும் அமைந்திருந்தன. வட இந்தியாவில் பெரும்பாலானவை கங்கைச் சமவெளியில் குவிந்திருந்தன.

ஒவ்வொரு மகாஜனபதமும் தன்னளவில் ஓர் அதிகார மையமாக இருந்தது. அதிகார மையங்கள் தங்களுக்குள் ஓயாமல் மோதிக்கொண்டன. ஒரு பெரிய நாடு (நாடு என்றால் ராஜ்ஜியம்) மற்றொரு பெரிய நாட்டோடு மோதியது என்றால் சிறியது தன்னையொத்த சிறிய நாட்டைச் சீண்டியது. ஒரு நாட்டுக்குள்ளேயே அதிகாரப் போட்டி நடைபெறுவதும் உண்டு. மன்னருக்குப் பிறகு அவர் வாரிசுகளில் யாருக்கு ஆட்சி செல்லவேண்டும் எனும் கேள்வி பல நாடுகளை ஆட்டிப்படைக்க ஆரம்பித்தது. வாரிசுப் போட்டி வாரிசுப் போர்களுக்கு இட்டுச் சென்றது. பக்கத்து நாட்டோடு போரிட்டால் கூடுதல் பிரதேசம் கிடைக்க வாய்ப்பிருக்கிறது. உள்ளுக்குள் நடக்கும் போர் எதையும் பெற்றுக்கொடுக்காது என்பதோடு, அந்நாட்டுக்கு மேலதிக

புத்தரைக் காண்பதற்கு ஊர்வலமாகச் செல்லும் கோசல மன்னர் பிரசன்னஜித்

ராஜக்ருஹத்தைத் தரிசிக்கும் பிம்பிசாரர்

அழிவைத்தான் கொண்டுவந்து சேர்க்கும் எனும் உண்மையை உணர்ந்ததும், ஒரு மன்னர் இறந்ததும் மணிமகுடம் மூத்த வாரிசுக்கே செல்லவேண்டும் என்றொரு விதிமுறை வகுக்கப் பட்டது. அது பரவலாகப் பின்பற்றபட்டபோது உள்நாட்டு மோதல்கள் குறைந்தன.

படை பலத்தின் தேவையை எல்லா நாடுகளும் உணர்ந்திருந்தன. பெரிய நாடுகளுக்குப் பெரிய படை. சிறிய நாடுகளுக்குச் சிறிய படை. வேறுபாடின்றி இரு வகை நாடுகளுமே தங்கள் படை வலிமையைப் பெருக்குவதில் அக்கறை காட்டின. நிதி இருந்தால்தான் பலம் பெருகும் என்பதால் வரிவசூலில் மன்னர்கள் கவனம் செலுத்தினார்கள். வணிகம் ஊக்குவிக்கப் பட்டது. சமயம் வளர்ந்தது. முடியாட்சி இப்படியாகக் கொஞ்சம் கொஞ்சமாக வளர ஆரம்பித்தது.

இருப்பதிலேயே அதிக செல்வாக்கும் அரசியல் முக்கியத்துவமும் பெற்ற நாடாக முதலில் மலர்ந்துவந்தது காசிதான். காசிக்கு அதன் தலைநகரம் வாரணாசி புகழ் சேர்த்தது. தசரத ஜாதகக் கதையின்படி ராமர் அயோத்திக்கு அல்ல, காசிக்குதான் அரசராக இருந்திருக்கிறார். அருகிலுள்ள கோசலத்தை அடக்கி, தன் கட்டுப்பாட்டின் கீழ்கொண்டுவந்ததன் மூலம் தன் அதிகாரத்தை நிலைநாட்டிக்கொண்டது காசி. புத்தர் காலத்தில் காசி ஆடை உற்பத்தியில் முன்னணியில் இருந்ததாக டி.என். ஜா குறிப்பிடுகிறார். அதே புத்தர் காலத்தில்தான் காசி தனது செல்வாக்கையும் இழந்தது. அதற்குக் காரணம் பிரசன்னஜித் என்னும் மன்னர்.

புத்தரின் சீடரான பிரசன்னஜித் மன்னராகப் பொறுப்பேற்றுக் கொண்ட பிறகு, கோசலத்தின் அடையாளம் முற்றிலுமாக மாறிப்போனது. காசியின் நிழலில் அதுவரை அடங்கிக்கிடந்த கோசலத்தைத் தூக்கி நிறுத்தினார் பிரசன்னஜித். போதுமான பலம் பெற்றதும் காசியோடு போரிட்டதோடு, அந்நாட்டை வென்று, கோசலத்தோடு இணைத்துக்கொண்டார்.

கோசலைபோல் மகதமும் தொடக்கத்தில் செல்வாக்கற்ற ஒரு சாதாரண நாடாகவே இருந்திருக்கிறது. அங்க நாடு, வத்ச நாடு இரண்டுக்கும் மத்தியில் இருந்தது மகதம். இன்றைய பாட்னா, கயா பகுதிகளை உள்ளடக்கிய ஒரு பிரதேசம். வடக்கில் கங்கையும் மேற்கில் சோன் ஆறும் பாய்ந்துகொண்டிருந்தன. தெற்கில் விந்திய மலைகள், கிழக்கில் சம்பா ஆறு. கிழக்கில்

அமைந்திருந்த அங்க நாட்டோடு ஒப்பிடும்போது கூனிக் குறுகிக்கிடந்தது மகதம். மகதத்தின் தலைநகரம் ராஜக்ருஹம், அங்க நாட்டின் ஒரு பகுதியாக இருந்திருப்பதை ஜாதக் கதைகளிலிருந்து அறியமுடிகிறது. கோசலைக்கு ஒரு மன்னர் கிடைத்ததைப்போல் மகதத்துக்கும் ஒருவர் கிடைத்தார். அவர், நாம் ஏற்கெனவே அறிமுகம் செய்துகொண்ட பிம்பிசாரர். பிரசன்னஜித்போல் புத்தரைப் பின்பற்றுபவர்.

மகதத்தின் வரலாற்றில் ஒரு திருப்புமுனையை ஏற்படுத்தியவர் பிம்பிசாரர். மகதம் ஒரு பேரரசாக மாறியது அவர் வரவுக்குப் பிறகுதான். ஹரியங்கா வம்சத்தைத் தோற்றுவித்தவரான அவரைப் பற்றி நமக்குத் தெரிந்தது குறைவுதான். பதவிக்கு வந்தவுடன் போர், மோதல் என்று அவசரம் காட்டாமல் நிதானமாகச் சூழலை ஆராய்ந்தார் பிம்பிசாரர். தன் நாட்டின் நீள, அகலங்களை அதிகரிக்கவேண்டும்; அரசியல் முக்கியத்துவம் வாய்ந்த ஒரு நாடாக மகதம் உயரவேண்டும் போன்ற கனவுகள் அவருக்கும் இருந்திருக்கும் என்றாலும் தன் உண்மையான பலம் என்ன என்பதை அவர் அறிந்திருந்தார். கோசலம், வஜ்ஜி போன்ற நாடுகளோடு திருமண உறவுகளை வளர்த்துக்கொண்டதன்மூலம் மகதத்தின் செல்வாக்கை உயர்த்தினார். கோசலத்தில் அவர் மணந்துகொண்டது பிரசன்னஜித்தின் தங்கை கோசலாதேவியை. இவர் காசியின் அரசி. தந்தையின் மரணத்தைத் தொடர்ந்து இவர் அரசியாக நியமிக்கப்பட்டிருப்பதாகத் தெரிகிறது. பிம்பிசாரரை மணந்துகொண்டதன்மூலம் வரதட்சணையாக இவர் காசியை அவரிடம் ஒப்படைத்துவிட்டார். மகதத்தின் ஒரு பகுதியாக காசி மாறியது. வாரணாசிமூலம் மகதத்தின் வருவாய் அதிகரித்தது. வருவாய்மூலம் மகதத்தின் படை வலிமையைக் கூட்டினார் பிம்பிசாரர். பக்கத்து நாடான அங்கம் விரைவில் மகதத்தோடு இணைக்கப்பட்டது.

புவியியலும் மகதத்துக்கு வலுசேர்த்தது. உள்ளபடியே கங்கைச் சமவெளி வளமான இடம்தான். அதிலும் குறிப்பாக மகதம் அமைந்திருந்த அதன் மத்தியப் பகுதி நல்ல மழை, நல்ல வண்டல் மண் என்று கூடுதல் செழிப்பும் பூரிப்பும்கொண்ட இடமாக இருந்தது. வேளாண்மையும் வணிகமும் போட்டிப்போட்டுக் கொண்டு வளர்ந்தன. காடுகளைத் திருத்த, கருவிகள் தயாரிக்க, ஆயுதங்கள் உருவாக்க என்று இரும்புப் பயன்பாடும் இப்பகுதியில் மிகுந்திருந்ததைத் தொல்லியல் ஆய்வுகள் உறுதிசெய்கின்றன. நகர்மயமாக்கல் துரிதமாக நடந்தது. பிம்பிசாரர் எல்லா

வாய்ப்புகளையும் நன்கு பயன்படுத்தி வலுவான ஒரு முடியாட்சியை உண்டாக்கினார். போர்க்களத்தில் மட்டுமின்றி நிர்வாகத்திலும் சிறந்து விளங்கினார்.

பிம்பிசாரருக்குப் பிறகு மகதம் அஜாதசத்ருவின் கரங்களுக்குச் சென்றது. இவர் தந்தையைக் கொன்று ஆட்சியைக் கைப்பற்றியவர் என்றும் தந்தையைப் போலவே புத்தரின் சீடர் என்றும் முன்பே பார்த்தோம். ஏற்கெனவே வளர்ந்து, திரண்டிருந்த மகதத்தின் நீள, அகலங்களை மேலும் விரிவுபடுத்தும் முயற்சிகளில் முனைப்போடு இறங்கினார் அஜாதசத்ரு. மகதம் அடுத்த பாய்ச்சலுக்குத் தயாரானது. 16 மீன்கள் வாழ்ந்த குளத்தில் இப்போது மூன்று கொழுத்த மீன்களை மட்டுமே காணமுடிந்தது. மகதம், கோசலம், அவந்தி. போட்டி என்று ஒன்று வந்தால், போர் என்று ஒன்று மூண்டால், இனி இந்த மூவருக்கும் இடையில்தான் இருந்தாகவேண்டும் எனும் நிலையில் அஜாதசத்ரு கோசலத்தோடு மோதத் தொடங்கினார்.

அதன்பின் என்ன நடந்தது என்பது பற்றி இரு தரப்பிலிருந்தும் கிடைக்கும் செய்திகளில் சில முரண்பாடுகள் இருந்தாலும் கிடைத்த புள்ளிகளை வைத்து இப்படியொரு கோலம் போடலாம். தன் கணவர் பிம்பிசாரரை அவர் மகன் கொன்று விட்டான் என்பதை அறிந்து கோசலாதேவி துக்கத்தில் ஆழ்ந்து போனார். மீள முடியாமல் இறந்தும்போனார். சினம்கொண்ட கோசல மன்னர் பிரசன்னஜித் அஜாதசத்ருவைப் பழிவாங்கத் துடித்தார். அஜாதசத்ருவை வீழ்த்திவிட்டு, மகதத்தின் ஒரு பகுதியாக மாறிவிட்டிருந்த காசியை மீட்டெடுப்பது அவர் திட்டம். மகதத்துக்கும் கோசலத்துக்கும் இடையில் போர் தொடங்கியது. கிட்டத்தட்ட சமபலம்கொண்ட இரு நாடுகள் என்பதாலும் சமபலம்கொண்ட இரு அரசர்கள் என்பதாலும் போர் நீடித்துக்கொண்டே சென்றிருக்கிறது. புத்தரின் இரு சீடர்களுக்கு இடையிலான இந்தப் போர் வெறும் சொந்தப் பகை காரணமாக மூண்ட போர் மட்டுமின்றி, காசி எனும் பொருளாதார மையத்துக்காக நடைபெற்ற போர் அல்லது காசியை முன்வைத்து ஒன்றை இன்னொன்று விழுங்குவதற்காக மேற்கொள்ளப்பட்ட போர் என்று சொல்லலாம்.

வென்றவர் அஜாதசத்ரு. பிரசன்னஜித்துக்கு வேறொரு சிக்கலும் முளைத்தது. பிரசன்னஜித்தின் மகன் அவருக்கு எதிராகக் கலகத்தில் இறங்க, கோசலையிலிருந்து வெளியேறிய

பிரசன்னஜித் அடைக்கலம் தேடி மகதத்துக்குச் சென்றிருக்கிறார். அடைவதற்குமுன்பே நுழைவாயிலில் கொல்லப்பட்டிருக்கிறார். அதன்பின் கோசலையின் பலம் குன்றத் தொடங்கிவிட்டது. மகதம் கோசலத்தை இணைத்துக்கொண்டது.

அடுத்து அஜாதசத்ரு வஜ்ஜியை வளைக்க விரும்பினார். அது அவ்வளவு சுலபமாக இல்லை. பல்வேறு ராஜ்ஜியங்களின் கூட்டமைப்பான வஜ்ஜியை வீழ்த்த மகதத்துக்குப் பல ஆண்டுகள் பிடித்தன. இறுதியில் அவையும் மகதத்தோடு இணைக்கப் பட்டன. ஒருவேளை மகதமும் கோசலமும் கரம் கோத்து எதிர்த்திருந்தால் அஜாதசத்ருவை வீழ்த்தியிருக்கமுடியும் என்று சிலர் இன்று வாதிடுகின்றனர். அப்படி நடந்திருக்கவும் வாய்ப்புகள் இருக்கின்றன என்கிறார் ராய் சவுத்ரி. மகதத்தின் ஆதிக்கத்தை முறியடிப்பதற்காக ஒரே நேரத்தில் கோசலமும் வஜ்ஜியும் அஜாதசத்ருவுக்கு எதிராகத் திரும்பியிருக்கலாம். இரண்டும் வீழ்த்தப்பட்டிருக்கலாம் என்கிறார் அவர்.

அஜாதசத்ருவின் மகன் உதயணன் ஆட்சிக்கு வந்ததும் ராஜக்ருஹத்துக்குப் பதிலாக, பொருளாதார மையமாக வேகமாக வளர்ந்துகொண்டிருந்த பாடலிபுத்திரம் புதிய தலைநகரமாக மாற்றியமைக்கப்பட்டது. இந்த முடிவும் மகதத்துக்கு வலுவே சேர்த்தது. விரைவில் பாடலிபுத்திரம் மகதத்தின் வலுவான அரசியல் மையமாக மாறியது. இப்போது மகதத்துக்குப் போட்டியாக அவந்தி மட்டுமே ஒற்றையாக நின்று கொண்டிருந்தது. பிம்பிசாரரின் ஹரியங்கா வம்சம் (பொஆமு 600-413) உதயணனோடு முடிவுற்றது. அதன்பின் சிசுநாக வம்சம் (பொஆமு 413-345) தொடங்கியது. காசியைச் சேர்ந்த அரசு நிர்வாகியான சிசுநாகர் மகதத்தைக் கைப்பற்றினார். உதயணனால் முடியாததை, சிசுநாகர் செய்துமுடித்தார். அவர் ஆட்சியில் அவந்தி மகதத்தோடு சேர்க்கப்பட்டது.

போட்டி என்று சொல்ல இனி யாருமில்லை. தனிப்பெரும் ஆதிக்கச் சக்தியாக மகதப் பேரரசு உயர்ந்து நின்றது. மகாபத்ம நந்தன் மகத அரசராகப் பொறுப்பேற்றுக்கொண்டார். இவர் தொடங்கி வைத்த வம்சம் மகத வரலாற்றில் சர்ச்சைக்குரியதாக நிலைத்துப்போனது. புராணங்கள் மகாபத்ம நந்தனை ஒரு சூத்திரப் பெண்ணின் மகன் என்று அழைக்கிறது என்றால் சமண நூல் (பரிசிஷ்டபர்வம்) அவரை ஒரு நாவிதரின் மகன் என்கிறது. மகாபத்ம நந்தன் சிசுநாக வம்சத்தைச் சேர்ந்த ஒருவரைக் கொன்றுவிட்டார் என்கிறார் ஹர்ஷசரித்ரம் எழுதிய

பாணபட்டர். கொடூரமானவர், வன்முறை வேட்கைகொண்டவர் என்று வேறு சில பதிவுகளும் அவரை வர்ணிக்கின்றன. ஏகப்பட்ட சத்திரிய மன்னர்களைக் கொன்றவராகவும் அவர் அறியப் படுகிறார். பல பகுதிகளைப் போரிட்டு ஆக்கிரமித்துக்கொண்டார் என்று சொல்லப்படுகிறது. மகதத்தின் ஆதிக்கத்திலிருந்து விடுபடும் நோக்கில் கலகம் செய்த பகுதிகளை அவர் அநேகமாகப் போரிட்டு மீண்டும் பிடிக்குள் கொண்டு வந்திருக்கலாம் என்கிறார் ரனபீர் சக்ரவர்த்தி.

அதுவரை மகதத்தை ஆண்டவர்கள் எவரும் கவனம் செலுத்தாத அஸ்மகம், கலிங்கம் இரண்டிலும் மகாபத்ம நந்தர் ஆர்வம் கொண்டிருந்ததாகத் தெரிகிறது. அஸ்மகம் மகாஜனபதங்களுள் ஒன்று. கலிங்க நாடு என்பது இன்றைய ஒடிசா, ஆந்திரா பகுதிகளை உள்ளடக்கிய பிரதேசம். மகதம் கலிங்கத்தைக் கைப்பற்றியதை, காரவேலரின் ஹாத்திகும்பா கல்வெட்டு உறுதிசெய்கிறது. கலிங்கத்தை இணைத்துக்கொண்டதன்மூலம் மகதம் முதல் முறையாகத் தெற்கிலும் படர்ந்துவிரிந்தது. அசோகரின் வாழ்விலும் சிந்தனையிலும் இதே கலிங்கம் ஏற்படுத்திய தாக்கத்தைப் பின்னர் பார்க்கப்போகிறோம்.

கலிங்கத்தைத் தொடர்ந்து அஸ்மகமும் மகதத்தோடு இணைக்கப்பட்டது. இல்லை, அது நடைபெறவில்லை என்னும் கருத்தும் நிலவுகிறது. புராணங்களின்படி நந்தர் வம்சத்தைச் சேர்ந்த ஒன்பது பேர் மகதத்தை ஆண்டிருக்கிறார்கள் (பொஆமு 345-322). ஆனால், உறுதியாக நமக்குத் தெரிந்த பெயர் ஒன்றுதான். நந்த வம்சத்தின் இறுதி மன்னர், தனநந்தர். மகதப் பேரரசை நந்தர்கள் மேற்கில் பஞ்சாப் வரை வளர்த்தெடுத்திருந்தனர். அதே மேற்கில் அலெக்சாண்டரின் படைகள் நுழைந்தபோது (பொஆமு 327) மகதப் பேரரசு ஆயிரம் ஆலமரங்களின் பலத்தோடு பிரம்மாண்டமாகத் திரண்டிருந்தது. அலெக்சாண்டர் மகதத்தோடு மோதாமலேதான் இந்தியாவிலிருந்து கிளம்பிச் செல்ல வேண்டியிருந்தது.

அசோகரின் தாத்தா சந்திரகுப்தர் நந்த வம்சத்தை வீழ்த்திவிட்டு, மகதத்தைக் கைப்பற்றிய கதை மிகவும் பிரபலமானது. இந்தியாவின் ஜூலியஸ் சீஸர் என்றொரு பட்டப்பெயர் அவருக்கு உண்டு. அசோகரைப் போலவே மௌரியப் பேரரசைத் தொடங்கி வைத்தவரான சந்திரகுப்தரின் தொடக்கக் காலமும் நமக்குத்

தெரியாது. நந்த வம்சத்தைச் சேர்ந்த மூரா என்னும் அடிமைப் பெண்ணின் மகன் என்றொரு கதை சொல்லப்படுவதை ஏற்கெனவே பார்த்தோம். 12ஆம் நூற்றாண்டைச் சேர்ந்த ஹேம சந்திரர் தனது பரிசிஷ்டபர்வத்தில் அசோகர் 'மயூரபோஷகா' எனும் வம்சத்தைச் சேர்ந்தவர் என்று குறிப்பிடுகிறார். மயூரம் என்றால் மயில். மயில் வளர்ப்பில் ஈடுபட்டுவந்த ஒரு குழுவின் தலைவருக்குப் பேரனாக சந்திரகுப்தர் அறியப்படுவதாகச் சொல்கிறார் ஹேமசந்திரர். மயூரத்திலிருந்தே மௌரியர் வந்ததாம். இதை உறுதிப்படுத்தும் வேறு சான்றுகள் இல்லை. ஆனால், இந்த இரு கதைகளும் உணர்த்தும் அடிப்படை உண்மை ஒன்றுதான். சந்திரகுப்தரின் பின்னணி எளிமையானது. அவர் நிச்சயம் அரசக் குடும்பத்தைச் சேர்ந்தவரல்லர்.

மகாவம்சத்தின்படி சந்திரகுப்தர் ஒரு சத்திரியர். வைசியர் என்று அவரை அழைப்பவரும் உள்ளனர். மௌரியருக்கு முற்பட்ட காலத்துப் பிரதியான மகாபரிநிர்வாண சூக்தம் 'மோரியர்' என்றொரு வம்சம் பிப்பலிவனாவில் இருந்ததாகக் குறிப்பிடுகிறது. இது இன்றைய நேபாளத்துக்கும் உத்தரப் பிரதேசத்துக்கும் இடைப்பட்ட பகுதி. இதுவும்கூட மோரியரை அரச வம்சம் என்று சொல்லவில்லை. மோரியரிலிருந்துதான் மௌரியர் வந்ததா என்பதும் தெரியவில்லை. புத்தரின் சாக்கிய வம்சத்தோடு அவரைத் தொடர்புபடுத்தும் பௌத்தப் பதிவுகள் பிற்காலத்தில் உருவாயின.

கௌடில்யரைச் சந்திரகுப்தர் எப்போது சந்தித்தார் என்பதும் தெரியவில்லை. ஆனால், இந்த இருவரையும் இணைத்து ஏராளமான கதைகள் உருவாக்கப்பட்டிருக்கின்றன. அவற்றில் எது மிகை, எது முழுக் கற்பனை, எது உண்மை என்று கண்டறிவது கடினம். தனநந்தரால் அவமானப்படுத்தப்பட்ட கௌடில்யர் நந்தர் வம்சத்தைக் கூண்டோடு ஒழிக்கச் சபதம் பூண்டு, சந்திரகுப்தரை ஒரு கருவியாகக் கையாண்டு, தன் சபதத்தை நிறைவேற்றினார் என்பது இந்தக் கதைகளின் ஒற்றைவரி சாராம்சம்.

மகதத்தைக் கைப்பற்ற சந்திரகுப்தர் மேற்கொண்ட தொடக்கக் கால முயற்சிகள் பலனளிக்கவில்லை. ஒருநாள் கௌடில்யரும் அவரும் சாலையில் நடந்துசென்றுகொண்டிருந்தபோது, ஒரு தாய் குழந்தைக்கு உணவூட்டிக்கொண்டிருந்ததைக் கண்டார் களாம். குழந்தை உணவின் (சில கதைகளில் சப்பாத்தி) நடுப்பகுதியை மட்டும் சாப்பிட்டுவிட்டு ஓரங்களைத் தூக்கி

எறிந்துவிட்டதாம். நீ ஏன் சந்திரகுப்தர்போல் இருக்கிறாய்? சுற்றிலும் உள்ள பகுதிகளை முடித்துவிட்டுதான் மையத்துக்கு வரவேண்டும் என்று அம்மா கோபித்துக்கொண்டது இருவர் காதுகளிலும் விழுந்திருக்கிறது. அர்த்தசாஸ்திரம் வகுத்த கௌடில்யர் இதை ஒரு வீதிப்பேச்சாக மட்டும் எடுத்துக் கொள்ளாமல், ஒரு தந்திரோபாயமாக மாற்றிச் சந்திரகுப்தருக்கு அளித்திருக்கிறார். சந்திரகுப்தரும் சுற்று வட்டாரப் பகுதிகளைக் கொஞ்சம் கொஞ்சமாகத் தாக்கத் தொடங்கி இறுதியில் மகதத்தைக் கைப்பற்றினார். சந்திரகுப்தர் பற்றி நிலவும் பிரபலமான கதைகளில் இதுவும் ஒன்று.

சந்திரகுப்தர் சிறுவனாக இருந்தபோது அலெக்சாண்டரை நேரில் கண்டதாக கிரேக்க வரலாற்றாசிரியர் புளூட்டாக் குறிப்பிடுகிறார். இதையும் உறுதிசெய்ய இயலவில்லை. நந்த வம்சத்தால் மக்கள் கடும் துயர் அனுபவிக்கிறார்கள். நீங்கள் ஏன் புறப்பட்டுவந்து மகதத்தைக் கைப்பற்றக் கூடாது என்று சந்திரகுப்தர் நேரடியாக அலெக்சாண்டரை அணுகி அவர் உதவியை நாடியதாகவும் சொல்லப்படுகிறது. ஆனால், மகதத்தின்மீது, குறிப்பாக நந்த வம்சத்தின்மீது சுற்றியுள்ள நாடுகள் கடும் வெறுப்பில் இருந்தன என்பது மட்டும் தெரிகிறது. எல்லோரையும் விழுங்கி கொழுத்துப்போயிருந்த மகதம் வீழ்வதைக் காணவேண்டும் என்று அவர்கள் விரும்பியதைப் புரிந்துகொள்ளமுடிகிறது. நந்த மன்னர்கள் வரி வசூலில் கடும் கண்டிப்பு காட்டினர்; பல நேரங்களில் மிரட்டியும் பணம் பறித்துக்கொண்டனர் என்பது போன்ற கதைகளும் உலவுகின்றன. மகாபத்ம நந்தன் முதல் தனநந்தர் வரையிலான நந்த மன்னர்களின் கொடூரம், வன்முறைச் செயல்கள் பற்றி ஏற்கெனவே பலர் பேசிக்கொண்டிருந்ததையும் பார்த்தோம்.

மகதத்தின் மீதான சுற்றுவட்டாரத்து நாடுகளின் வெறுப்பு, கோபம், பொறாமை அனைத்தையும் சந்திரகுப்தர் தனக்குச் சாதகமாகப் பயன்படுத்திக்கொண்டிருக்கலாம். 'சூத்திர நந்த வம்சத்தை' ஆட்சியிலிருந்து அகற்ற பலரும் சந்திரகுப்தருக்கு உதவ முன்வந்திருக்கலாம். இவை போக, மகதத்துக்குள் இருந்தும் சில அதிருப்தியாளர்களின் உதவிக்கரங்கள் அவருக்கு நீண்டு வந்திருக்கவேண்டும். எந்தவிதப் பின்புலமும் இல்லாத சந்திரகுப்தர் வலிமை மிகுந்த மகதத்தை இப்படி மட்டுமே வீழ்த்தியிருக்கமுடியும் என்று வாதிடுகிறார் ரனபீர் சக்கரவர்த்தி.

அலெக்சாண்டரின் உதவியைச் சந்திரகுப்தர் நாடியதற்கு ஆதாரம் இல்லை. ஆனால், அலெக்சாண்டர் வெளியேறிச் சென்ற பிறகு அவரால் ஆக்கிரமிக்கப்பட்ட பகுதிகளையெல்லாம் சந்திரகுப்தர் கைப்பற்றி மகதத்தோடு இணைத்ததற்கு ஆதாரம் இருக்கிறது. மகதத்தைக் கைப்பற்றிய கையோடு சந்திரகுப்தர் மேற்கொண்ட வரலாற்று முக்கியத்தும் வாய்ந்த விரிவாக்கம் இது. தன் சார்பில் ஆள்வதற்குச் சில ஆளுநர்களை, பஞ்சாபிலும் (இன்றைய பாகிஸ்தான்) வட மேற்கு எல்லைப்புறப் பகுதிகளிலும் நியமித்திருந்தார் அலெக்சாண்டர். சந்திரகுப்தர் இவர்களை ஒவ்வொருவராக வீழ்த்திவிட்டு மகதத்தின் ஆட்சிப்பரப்பை மேற்கு நோக்கி விரித்துச்சென்றார். சந்திரகுப்தர் ஆட்சியைப் பிடித்ததே ஓர் அதிசயம் என்றால், ஆட்சியில் அமர்ந்த கையோடு அதிகாரத்தைத் திரட்டிக்கொண்டு, இவ்வளவு பெரிய ராணுவ நடவடிக்கையை எடுத்தது அதைக் காட்டிலும் அதிசயம்.

'அந்நியர்களை' வெளியேற்றிவிட்டு இந்தியாவை மீட்டெடுத்த மாபெரும் வீரர் என்று சிலர் சந்திரகுப்தரை அழைப்பது இதனால்தான். மாபெரும் வீரர் என்பது உறுதி. ஆனால், அந்நியர், இந்தியா போன்ற பதங்கள் பிரச்னைக்குரியவை என்கிறார் ரனபீர் சக்கரவர்த்தி. இந்த வேறுபாடு இத்தனை துலக்கமாக அன்று இருந்ததில்லை. கிடைத்த வாய்ப்பைப் பயன்படுத்தி மகதத்தை இயன்றவரை விரிவாக்குவதுதான் சந்திரகுப்தரின் திட்டமே தவிர, இந்திய விடுதலை அல்ல. இன்னும் சொல்லப்போனால் அலெக்சாண்டருக்குப் பிறகு ஆட்சியில் அமர்ந்த செல்யூகஸ் நிகாடருடன் அரசியல் உடன்படிக்கை போட்டுக்கொண்டவர் அவர்.

அலெக்சாண்டர் கைப்பற்றி பின்னர் சந்திரகுப்தரின் கரங்களுக்குச் சென்றுவிட்ட இந்தியப் பகுதிகளைத் திரும்பவும் கைப்பற்றும் நோக்கத்தோடு புறப்பட்டு வந்திருக்கிறார் செல்யூகஸ் நிகாடர். ஆனால், சந்திரகுப்தரோடு அவர் மோதியதாக எந்தக் குறிப்பும் இல்லை. பேச்சுவார்த்தைகள் நடந்திருக்கின்றன. அதன் முடிவில் மாசிடோனியாவுக்கும் மகதத்துக்கும் இடையில் ஓர் அரசியல் உடன்படிக்கை கையெழுத்திடப்பட்டுள்ளது. இரு நாடு களுக்குமான நல்லுறவை உறுதிசெய்யும் வகையில் இந்தியர்களும் கிரேக்கர்களும் தடையின்றி திருமணம் செய்துகொள்வதை ஊக்குவிப்பது இந்த உடன்படிக்கையின் ஓர் அம்சம். அப்படியோர் உடன்படிக்கை ஏற்படுவதற்கு முன்பே எல்லைப்புறங்களில் இத்தகைய திருமணங்கள் நடந்து

கொண்டுதான் இருந்தன. சந்திரகுப்தர் ஒரு கிரேக்கப் பெண்ணை மணந்துகொண்டார் எனும் கதை இதிலிருந்துதான் உருவாகியிருக்கவேண்டும்.

இந்த உடன்படிக்கையால் சந்திரகுப்தர் அவரே எதிர்பார்க்காத அளவுக்கு மிகப் பெரிய பலனை ஈட்டிக்கொண்டார். பரிசாக 500 போர் யானைகளை, சந்திரகுப்தர் கிரேக்கத்துக்கு அளித்திருக் கிறார். மலைபோல் அசைந்து வரும் யானைகள்மீது கிரேக்கர் களுக்கு எப்போதுமே ஒருவித வியப்பும் மரியாதையும் இருந்தது. எனவே பதிலுக்குத் தான் ஆக்கிரமித்த பல பகுதிகளைச் சந்திரகுப்தருக்கு அளித்தது கிரேக்கம். மொத்தம் மூன்று புதிய பகுதிகள் மகதத்தோடு சேர்ந்தன. இந்து குஷ் மலைத்தொடரின் தென்கிழக்கு பகுதி. ஆப்கனிஸ்தானின் காந்தஹார். பிறகு பலுசிஸ்தான். சந்திரகுப்தர் கனவிலும் இந்தப் பிரதேசங்களுக்காக ஏங்கியிருக்க வாய்ப்பில்லை. அசோகரின் கல்வெட்டுகள் பின்னாள்களில் ஆப்கனிஸ்தானில் கண்டெடுக்கப்பட்டதற்குக் காரணம் அவர் தாத்தா.

மகதப் பேரரசின் எழுச்சிக்குப் பிந்துசாரர் தொடங்கி பல மன்னர்கள் உதவினார்கள் என்பதில் சந்தேகமில்லை. சந்திரகுப்தரின் பங்களிப்பு தனித்துவமானது. எதிர்பாராத திசைகளிலெல்லாம் அவர் மகதத்தை விரிவாக்கினார். முன்னெப்போதும் இல்லாத செழிப்பை மகதம் அவர் ஆட்சியில் பெற்றது. மீன்கள் அனைத்தும் காணாமல் போன நிலையில் மாபெரும் திமிங்கிலமாக மகதம் மட்டுமே நின்று கொண்டிருந்தது. சந்திரகுப்தரின் மகன் பிந்துசாரர் குறித்து வரலாற்றுக் குறிப்புகள் அரிதாகவே கிடைக்கின்றன. அவர் மகதத்தோடு எந்தப் பகுதியையும் இணைத்ததாகத் தெரிய வில்லை. ஒரு சிறு பகுதியையும் அவர் இழந்துவிடவில்லை என்பதும் முக்கியம். சந்திரகுப்தர் அவருக்கு அளித்த மகதம் அதே மினுமினுப்போடு, அதே பலத்தோடு, அதே செல்வாக்கோடு அசோகரின் கரங்களுக்கு வந்துசேர்ந்தது.

●

- 9 -

மரபும் மரபு எதிர்ப்பும்

அசோகர் ஆட்சியைப் பிடித்தவுடன் தனக்குப் பிடிக்காதவர்கள் அனைவரையும் தேடிப்பிடித்துக் கொன்றொழித்தார் என்று ஒரு பக்கம் அசோகாவதானம் சொல்கிறது என்றால் இன்னொரு பக்கம் தீபவம்சம் முற்றிலும் நேர்எதிரான ஒரு கதையைச் சொல்கிறது. அதன்படி, ஆட்சியில் அமர்ந்தவுடன் அசோகர் ஆன்மிகத் தேடலில் இறங்கிவிட்டார். அடுத்த மூன்று ஆண்டுகளுக்கு வெவ்வேறு பிரிவுகளைச் சேர்ந்த சமய, தத்துவ ஞானிகளையும் துறவிகளையும் வரவேற்று, விலைமதிப்புள்ள பரிசுகளை அளித்து, அவர்களோடு ஆழமான விவாதங்களை நடத்தி இருக்கிறார். ஒருவராவது தன் ஐயத்தைத் தீர்த்து வைக்கமாட்டாரா என்பது அவர் ஏக்கம். ஆனால், அவர் நம்பிக்கை பொய்த்துப்போனது.

ஒருநாள் பாடலிபுத்திரத்து வீதியொன்றில் பிச்சைப் பாத்திரம் ஏந்தியபடி ஒரு பௌத்தத் துறவி நடந்து சென்று கொண்டிருந்ததைக் கண்டார். யானைபோல் அச்சமற்று, அமைதியாக நடந்துசெல்லும் அவர் யார் என்று விசாரித்து, உள்ளே வரவேற்றிருக்கிறார். துறவி தன்னை நிக்ரோதா என்று அறிமுகம் செய்துகொண்டார். நிக்ரோதா பேசத் தொடங்கியதுமே அவர் அறிவுத்திறனை அசோகர் உணர்ந்துவிட்டார். நீங்கள் எந்தக் கோட்பாட்டைப் பின்பற்றுகிறீர்கள் என்று அசோகர்

விசாரித்தபோது, பௌத்தத்தின் சிறப்புகளை எடுத்துரைத்திருக் கிறார். அசோகரின் ஐயம் நீங்கியது. பௌத்தத்தை ஏற்றதோடு, அதைப் பரப்பும் நடவடிக்கைகளையும் மேற்கொள்ளத் தொடங்கினார் என்கிறது தீபவம்சம்.

இந்த இறுதி வரிக்காகவே தீபவம்சம் இதனை உருவாக்கி இருக்கும் என்பதால் நம் கவனத்தைத் தொடக்க வரிகளுக்குக் கொண்டுசெல்வோம். மூன்றாண்டுகளுக்கு விவாதம் மேற் கொள்ளும் அளவுக்குச் சமயப் பிரிவுகளும் கோட்பாடுகளும் அசோகர் காலத்தில் மிகுதியாக இருந்தனவா? ஆம் என்கிறார்கள் இந்தியத் தத்துவ வரலாற்றை ஆராய்ந்தவர்கள்.

பண்டைய இந்தியாவில் நிலவிய சமய, தத்துவக் கோட்பாடுகளை எளிமை கருதி இரு பெரும் பிரிவுகளுக்குள் தொகுத்துக்கொள்வோம். முதல் பிரிவில் வேதங்கள் வந்துவிடும். சாங்கியம், யோகம், நியாயம், வைசேஷிகம், பூர்வமீமாம்சை, உத்தரமீமாம்சை எனப்படும் ஆறு தரிசனங்களுக்கும் வேதங்களே பிரமாண நூல்கள். காணபத்தியம், சௌரம், கௌமாரம், வைணவம், சாக்தம், சைவம் முதலிய ஆறு மதங்களுக்கும்கூட வேதங்களே முதல்நூல்கள். அந்த வகையில், வேதங்களின் மேன்மையையும் அதிகாரத்தையும் ஏற்றுக்கொண்ட சிந்தனைப் பள்ளிகள் அனைத்தும் முதல் பிரிவுக்குள் வரும். வேதங்களை எதிர்க்கும், வேதங்களின் அதிகாரத்தை மறுக்கும் சிந்தனைப் பள்ளிகள் இரண்டாம் பிரிவுக்குள் வருவார்கள். மரபை உடைப்பவர்கள், மரபை மீறுபவர்கள், நாத்திகர்கள் என்றெல்லாம் முதல் பிரிவினரால் பரவலாக அழைக்கப்பட்டவர்கள் இவர்கள்.

மொத்தம் அறுபது விதமான வேத எதிர்ப்புப் பிரிவுகள் இருந்ததாகச் சமண இலக்கியங்கள் குறிப்பிடுகின்றன. இவர்களில் சிலருடைய பெயர்கள் மட்டுமே இன்று நமக்குத் தெரியும். சிலர் குறித்துப் பெயரைத் தவிர வேறு எதுவும் தெரியாது. மற்றவர்களைக் குறித்துக் கிட்டத்தட்ட எதுவுமே தெரியாது. இவர்களுடைய விசித்திரமான வாழ்க்கை முறையையும் சிந்தனை முறையையும் ஏ.எல். பாஷம் வர்ணித்துள்ளார். மக்கள் வாழும் இடங்களிலிருந்து ஒதுங்கி குகைகளில் ஒடுங்குவது, கடுமையான விரதங்களைப் பின்பற்றுவது, மழையும் வெயிலும் உடலை வதைப்பதைப் பொறுத்துக்கொள்வது, ஊசிகள் மேல் படுப்பது என்றெல்லாம் கடும் பயிற்சிகளில் இவர்கள் ஈடுபட்டனர். எல்லாவிதத்

வேத மரபைக் கேள்விக்கு உட்படுத்திய சமணர்கள்

துன்பங்களையும் அனுபவித்துத் தீர்த்துவிட்டால் அதன்பின் இன்பங்கள் மட்டுமே காத்திருக்கும் என்பது இவர்கள் நம்பிக்கை. குடும்பப் பந்தங்களிலிருந்தும் சமூகப் பொறுப்புகளிலிருந்தும் விலகி, முழுக்க முழுக்கத் தத்துவார்த்த விவாதங்களில் மட்டும் ஈடுபடுவதன்மூலம் சாமானியர்களுக்கு அகப்படாத உள்ளொளி தமக்குக் கிடைக்கும் என்று இவர்கள் நம்பினர்.

சிலர் உடலைக்கொண்டும் வேறு சிலர் மனதைக்கொண்டும் வெவ்வேறு வகையான பரிசோதனைகளில் ஈடுபட்டனர். இவர்களில் சிலர் ஆடை அணிய மறுத்தனர். குழுவாகவோ தனியாகவோ கிளம்பிச் சென்று உணவு யாசித்துப் பெற்றுக் கொண்டனர். நாடி வருபவர்களுக்கும் ஆர்வம் உள்ளவர்களுக்கும் உபதேசங்களை நிகழ்த்தினர். அவ்வப்போது இதர பிரிவினரோடு தர்க்கங்களில் ஈடுபட்டு, தங்கள் நம்பிக்கைகளைக் கூர்தீட்டிக் கொண்டனர். உலகம் எவ்வாறு, யாரால் படைக்கப்பட்டிருக்கும்? பிரபஞ்சம் என்றால் என்ன? நாம் காண்பவை எல்லாம் நிஜமா? ஆன்மா உண்டா போன்ற கேள்விகளை எழுப்பி எண்ணற்ற கோணங்களில் விவாதித்தனர். மீமெய்யியல் ஒரு துறையாகவே வளர்த்தெடுக்கப்பட்டது.

இவர்களில் அதிகம் தெரிந்த பெயர்கள் புத்தர், மகாவீரர், மற்கலி கோசாலர் போன்றோர். சமணத் தீர்த்தங்கரரான மகாவீரர் தனது 30ஆவது வயதில் துறவறம் பூண்டு, கடும் தவம் மேற்கொண்டு 42ஆம் வயதில் ஞானம் பெற்றார். அனைத்துவிதமான உணர்ச்சிகளையும் வென்றவர் என்பதைக் குறிக்கும் வகையில் 'ஜினா' என்று அழைக்கப்பட்டார். ஜைனம் அதிலிருந்து வந்த பெயர். ஆசீவகப் பிரிவினருக்கு மற்கலி கோசாலர் முக்கிய மானவர். அனைத்தும் ஏற்கெனவே தீர்மானிக்கப்பட்டுவிட்டன. தீர்மானிக்கப்பட்டுவிட்ட ஒன்றை நாம் என்ன முயன்றாலும் மாற்ற முடியாது என்று ஆசீவகர்கள் நம்பினர். துறவறம் பூண்ட பிறகு கோசாலர் மகாவீரரோடு ஆறு ஆண்டுகள் கழித்திருக்கிறார் என்றும் இருவருக்கும் ஒத்துப்போகாததால் தத்தம் வழியில் சென்றுவிட்டனர் என்றும் சொல்லப்படுகிறது.

உபநிடதங்களின் காலத்தில் (பொஆமு 700 முதல் 500 வரை) நாத்திகவாதம் திட்டவட்டமாக வளர்ந்தது என்கிறார் பாஷம். நாத்திகம் என்பதைக் கடவுள் மறுப்புக் கொள்கை என்று எடுத்துக்கொள்ளவேண்டியதில்லை. வேதத்தை மறுப்பவர்களே நாத்திகர்களாகக் கருதப்பட்டனர். கடவுளின் இருப்பை நிரூபிக்க

முடியாது என்று சொன்னாலும் சாங்கியம் வேதத்தை மறுப்பதில்லை என்பதால் அது நாத்திகப் பிரிவாகக் கொள்ளப்படுவதில்லை. பௌத்தம், சமணம், சார்வாகம், லோகாயதம் ஆகியவை நாத்திகப் பள்ளிகள். இவற்றில் சார்வாகமும் லோகாயதமும் பொருள்முதல்வாதக் கண்ணோட்டம் கொண்டவை. உடலைவிட்டுப் பிரிந்து ஆன்மா தனித்து வாழும் என்பதை லோகாயதம் ஏற்பதில்லை. உடலில் விபூதி பூசிக்கொள்வது அறிவற்றச் செயல் என்றது சார்வாகம். யக்ஞத்தில் அளிக்கப்படும் விலங்கு நேராகச் சொர்க்கத்துக்குப் போகுமென்றால் ஏன் அதை நடத்துபவர் தன் தந்தையை வேள்வித்தீயில் போடுவதில்லை என்றும் கேள்வி எழுப்பியது.

வேதத்தோடு முரண்பட்டவர்கள் பற்றிய சில குறிப்புகள் வேதங்களிலேயே இடம்பெற்றிருக்கின்றன என்கிறார் ஹிரியண்ணா. இருப்பதிலேயே பழமையான ரிக் வேதத்தின் இறுதியில், 'பிராமணர் அல்லாத சாதுக்கள்', 'காற்றை ஆடையாகத் தரித்தவர்கள்', 'அமைதியில் மூழ்கித் தொலைந்து போனவர்கள்,' 'காற்றில் எழும்பிப் பறப்பவர்கள்' போன்றவர்கள் குறிப்பிடப்படுகிறார்கள். 'விரத்யர்கள்' என்றொரு பிரிவினர் மகதத்தில் இருந்ததை ரிக் வேதமும் அதர்வண வேதமும் சுட்டுகின்றன. விநோத சடங்குகளில் ஈடுபடுபவர்கள், தங்கள் உடலை வருத்திக்கொள்பவர்கள் என்று விரத்யர்கள் அழைக்கப்படுகின்றனர்.

குறிப்பிட்டதோடு நிறுத்திக்கொள்ளவில்லை. மாற்றுச் சிந்தனைகள் புறந்தள்ள முடியாத அளவுக்கு வலுவோடு வளர்ந்ததைத் தொடர்ந்து வேத மரபினர் அவற்றிலிருந்து சிலவற்றை ஏற்றுக்கொள்ள ஆரம்பித்தனர் என்கிறார் பாஷம். உபநிடதங்கள், தர்ம சூத்திரங்கள், ஆரணியகங்கள் போன்ற வற்றில் மாற்றுத் தரப்பினரின் பார்வைகளுக்கு இடம் ஒதுக்கிக்கொடுக்கப்பட்டது. உபநிடதக் கொள்கையேகூட முற்பட்ட பிராமணங்களிலிருந்து சில இடங்களில் முரண்பட்டு விலகியிருந்ததைக் காணலாம் என்கிறார் ஹிரியண்ணா. எடுத்துக் காட்டுக்கு, சடங்குகளுக்கு வேதங்கள் அளித்த முக்கியத்துவத்தை உபநிடதங்கள் அளிக்கவில்லை. பயிற்சி நிலையைக் கடந்தவருக்குச் சடங்குகள் தேவையில்லை என்றது உபநிடதம்.

அவசியம் கருதி சிலவற்றை ஏற்றாலும் பொதுவாக இந்தக் குழுக்களை வேத மதத்தினர் வெறுத்தனர். புத்தருக்கு இதில்

தனியிடம் இருந்தது. குழந்தைகளைத் தாயிடமிருந்து பிரித்ததன் மூலம் உயிரோடு இருக்கும்போதே புத்திர சோகத்தில் ஆழ்த்தியவர் என்றும் பெண்களிடமிருந்து அவர்கள் கணவன்களைப் பிரிப்பதன்மூலம் உயிரோடு இருக்கும்போதே விதவைகளாக மாற்றியவர் என்றும் புத்தர் தூற்றப்பட்டார் என்கிறார் ரனபீர் சக்ரவர்த்தி. குடும்ப அமைப்பைக் குலைத்தவர் என்னும் பெயரும் சூட்டப்பட்டது. புத்தரின் குரலை ஏற்று, பலர் துறவறம் பூண்டதை இந்த வசைகளிலிருந்து அறியமுடிகிறது.

மொத்தத்தில், அறிவுசார் ஆர்வங்கள் மிகுந்திருந்த காலம் அது என்கிறார் எஸ். ராதாகிருஷ்ணன். தத்துவச் செயல்பாடுகள் பெரும் எழுச்சி பெற்றன. பல்வேறு வகையான வளர்ச்சி போக்குகள் தென்பட்டன. நுணுக்கமான தாக்கங்களுக்கு அக்காலம் உட்பட்டிருந்தது. அவற்றைப் போதுமான அளவுக்கு விவரிப்பது கடினம் என்கிறார் ராதாகிருஷ்ணன். கேள்விகள், முரண்கள், மாற்றுப் பார்வைகள், மாற்றுக் கோணங்கள் கவனம்பெற்றன. மந்திரம், மாயம் ஒரு பக்கமும் தத்துவம், அறிவியல் இன்னொரு பக்கமும் வளர்ந்து நின்றன. ஒரு பக்கம் பந்தங்களைத் துறக்கச் சொன்னது பௌத்தம். கவலையே படாமல் எல்லா இன்பங்களையும் அள்ளியள்ளி நுகருங்கள் என்று இன்னொரு பக்கத்திலிருந்து உற்சாகப்படுத்தியது சார்வாகம். எதையும் விசாரணைக்கு உட்படுத்தும் போக்கு உச்சத்தைத் தொட்டது. இந்தப் போக்கு அதுவரை அதிகாரத்தில் இருந்த மரபுகளைப் பலவீனப்படுத்தியது என்கிறார் ராதாகிருஷ்ணன்.

இரு பிரிவுகளுக்கு இடையிலான போராட்டத்தைப் புவியியலின் பின்னணியில் பொருத்தியும் புரிந்துகொள்ளமுடியும். வேதத்தின் மேன்மையை ஏற்றவர்கள் மேற்கில் செல்வாக்கோடு இருந்தனர் என்றால் முரண்பட்ட சிறு குழுக்கள் அனைத்தும் கிழக்கில் பரவியிருந்தன. கிழக்கு நகர்மயமாக்கலில் முன்னணியில் இருந்த பிரதேசம் என்று ஏற்கெனவே பார்த்தோம். நகரங்கள் வெவ்வேறு சமூகப் பொருளாதாரப் பின்னணி கொண்ட மக்கள் ஒன்றுகலந்து வாழும் இடங்களாக, பலவிதமான கருத்துப் பரிமாற்றங்கள் நிகழ்ந்த இடங்களாக இருந்தன. அங்கீகரிக்கப்பட்ட கோட்பாடுகளை மீள் பரிசீலிக்கவும், தேவைப்பட்டால் நிராகரித்துவிட்டு இன்னொன்றை வரித்துக்கொள்ளவும் நகர மக்கள் தயாராக இருந்தனர். புத்தர், மகாவீரர், கோசாலர் மூவருமே தங்கள் கோட்பாடுகளைக் கொண்டுசெல்வதற்கு நகரங்களையே தேர்ந்தெடுத்தனர்.

சாரநாத்தில் உபதேசம் நிகழ்த்தும் புத்தர்

வேத மரபினர் நகரங்களை வெறுத்தொதுக்கினர். தீய சிந்தனை களும் தீய பழக்கவழக்கங்களும் ஊக்குவிக்கப்படும் ஓரிடமாகக் கிழக்கை அவர்கள் கண்டனர். நகரங்கள் அசுத்தமானவை, கிராமங்கள் புனிதமானவை என்று அவர்கள் நம்பினர். எவனொருவன் நகரத்துக்குச் செல்கிறானோ அவன் தன் பாவம் தீர்வதற்கு 'பிராயச்சித்தம்' செய்யவேண்டும் என்று அறிவுறுத்தியது போதாயன தர்மசூத்திரம். வேதம் கற்காத, அசுத்தமான நகரை 'அனாத்யாய' என்றும் அழைத்தது.

மகதம் மேலதிகம் வெறுக்கப்பட்டிருக்கிறது. ஆபத்தை விளைவிக்கும் நோயொன்று தாக்கியபோது, நோயே இங்கிருந்து கிளம்பி நீ ஏன் மகதத்துக்கும் அதேபோன்ற பிற இடங்களுக்கும் சென்றுவிடக் கூடாது என்று வேண்டுவதுபோல் ஒரு குறிப்பு அதர்வண வேதத்தில் இடம்பெற்றுள்ளது. நந்த மன்னர்கள் சூத்திரர்கள் என்று தூற்றப்பட்டனர். மௌரியர் ஆட்சியில் பௌத்தமும் சமணமும் ஆசீவகமும் ஊக்குவிக்கப்பட்டதால், மௌரியர் வெறுக்கப்பட்டனர்.

சந்திரகுப்த மௌரியர் பத்ரபாகு என்னும் சமண முனிவரின் வழிகாட்டுதலை ஏற்று, சமணத்தைத் தழுவியதாகச் சொல்லப் படுகிறது. ஆட்சியைத் தன் மகன் பிந்துசாரரிடம் ஒப்படைத்து விட்டு, சிரவண பெலகோலாவில் சென்று தன் இறுதிக்காலத்தைக் கழித்தார் என்கிறார்கள். 57 அடி உயர கோமதீஸ்வரர் சிலை அமைந்திருப்பது இங்கேதான். அங்கிருந்து சற்றுத் தள்ளி

சந்திரகிரியில் ஒரு குகையில் வாழ்ந்த சந்திரகுப்தர், உணவும் நீரும் மறுத்து, வடக்கிருந்து உயிர் துறந்தார் என்று சொல்லப்படுகிறது. இதை உறுதிசெய்ய இயலாது. சந்திரகுப்தரைச் சமணத்துக்கு ஆற்றுப்படுத்திய பத்ரபாகு மகாவீரரை நேரில் கண்டவர் என்று சொல்லப்படுவதும் பொருந்தி வரவில்லை. பிந்துசாரர் ஆசீவகத்தைத் தழுவியதாகச் சொல்லப்படுகிறது என்றாலும் அவரைப் பற்றிய குறிப்புகள் மிகவும் குறைவு என்பதால் திட்டவட்டமான ஆதாரங்கள் சுட்டுவது சாத்தியமில்லை. ஒன்றை உறுதியாகச் சொல்லமுடியும். சந்திரகுப்தர் காலத்திலும் பிந்துசாரர் காலத்திலும் நாத்திக மதங்கள் செல்வாக்கோடு இருந்திருக்கின்றன. சந்திரகுப்தரும் பிந்துசாரரும் ஊக்குவித்திருந்தால் மட்டுமே இது சாத்தியப்பட்டிருக்கும்.

தன் காலத்துச் சிந்தனைகளின்மீது அசோகர் இயல்பாகவே ஆர்வம்கொண்டிருந்திருப்பார். பௌத்தத்தை ஏற்றதற்கு முன்னால் பிற சமயங்கள் குறித்துச் சான்றோர்களோடு அவர் விவாதங்கள் நடத்தியிருக்கவும் வாய்ப்பு உண்டு. ஆனால், ஆட்சிக்கு வந்ததும் அவர் முதலில் கவனம் செலுத்தியது மதத்தின்மீது என்று சொல்லப்படுவதை ஏற்பதற்கில்லை. நான்காண்டு போராட்டங்களுக்குப் பிறகு அதிகாரத்தைக் கைப்பற்றியவர் உடனடியாக ஆன்மிகத் தேடலில் ஆழ்ந்து போவார் என்று சொல்வது நம்பும்படியாக இல்லை. அசோகரை ஒரு பௌத்தராக இயன்றவரை விரைவாகக் காட்டவேண்டிய அவசியம் தீபவம்சத்துக்கு வேண்டுமானால் இருக்கலாம். வரலாற்றுக்கு இல்லை.

வரலாறு இந்தப் புள்ளியிலிருந்து அசோகரின் வாழ்வை அவர் சொற்களிலிருந்து கட்டமைக்கத் தொடங்குகிறது. கலிங்கப் போர்தான் என் வாழ்வின் திருப்புமுனை. அதன்பிறகே பௌத்தத்தை ஏற்றேன் என்கிறார் அசோகர். ஆட்சியில் அமர்ந்த பிறகு அசோகரிடமிருந்து நமக்குக் கிடைக்கும் முதல் அறிவிப்பு, போர் பற்றியதாகவே இருக்கிறது.

●

- 10 -

கலிங்கத்துக்கு முந்தைய அசோகர்

ஒரு பேரரசைக் கட்டியெழுப்பவேண்டிய அவசியம் அசோகருக்கு இல்லை. அவர் தாத்தா ஏற்கெனவே செய்து முடித்திருந்தார். அதுவரை ஆண்ட எவரும் கற்பனைகூடச் செய்திராத அளவுக்கு மகதத்தை எல்லாத் திசைகளிலும் விரித்துப் பெரிதாக்கியிருந்தார் சந்திரகுப்தர். ஆப்கனிஸ்தான் தொடங்கி மைசூர் வரையிலான ஒரு பெரும் தொகுப்பு அசோகரிடம் வந்துசேர்ந்திருந்தது. தன் தந்தையைப்போல் அவர் அதைப் பத்திரமாகப் பாதுகாத்திருந்தாலே போதுமானதாக இருந்திருக்கும்.

ஆனால், போதும் எனும் உணர்வு அரசர்களுக்குப் பொதுவாகத் தோன்றுவதில்லை என்கிறார் நயன்ஜோத் லாஹிரி. கையில் என்ன இருக்கிறது என்றல்ல, என்ன இல்லை என்று பார்த்து ஏங்குவதும், ஏங்கியது கையில் கிடைத்த மறுகணமே இன்னொன்றை ஆக்கிரமிக்கத் தொடங்குவதும் அரசர்களின் இயல்பு. அப்படி இருப்பதுதான் ஓர் அரசருக்கு இயல்பானது என்று கருதப்பட்டது. ஆக்கிரமிப்பு என்பது அதிகாரத்தோடு தொடர்புகொண்டது. நீங்கள் அதிகாரம் செலுத்தாமல் போனால் இன்னொருவர் உங்கள்மீது அதிகாரம் செலுத்தவேண்டிய நிலை ஏற்படலாம். ஓர் அரசர் பக்கத்து நாடுகளை வெல்ல விரும்புவார் என்றால் ஒரு பேரரசரின் கனவு உலகை வெல்வதாக இருக்கும்.

அலெக்சாண்டரும் சரி, பின்னர் வந்த ரோமாபுரி சீஸர்களும் சரி, நாடுகளை அல்ல ஒட்டுமொத்த உலகையும் கைக்குள் கொண்டுவர விரும்பினார்கள்.

அசோகர் அவர் தந்தையைப் போலவும் இல்லை, தாத்தா போலவும் இல்லை. தன் பெயரை அழுத்தமாகப் பதிவுசெய்யும் வகையில் கலிங்கத்தில் ஒரு மாபெரும் போரைத் தொடங்கி வெற்றிகரமாக நடத்திமுடித்தார் அவர். அதற்கு முன்பும் சரி, பின்பும் சரி. வேறு போர்களில் அவர் ஈடுபட்டதற்கான சான்றுகள் இல்லை. அசோகர் சந்தித்த முதலும் இறுதியுமான ஒரே போர்க்களம், கலிங்கம். அவர் ஆட்சிக்குவந்து ஒன்பது ஆண்டுகள் கழித்தே போர் நடைபெறுகிறது. போருக்குப் பிறகே அவர் பெளத்தத்தைத் தழுவுகிறார். மறுபிறப்பும் எடுக்கிறார். அந்த வகையில், அசோகரின் வாழ்வை, கலிங்கத்தைக் கொண்டு முன்னும் பின்னுமாகப் பிரிப்பது சாத்தியம். முதலில் கலிங்கத்துக்கு முந்தைய அசோகரை அறிமுகப்படுத்திக் கொள்வோம்.

பெளத்தத்தைத் தழுவுவதற்கு முந்தைய அசோகர், முந்தைய இரு மெளரிய மன்னர்களைப் போலவே இருந்திருப்பார் என்கிறார் நயன்ஜோத் லாஹிரி. மெளரிய இந்தியா எவ்வாறு நிர்வகிக்கப் பட்டது என்பதற்கு நமக்குள்ள ஆதாரங்கள் இரண்டு. முதலாவது, சந்திரகுப்தரின் ஆட்சிக்காலத்தில் வருகைபுரிந்த மெகஸ்தனிஸின் குறிப்புகள். இரண்டாவது, அர்த்தசாஸ்திரம். மெளரிய ஆட்சி முறை, நிர்வாகம், பொருளாதாரக் கட்டமைப்பு, சமூகம் ஆகிய வற்றை அர்த்தசாஸ்திரத்தைக் கொண்டு வரலாற்றாசிரியர்கள் புரிந்துகொள்ள முயல்கின்றனர்.

இரண்டிலும் நிறை, குறைகள் இருக்கின்றன. மெகஸ்தனிஸின் பதிவு நமக்கு முழுமையாகக் கிடைக்கவில்லை. அவருடைய குறிப்புகளை மேற்கோள் காட்டி மற்றவர்கள் எழுதிய வற்றிலிருந்து 'இண்டிகா' தொகுக்கப்பட்டுள்ளது. முரண்களும் குழப்பங்களும் அதில் இடம்பெற்றிருப்பது இயல்புதான். கற்பனையும் மிகையும் பல இடங்களில் தூக்கலாகவே உள்ளன. இருந்தாலும், சந்திரகுப்தரின் அரசவை குறித்தும் அவர் காலத்துப் பாடலிபுத்திரம் குறித்தும் அவரிடமிருந்து மட்டுமே நேரடிக் குறிப்புகள் நமக்குக் கிடைக்கின்றன. ஒரு மன்னர் எப்படி இருக்கவேண்டும் என்பதற்கான பல்வேறு நெறிகளை வகுத்துக் கொடுக்கும் அர்த்தசாஸ்திரத்தைக் கொண்டு மெளரியர் காலம் எப்படி இருந்தது என்பதை தெரிந்துகொள்வது சாத்தியம்தானா

என்னும் கேள்வியை ஆய்வுலகம் எழுப்பி இருப்பது உண்மை. அர்த்தசாஸ்திரத்தின் ஆசிரியர் குறித்த குழப்பங்களும் நீடிக்கின்றன. நூல் இயற்றப்பட்டது எப்போது என்னும் காலக்குழப்பமும் தீர்ந்தபாடில்லை. ஆனால், மெளரியப் பேரரசின் வரலாற்றையும் அசோகரின் வரலாற்றையும் இதுவரை ஆராய்ந்தவர்கள் அனைவரும் அர்த்தசாஸ்திரத்தைப் பொருத்த மான இடங்களில் கையாண்டிருக்கின்றனர் என்பது கவனிக்கத்தக்கது.

அர்த்தசாஸ்திரம் விவரிக்கும் மன்னரைப் போலதான் அசோகரும் இருந்திருப்பார் என்கிறார் நயன்ஜோத் லாஹிரி. எல்லைப் பாதுகாப்பு அவருடைய முதன்மையான பணியாக இருந்திருக்கும். மகதம் ஒரு மேலாதிக்கச் சக்தியாகத் திகழ்ந்தது என்று ஏற்கெனவே பார்த்தோம். தன்னுடைய கட்டுப்பாட்டுக்குள் இருக்கும் நிலங்களில் கலகமோ கிளர்ச்சியோ ஏற்படாதவாறு கவனித்துக் கொள்ளவேண்டியது அசோகரின் பொறுப்பு. குறிப்பாக தலைநகரத்தைவிட்டு விலகியிருக்கும் பகுதிகளில் ஆட்சி நிர்வாகம் சரியாக நடைபெறுவதை உறுதிசெய்யவேண்டியது முக்கியம். அசோகரே அப்படியொரு கிளர்ச்சியை நேரில் சென்று அடக்கியவர்தான் என்பதால் அதன் முக்கியத்துவம் அவருக்குத் தெரியும்.

கிராமப்புறங்களைக் கண்காணிப்பில் வைத்திருக்கவேண்டியது அவசியம். நகரங்களின் நெரிசலைக் குறைக்கும் வகையில் மக்களைக் கிராமங்களில் தேவை ஏற்படும்போது குடியமர்த்தலாம் என்கிறது அர்த்தசாஸ்திரம். ஒரு கிராமம் உயிர்த்திருப்பதற்கு நீர்ப்பாசனம் முக்கியம் என்பதால் அதற்கான ஏற்பாடுகளை ஒரு மன்னர் தொடர்ச்சியாகச் செய்யவேண்டும் என்றும் அர்த்தசாஸ்திரம் அறிவுறுத்துகிறது. நல்ல விளைச் சலுக்கான சூழலை ஏற்படுத்திக்கொடுப்பதன்மூலம் மக்கள் வாழ்வாதாரத்தை உறுதிசெய்யமுடியும். உணவுத் திண்டாட்டம், பஞ்சம் போன்றவை அண்டாமலும் பார்த்துக்கொள்ளமுடியும். உங்கள் ஆட்சியில் ஒரு பஞ்சம் தோன்றப் போகிறது என்று சமணர்கள் சந்திரகுப்தரை எச்சரித்ததாகவும் அதற்கு அஞ்சியே அவர் பாடலிபுத்திரத்திலிருந்து குழுவாக வெளியேறி கர்நாடகத்தில் துறவறம் பூண்டதாகவும் ஒரு கதை உண்டு.

மெளரியருக்கு முந்தைய காலகட்டத்தில் வேளாண்மை முதன்மைத் தொழிலாக இருந்திருக்கிறது. காடுகளைத் திருத்தி, கிராமங்கள் அமைத்து, விளைச்சலில் அதிகக் கவனம் செலுத்தி

இருக்கிறார்கள் மக்கள். பொருளாதாரமும் வேளாண்மையை நம்பியே இருந்திருக்கிறது. நகரங்கள் உருவானபிறகு, நகர வாழ்க்கை முறைக்கு ஈடுகொடுக்கும் வகையில் வணிகமும் இன்னபிற தொழில்களும் முளைத்தன. வேளாண்மையிலிருந்து கிடைக்கும் நிதியே அரசுக்கு அதுவரை பிரதானமாக இருந்திருக்கிறது. நகர வளர்ச்சிக்குப் பிறகு பலமுனைகளில் இருந்தும் வரிவசூல் செய்யமுடிந்திருக்கிறது. நிர்வாக முறையிலும் குறிப்பிடத்தக்க மாற்றங்கள் நிகழ்ந்தன.

நகரங்கள் தோன்றிய பிறகும் வேளாண்மைக்குள்ள இடத்தை அர்த்தசாஸ்திரம் மறுக்கவில்லை. ஆனால், அதில் மட்டும் கவனம் குவிப்பது போதாது என்கிறது. ஆலைகளுக்கும் சுரங்கங்களுக்கும் அரசர் ஆதரவு அளிக்கவேண்டும். வணிகத்துக்கு எந்தத் தடையும் வந்துவிடக் கூடாது என்று அர்த்தசாஸ்திரம் அறிவுறுத்துகிறது. சுரங்கங்களை எவ்வாறு கையாளவேண்டும் என்பது தொடங்கி ஒரு மன்னர் சுரங்கங்களைத் தன் கட்டுப்பாட்டின்கீழ் கொண்டு வரவேண்டியதன் அவசியம்வரை விரிவான ஒரு பார்வை அர்த்தசாஸ்திரத்தில் இடம்பெற்றுள்ளது.

வணிகர்களின் குழுக்கள், கூட்டமைப்புகள் தோன்றியதும் பலம்பெற்றதும் இக்காலகட்டத்தில்தான். வரிவிதிப்புமுறை குறித்து அர்த்தசாஸ்திரம் மிக விரிவாகப் பேசுகிறது. வேளாண்மையும் வணிகமும் இன்னபிற தொழில்களும் தொய்வின்றி நடக்கும் பட்சத்தில் குறிப்பிட்ட வருவாயைத் தொடர்ச்சியாக ஒவ்வோராண்டும் பெறுவது சாத்தியம் என்பது உணரப்பட்டது. கிடைக்கவிருக்கும் வருவாயை மனதில் கொண்டு எதிர்காலத் திட்டங்களுக்கான வழிமுறைகள் வகுக்கப் பட்டன. இவற்றின் அடிப்படையில் ஒரு வலுவான பொருளாதாரக் கட்டமைப்பையும் அதன் தொடர்ச்சியாக ஒரு வலுவான நிர்வாகக் கட்டமைப்பையும் மௌரிய அரசு உருவாக்கத் தொடங்கியது. பொருளாதார மாற்றங்களும் நிர்வாக மாற்றங்களும் அரசியல் மாற்றங்களோடு இணைந்தே நிகழ்ந்தன. ஒன்றுபட்ட ஓர் அரசியல் அதிகார அமைப்பை வளர்த்தெடுக்கும் பணிகள் வேகம் பெற்றன. அவந்தியைப் பத்தாண்டுகள் நிர்வாகம் செய்த அனுபவம் அசோகருக்கு ஏற்கெனவே இருந்ததால் அவர் இந்த மாற்றங்களை அதிகச் சிக்கலின்றி கையாண்டிருப்பார் என்று எதிர்பார்க்கலாம்.

சமூக ஒழுங்கைக் கட்டிக்காப்பது ஓர் அரசரின் அத்தியாவசியமான கடமை என்பதால் குற்றங்கள் குறைவதற்குத் தண்டனைகள

அவசியம் என்பதையும் அசோகர் ஏற்றிருப்பார். தனக்கு முன்பு நிறுவப்பட்ட தண்டனைமுறைகளையே அவரும் கையாண்டிருக்கவேண்டும். கலிங்கத்துக்குப் பிறகே இதில் மாற்றங்கள் நிகழ்ந்தன.

பாடலிபுத்திரம் எவ்வாறு நிர்வகிக்கப்பட்டது என்பதை மெகஸ்தனிஸ் விவரிக்கிறார். ஐந்து அதிகாரிகளைக் கொண்ட ஆறு குழுக்கள் உருவாக்கப்பட்டிருக்கின்றன. முதல் அமைப்பு பண்ட உற்பத்தியை நிர்வகிக்கும். இரண்டாவது குழு, அயல்தேசத்திலிருந்து வருபவர்களின் தேவைகளை, பாதுகாப்பை உறுதிசெய்யும். மூன்றாவது, பிறப்பு இறப்பு விவரங்களைப் பதிவுசெய்யும். நிர்வாகத்துக்கு இந்தத் தரவுகள் அவசியம். வரி வசூலுக்கும் உதவும். நான்காவது குழு வணிகம் தொடர்பான பணிகளில் ஈடுபடும். அளவுகள், எடைகள் போன்ற கணக்குகள் நாட்டில் சரியாகவும் ஒன்றுபோலவும் பின்பற்றப்படுவதை இந்த அதிகாரிகள் சரிபார்ப்பார்கள். ஐந்தாவது குழு பண்ட விற்பனையின்போது நிகழும் குறைகளை, குற்றங்களைக் கண்காணிக்கும். வரிவசூல் ஆறாவது குழுவின் பொறுப்பு. இதேபோல் சீராக எல்லாமே எக்காலத்திலும் நடைபெற்றதா என்று தெரியவில்லை. ஆனால், அசோகரின் கல்வெட்டுகளில் இருந்து இப்படிப்பட்ட ஒழுங்குபடுத்தப்பட்ட அமைப்புகள் ஏற்படுத்தப்பட்டதை அறிந்துகொள்ளமுடிகிறது.

சந்திரகுப்தரின் வேட்டை விளையாட்டுகளை மெகஸ்தனிஸ் விவரித்திருக்கிறார். வேட்டைக்காக அவர் மேற்கொண்ட ஒவ்வொரு பயணமும் விமரிசையான கொண்டாட்டமாக இருந்திருக்கிறது. பெண் பாதுகாவலர்கள் புடைசூழ சந்திரகுப்தர் வேட்டைக்குச் சென்று மகிழ்வாராம். அசோகரும் இதிலெல்லாம் ஆர்வம் செலுத்தியிருக்கலாம். ஓர் அரசர் சாப்பிடும்போது, அந்தப்புரத்தில் இருக்கும்போது, ஓய்வெடுக்கும்போது, வேடிக்கைகளிலும் விளையாட்டுகளிலும் திளைத்திருக்கும் போது, வேட்டையாடும்போது, பயணம் மேற்கொள்ளும்போது எந்தவிதமான பணியும் அவரைக் குறுக்கிடாதவாறு உடன் இருப்பவர்கள் பார்த்துக்கொள்ளும் வழக்கம் இருந்திருப்பதை அசோகரின் கல்வெட்டுகளிலிருந்தே அறிகிறோம். 'தங்கள் பழைய பழக்க வழக்கங்களிலிருந்து அவர்கள் விடுபடவேண்டும்' என்று அசோகர் வலியுறுத்துவதைப் பார்க்கிறோம். பௌத்தத்தைத் தழுவிய பிறகே அவர் இந்த அறிவிப்பை வெளியிடுகிறார் என்பதால் அவருமேகூட பின்னர்தான்

மாறியிருப்பார் என்று எடுத்துக்கொள்ளலாம். ஆரம்பகாலங்களில் அவரும் மற்ற மன்னர்களைப்போலவே இத்தகைய இன்பங்களில் திளைத்திருக்கவேண்டும்.

சந்திரகுப்தரின் வேட்டை விளையாட்டுகளைக் குறிப்பிடுவதோடு நிறுத்திக்கொள்ளவில்லை மெகஸ்தனிஸ். வழக்குகளும் புகார்களும் குவிந்திருக்கும் தினங்களில் இருக்கையைவிட்டு அகலாமல் பணியாற்றியிருக்கிறார் சந்திரகுப்தர். தனிப்பட்ட வேலைகள் அனைத்தையும் ஒதுக்கிவிடுவாராம். அவசரமாக எதையேனும் கவனிக்கவேண்டியிருந்தால் அவையில் அமர்ந்திருக்கும்போதே சில நிமிடங்கள் ஒதுக்கி அவசரமாக அப்பணிகளை முடித்துக்கொடுத்துவிட்டு மீண்டும் வழக்கு களுக்குத் திரும்பிவிடுவாராம்.

அரசரின் ஒவ்வொரு வேளை உணவும் விருந்தாக இருந்திருக்கிறது. அவர் உண்கிறாரோ இல்லையோ பலவிதமான ருசியான உணவு வகைகள் தயாரிக்கப்பட்டிருக்கின்றன. அரசருக்கு மட்டுமின்றி, அரசக் குடும்பத்தினர், அந்தப்புரத்துப் பெண்கள், இளவரசர்கள் என்று அனைவருக்குமாக ஒவ்வொரு நாளும் நூற்றுக்கணக்கில், ஆயிரக்கணக்கில் விதவிதமான விலங்குகளும் பறவைகளும் பலிகொடுக்கப்பட்டிருக்கின்றன. பௌத்தத்தை ஏற்கும்வரை அசோகரும் இப்படிப்பட்ட ராஜவிருந்துகளில் திளைத்திருக்கிறார்.

●

- 11 -

கலிங்கப் போர்

அசோகர் தொடுத்த ஒரே போர். அசோகர் கலிங்கத்தை என்ன செய்தார், பதிலுக்குக் கலிங்கம் அசோகரை என்ன செய்தது இரண்டுமே ஆரம்பப் பள்ளிப் பாடப் புத்தகங்களில் இடம்பெற்றுவிட்ட செய்திகள். பண்டைய இந்திய வரலாற்றில் நமக்கு அறிமுகமாகும் முதல் பெரும் போர் இதுவே. இப்போர் குறித்து அசோகரே வாய்திறந்து பேசுகிறார் என்பதால் ஆதாரம் குறித்து அஞ்சவேண்டியதும் இல்லை. இருந்தும் கலிங்கப் போர் குறித்து நம்மிடம் தெளிவைவிடத் தெளிவின்மையே மிகுதி. தெரிந்ததைவிடத் தெரியாததே அதிகம். தெரிந்தது என்று நாம் உறுதியாக நம்பிக்கொண்டிருக்கும் பகுதிகளும்கூட விவாதத்துக் குரியவையாக மாறிவிட்டன.

முடிசூடி எட்டாண்டுகள் கழித்துக் கலிங்கத்தின்மீது போர் தொடுக்கவேண்டிய அவசியம் ஏன் வந்தது அசோகருக்கு? நந்தர் வம்சத்தினர் ஏற்கெனவே கலிங்கத்தைக் கைப்பற்றிவிட்டனர் என்று பார்த்தோம். எல்லையை விரிவாக்குவதுதான் நோக்கம் என்றால், மகதத்தின் பிடியில் இல்லாத ஒரு புதிய நாட்டையல்லவா அசோகர் நாடிச் சென்றிருக்கவேண்டும்? தன் ஆட்சியின் ஒரு பகுதியாக ஏற்கெனவே மாறிவிட்ட மகதத்தை மறு ஆக்கிரமிப்பு செய்யவேண்டிய அவசியம் ஏன் நேர்ந்தது அசோகருக்கு? கலிங்கத்தை ஆண்ட மன்னரோடு அசோகருக்குப்

பகையா? போர் தொடுக்கவேண்டிய அளவுக்கு அப்படி என்ன பகை? கலிங்கத்தை அப்போது ஆண்டுவந்த மன்னர் யார்? அவரைப் பற்றி நமக்கு என்ன தெரியும்? கலிங்கப் போர் குறித்து நம்மிடமிருக்கும் ஒரே முக்கிய ஆதாரம் அசோகரின் கல்வெட்டு என்று பார்த்தோம். அது எந்த அளவுக்குத் துல்லியமானது? கலிங்கப் போர் ஏற்படுத்திய அழிவுகளைக் கண்டு மனம் கலங்கி அசோகர் பௌத்தத்தைத் தழுவினார் என்று சொல்லப்படுவதை ஏன் சில வரலாற்றாசிரியர்கள் ஒப்புக்கொள்ள மறுக்கிறார்கள்?

இந்தக் கேள்விகளில் சிலவற்றுக்கு யூகங்கள் பதில்களாகக் கிடைக்கின்றன என்றால் சிலவற்றை யூகிக்கக்கூட முடிய வில்லை. அசோகர் ஏன் கலிங்கத்தின்மீது போர் தொடுத்தார் என்னும் கேள்விக்கு ஹெச்.சி. ராய்சவுத்ரி முன்வைக்கும் யூகம் பின்வருமாறு. கலிங்கம் மகதத்தின் பிடியிலிருந்து தன்னை விடுவித்துக் கொண்டிருக்கவேண்டும். அசோகரின் அதிகாரத்துக்குச் சவால்விடும் வகையில் தன்னை ஒரு சுதந்தர நாடாகவும் அறிவித்துக்கொண்டிருக்கவேண்டும். பிந்துசாரர் காலத்தில் இது நடந்திருக்கவேண்டும். தந்தை இழந்த கலிங்கத்தை மீண்டும் பிடிக்குள் கொண்டுவரும் பொருட்டு அசோகர் கலிங்கத்தை மறு ஆக்கிரமிப்பு செய்தார். இதை வேறு சிலரும் ஏற்கின்றனர். சந்திரகுப்தர் காலம் தொட்டே கலிங்கம் தன் பலத்தை வளர்த்துக்கொள்ளும் முயற்சிகளை மேற்கொண்டிருக்க வேண்டும். கலிங்கம் வளர்ந்துகொண்டே போனால் மௌரியப் பேரரசு தன் செல்வாக்கை இழக்க நேரிடும் என்பதை உணர்ந்து அசோகர் கலிங்கத்தைப் போரிட்டு அழித்தார்.

கலிங்கத்தின் புவியியல் முக்கியத்துவத்தையும் அதன் வாயிலாக அதிகரித்த அதன் பொருளாதார பலத்தையும் சிலர் கவனப் படுத்துகின்றனர். மலாய், ஜாவா, இலங்கை போன்ற பகுதிகளோடு கலிங்கம் வணிகத் தொடர்புகொண்டிருந்தது. கலிங்கத்தின் துறைமுகங்கள் பிற பகுதிகளைக் காட்டிலும் செழிப்பாக இருந்தன. நல்ல வரிவருவாயும் ஈட்டித்தந்தன. கங்கைப் பள்ளத்தாக்கை தக்காணத்தோடு இணைக்கும் வணிக வழித்தடங்களைக் கலிங்கம் தன் கட்டுப்பாட்டில் வைத்திருந்தது. இதனால் வணிகர்களின் விருப்பத்துக்குரிய ஒரு கேந்திரமாக கலிங்கம் திகழ்ந்திருக்கவேண்டும். துறைமுகங்களைப் பாதுகாக்க கப்பல் படைகள் நிறுத்தப்பட்டிருக்கவேண்டும். மேற்கூறிய காரணங்களால் மௌரிய அதிகாரத்துக்கு உட்பட்ட நாடுகளிலேயே பொருளாதார பலமும் ஆயுத பலமும் கொண்ட

சக்தியாக கலிங்கம் மலர்ந்திருக்கவேண்டும். இந்தச் செல்வாக்கால் உந்தப்பட்டு மகதத்தின் மேலாதிக்கத்தைக் கலிங்கம் எதிர்த்திருக்கலாம். நாம் ஏன் மகதத்துக்குக் கட்டுப்பட வேண்டும், இவ்வளவு வளம்கொண்ட நாம் ஏன் தனி நாடாக இருக்கக் கூடாது என்று நினைத்திருக்கலாம். இந்த உணர்வு உள்நாட்டுக் கலகமாக வெடிப்பதற்கு முன்பு, கலிங்கத்தை அழுத்தி அதனிடத்தில் வைக்கவேண்டிய அவசியம் அசோகருக்கு நேர்ந்திருக்கலாம்.

கலிங்கம் நினைத்தால் பாடலிபுத்திரத்துக்கும் மத்திய இந்தியாவுக்குமான தொடர்பைத் துண்டிக்கும் அளவுக்குச் செல்லமுடியும். அதற்கான வலுவை கலிங்கம் பெற்றிருந்தது. கலிங்கத்தோடு போரிடும் நோக்கம் அசோகரிடம் ஆரம்பத்தில் இருந்திருக்காது. பாடலிபுத்திரத்தோடு இணக்கமாக இருக்குமாறு அவர் கலிங்கத்து மன்னரைக் கேட்டுக்கொண்டிருக்கவேண்டும். அவர் வேண்டுகோளைக் கலிங்க மன்னர் ஏற்க மறுத்திருக்க வேண்டும். இதனால் சினம்கொண்ட அசோகர் கலிங்கத்தின்மீது படையெடுத்துச் சென்றதோடு, பெரும் அழிவையும் அங்கே ஏற்படுத்தினார் என்பது இன்னொரு யூகம்.

உள்ளதிலேயே பெரிய யானை கலிங்கத்தில்தான் இருக்கிறது. கலிங்கத்தின் பலம் இது. யானைப் படை இருப்பதால்தான் கலிங்கத்தை யாராலும் ஆக்கிரமிக்க முடியவில்லை என்கிறார் கிரேக்க வரலாற்றாசிரியர் டயோடரஸ் (பொஆமு 1ஆம் நூற்றாண்டு). இந்திய யானைகளில் சிறந்தவை கலிங்கத்து யானைகள் என்கிறது அர்த்தசாஸ்திரம். கலிங்கம் பற்றிய குறிப்புகள் பண்டைய பர்மாவிலும் காணக்கிடைக்கின்றன என்றும் அவற்றின் அடிப்படையில் கலிங்கம் தன் ஆட்சி அதிகாரத்தை பர்மாவில் செலுத்தியிருக்கலாம் என்றும் சிலர் வாதிடுகின்றனர். இந்தியாவுக்கு மிக அருகில் இருந்ததால் கடல் வழியாகவும் நிலம் வழியாகவும் இந்திய வணிகர்கள் நீண்ட காலமாகவே பர்மாவுக்குச் சென்றுவந்திருக்கின்றனர். கலிங்கம் இந்த வாய்ப்பைப் பயன்படுத்தி பர்மாவின் சில பகுதிகளைத் தன் கட்டுப்பாட்டின்கீழ் கொண்டுவந்திருக்கலாம் என்பது இவர்கள் வாதம். கிரேக்கக் கணிதவியலாளரும் புவியியலாளருமான தாலமியின் குறிப்புகளை அடிப்படையாகக் கொண்டு இந்த முடிவுக்குவந்திருக்கிறார்கள்.

பொருளாதாரம், அரசியல் பகை எல்லாவற்றையும் ஒதுக்கித் தள்ளிவிட்டு ஒரு கதை உலவிக்கொண்டிருக்கிறது. அதன்படி

அசோகர் கலிங்கத்தைச் சேர்ந்த ஒரு மீனவரின் மகளான காருவாகியைக் காதலித்திருக்கிறார். ஆனால், கலிங்கத்து இளவரசருக்கு காருவாகியை ஏற்கெனவே பேசிமுடித்திருக் கிறார்கள். இதனால் சினம்கொண்ட அசோகர் கலிங்கத்தோடு போரிட்டு, இளவரசனை அழித்துவிட்டு, தன் காதலியைக் கவர்ந்துகொண்டு பாடலிபுத்திரம் விரைந்திருக்கிறார். சிறிதும் நம்பும்படியாக இல்லை என்பதால் இதை வரலாற்றாசிரியர்கள் பொருட்படுத்தவில்லை. ஆனால், கதையில் வரும் பெயர் உண்மை. காருவாகி என்றொரு ராணி அசோகருக்கு இருந்திருக்கிறார். இவரைப் பற்றிய கல்வெட்டுச் சான்றுகளும் இருக்கின்றன. ஆனால், கலிங்கப் போருக்கான காரணம் அவரல்ல. மற்றொரு கதையின்படி, சைவரான அசோகர், பௌத்தர்கள் நிரம்பிய கலிங்கத்துக்குப் பாடம் புகட்டும் வகையில் புனிதப் போரை நடத்தி பௌத்தர்களை அழித்திருக் கிறார். ஆதாரமற்ற இந்தக் கதையும் பொருட்படுத்தத்தக்கதல்ல.

தரவுகள்படி நமக்கு உறுதியாகத் தெரிந்தது ஒன்றுதான். அசோகரின் படைகள் பொஆமு 260 வாக்கில் கலிங்கத்தை நோக்கி முன்னேறத் தொடங்கியிருக்கின்றன. அசோகரின் வாழ்வில் துல்லியமான ஆண்டு கணக்கோடு நமக்குக் கிடைக்கும் முதல் குறிப்பு இதுவே. 13ஆவது பெரும்பாறை கல்வெட்டு என்று அழைக்கப்படும் அசோகர் கல்வெட்டின்மூலம்தான் கலிங்கப் போரை நாம் சற்றே விரிவாக அறிந்துகொள்கிறோம். அசோகரின் கல்வெட்டுகள் கண்டுபிடிக்கப்பட்ட கதையையும் பெயரிடப் பட்ட முறையையும் பின்னால் பார்க்கப்போகிறோம் என்பதால் இப்போதைக்குப் போர் தொடர்பான கல்வெட்டை மட்டும் எடுத்துக்கொண்டு ஆராய்வோம். முடிசூடிக்கொண்ட (பொஆமு 269-268) ஒன்பதாம் ஆண்டு கலிங்கப் போரைத் தொடங்கியதாக அசோகர் இந்தக் கல்வெட்டில் அறிவிக்கிறார்.

போருக்கான திட்டமிடல்கள், தயாரிப்புகள் ஆகியவற்றை முன்கூட்டியே அசோகர் தொடங்கியிருப்பார் என்கிறார் நயன்ஜோத் லாஹிரி. எதிரியின் பலம் என்ன, எதிர்கொண்டு வீழ்த்தும் மகதத்தின் பலம் என்னவாக இருக்கவேண்டும், எத்தகைய போர் உத்திகள் கையாளப்படவேண்டும் போன்றவை போக கலிங்கத்துக்கு எந்த வழித்தடத்தில் போகவேண்டும், எத்தகைய சவால்களை வழியில் சந்திக்கவேண்டியிருக்கும் என்பதையும் அசோகர் ஆலோசித்துத் திட்டமிட்டிருக்க வேண்டும். போர் எப்போது தொடங்கப்படவேண்டும் என்பதை

KHALSI

North face of Rock

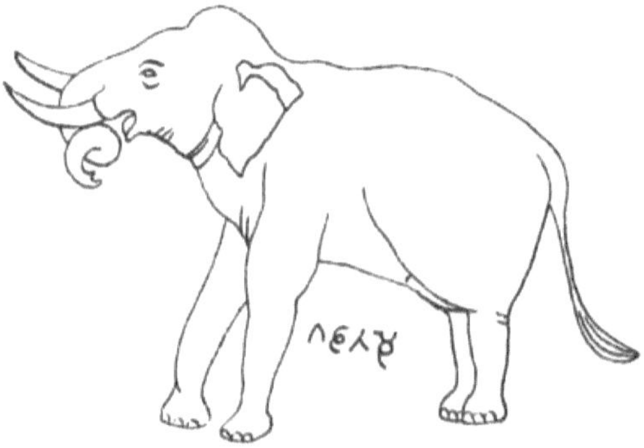

INSCRIPTION ON SOUTH FACE OF ROCK

giving the names of Antiochus, Ptolemy, Antigonus, Magas and Alexander.

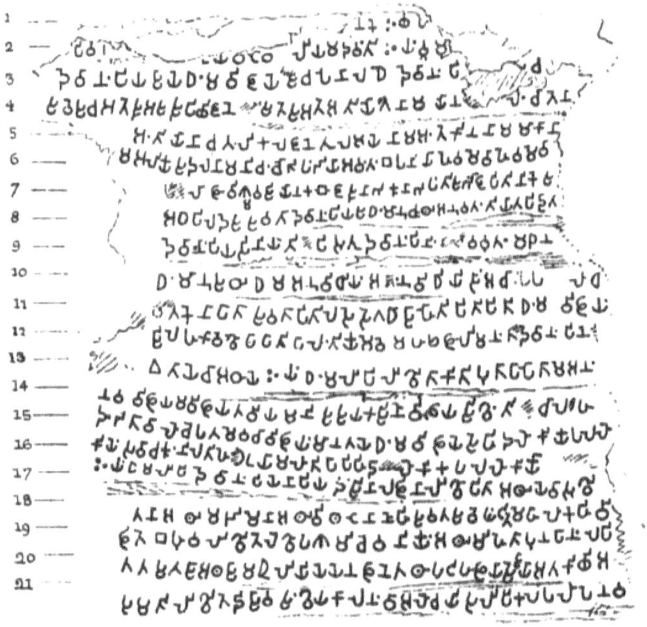

13ஆவது பெரும்பாறை கல்வெட்டு

முடிவுசெய்வது எந்த அளவுக்கு முக்கியமோ அதே அளவுக்கு முக்கியம் பயணத்தை எப்போது தொடங்கவேண்டும் என்பதை முடிவுசெய்வதும். கலிங்கம் வெப்பத்துக்குப் பெயர் போன இடம் என்பதால் பயணத்துக்கும் போருக்கும் அசோகர் குளிர்காலத்தைத் தேர்ந்தெடுத்திருக்கவேண்டும் என்கிறார் லாஹிரி.

அசோகரின் படை பலம் என்னவென்று நமக்குத் தெரியாது என்பதால் சந்திரகுப்தரின் படை பலத்தைக்கொண்டே அசோகரின் வலிமை மதிப்பிடப்படுகிறது. குதிரைப்படை, யானைப்படை, வில்லாயுதமும் ஈட்டியும் ஏந்திய காலாட்படை மூன்றும் இருந்தன. மூன்று படைகளிலிருந்தும் போதுமான வீரர்களை அசோகர் திரட்டியிருப்பார். வாள் முதல் பெரும் பாறாங்கற்களை எய்தும் இயந்திரம்வரை அனைத்தும் வண்டிகளில் வைத்து எடுத்துச் செல்லப்பட்டிருக்கும். வீரர்களும் விலங்குகளும் அணி, அணியாகத் திரண்டு ஊர்வலம்போல் நடைபோட்டிருப்பார்கள். வீரர்களுக்கான உணவு, குதிரை, யானைகளுக்கான உணவு இரண்டும் தனியே சுமந்து செல்லப் பட்டிருக்கும். பாடலிபுத்திரத்திலிருந்து ஒரு பெரும் பகுதியே புறப்பட்டுச்சென்றதுபோல் இருந்திருக்கும். ஆள்களும் அதிகம், விலங்குகளும் அதிகம், இருவரும் சுமந்து செல்லும் எடையும் அதிகம் என்பதால் அசோகரின் ராணுவம் பொறுமையாகவே முன்னேறிச் சென்றிருக்கும் என்கிறார் நயன்ஜோத் லாஹிரி. பாடலிபுத்திரத்திலிருந்து சுமார் 900 கி.மீ. தொலைவில் அமைந்திருந்தது கலிங்கம். அன்றுள்ள சூழலில் அசோகரின் படைகள் அதிகபட்சமாக ஒரு நாளைக்கு 20 கி.மீ. பயணம் செய்திருக்கலாம். கலிங்கத்தை அடைவதற்கு 5 அல்லது 6 வாரங்கள் தேவைப்பட்டிருக்கும் என்று கணக்கிடுகிறார் லாஹிரி.

அசோகரின் படைபலம் தெரியாவிட்டாலும் மெகஸ்தனிஸின் குறிப்புகள்மூலம் கலிங்கத்தின் படைபலம் நமக்குத் தெரியும் என்கிறார் ஆர்.கே. முகர்ஜி. 'காலாட்படையில் 60,000 வீரர்கள். குதிரைப்படையில் 1,000 பேர். 700 போர் யானைகள்.' மெகஸ்தனிஸ் காலத்துக்குப் பிறகு கலிங்கத்தின் பலம் மேலும் அதிகரித்திருப்பதை அசோகர் கல்வெட்டு அளிக்கும் இழப்பு எண்ணிக்கையை வைத்து அறிந்துகொள்ளமுடிகிறது என்கிறார் முகர்ஜி.

கலிங்கத்துக்கு எந்த வழியைத் தேர்ந்தெடுத்திருப்பார்கள் என்பதையும் பலவிதங்களில் வரலாற்றாசிரியர்கள் கற்பனை

செய்திருக்கிறார்கள். முதலாவது, பூரி ஜெகநாதர் கோயில் செல்வதற்குப் பிற்காலத்தில் யாத்திரிகர்கள் பயன்படுத்திய பிரபலமான வழித்தடம். கங்கையின் வலதுபக்கக் கரையோரம் முன்னேறி வங்காளம் வழி மிதினாப்பூரை அடைந்து, அங்கிருந்து ஒடிசாவின் மகாநதி கழிமுகத்தை அடைவது முதல் வழி. இரண்டாவது வழி, சத்தீஸ்கரை அடைந்து தெற்கு முனையிலுள்ள கஞ்சம்-ஸ்ரீகாகுளம் வழியே கலிங்கத்தை அடைவது. அநேகமாக இரண்டில் ஒன்றை அசோகரின் படைகள் பயன்படுத்தி இருக்கலாம் என்கிறார் லாஹிரி.

கலிங்கப் போர் எவ்வளவு காலம் நடைபெற்றது என்று தெரியவில்லை. அசோகரின் படைகளைக் கலிங்க மன்னர் எதிர்பார்த்திருந்தாரா அல்லது வந்தவுடன் கண்டு திகைத்து நின்றுவிட்டாரா? எவ்வளவு தீரத்தோடு அசோகரை எதிர்கொண்டு போரிட்டார் அவர்? கலிங்க மன்னரை அசோகர் தொடக்கத் திலேயே வென்றுவிட்டாரா அல்லது போராடி வீழ்த்தினாரா? எதுவும் தெரியாது. அசோகரின் கல்வெட்டு முழுக்க, முழுக்க இழப்பையே முதன்மைப்படுத்துகிறது. போரின் மையம் வெற்றியோ தோல்வியோ அல்ல, இழப்புதான் என்று அவர் சொல்வதுபோல் இருக்கிறது. மகதம் எவ்வாறு கலிங்கத்தை வென்றது என்று நான் விவரிக்கப் போவதில்லை. மகதம் எவ்வாறு வெற்றிகரமாக கலிங்கத்தை இணைத்துக்கொண்டது என்பதை நான் விவரிக்கப் போவதில்லை. எங்கள் வியூகங்களை நான் விவரித்துக்கொண்டிருக்கப் போவதில்லை. கலிங்க மன்னரின் தோல்வியைச் சிறுமைப்படுத்தியோ எங்கள் வீரர்களின் சாகசங்களை வானளவு உயர்த்தியோ நான் பேசப் போவதில்லை. நான் இழப்புகளைப் பற்றியே பேசப்போகிறேன். நான் ஏற்படுத்திய சேதங்களிலிருந்து என்னால் மீண்டுவர முடிய வில்லை. என் இதயம் நான் ஏற்படுத்திய வலிகளால் துவண்டு போய்விட்டது. இதுதான் போர். இதை மட்டும்தான் நான் பேசப்போகிறேன் என்று அசோகர் சொல்வதுபோல் இருக்கிறது.

அசோகர் அளிக்கும் இழப்பு எண்ணிக்கை பின்வருமாறு. 'கலிங்கப் போரில் 1 லட்சம் பேர் கொல்லப்பட்டனர். இதைக் காட்டிலும் பல மடங்கு அதிக எண்ணிக்கையில் போருக்குப் பிறகு பலர் இறந்துபோயிருக்கின்றனர். 1,50,000 பேர் கலிங்கத்திலிருந்து வெளியேற்றப்பட்டிருக்கின்றனர்.' முதலாவது எண்ணிக்கை, நேரடியாகப் போர்க்களத்தில் அசோகரின் படைகளால் கொல்லப்பட்ட கலிங்கத்து வீரர்களின் எண்ணிக்கை என்பது

புரிகிறது. கலிங்க மன்னரும் இதில் அடக்கம். 1 லட்சத்தைக் காட்டிலும் பல மடங்கு அதிகமானவர்கள் போருக்குப் பிறகு எப்படி இறந்திருப்பார்கள்? போர்க்காயங்களோடு தப்பிப் பிழைத்தவர்கள் அதன்பின் மருத்துவ உதவி கிடைக்காமல் இறந்திருக்கலாம். கலிங்கத்தின் பெரும்பகுதி அழிக்கப்பட்டதைத் தொடர்ந்து விவசாயம் பொய்த்திருக்கலாம். உணவுக் கிடங்குகள் சேதமடைந்திருக்கலாம். பசியும் நோயும் பெருகி, பஞ்சம் ஏற்பட்டிருக்கலாம். இவற்றின் காரணமாகப் பல லட்சம்பேர் இறந்துபோயிருக்கலாம்.

அசோகரின் வாழ்வையும் சிந்தனையையும் புரட்டிப்போட்ட போர் என்பதால் அதைப் பேசும் கலிங்கத்துக் கல்வெட்டுக்குக் கூடுதல் கவனம் கொடுத்து வரலாற்றாசிரியர்கள் ஆராய்ந்திருக் கிறார்கள். ராதாகுமுத் முகர்ஜியின் பார்வையை முதலில் எடுத்துக்கொள்வோம். ஒரு போர் மனிதர்களை எப்படியெல்லாம் அழிக்கும் என்பதை விலாவாரியாக நமக்கு வெளிப்படுத்தும் முதல் பெரும் சாட்சியமாக அசோகரின் கல்வெட்டு திகழ்கிறது. போரின் கரங்கள் நேரடியாக மட்டும் மனிதர்களைத் தாக்கியழிப்பதில்லை. மறைமுகமாகவும் அது நீண்டுசென்று பலரை அழிக்கிறது. வாளேந்தியவர்களை மட்டுமல்ல, போர்க்களத்தையே நெருங்காதவர்களையும் அது அழிக்கிறது. முறையாகப் பயிற்சிகள் எடுத்துக்கொண்டு ஆயுதங்களோடு திரண்டுவரும் வீரர்களை மட்டுமல்ல; எந்த வகையிலும் போரில் ஆர்வம் காட்டாத, எந்த வகையிலும் போரோடு தொடர்பு கொள்ளாத, போரை வெறுக்கும், போரின் நிழலையும் கண்டு அஞ்சியொதுங்கி ஓடும் சாமானிய, எளிய, அப்பாவி மக்களையும் போர் கண்டுபிடித்து அழிக்கிறது. இந்த உண்மையை உணர்ந்த முதல் பேரரசர் அசோகர்.

மனிதர்களை மட்டுமல்ல, அவர்கள் உண்டாக்கி வைத்திருக்கும் அமைப்புகளையும் அவர்கள் ஏற்படுத்தி வைத்திருக்கும் உறவுகளையும் போர் அழிக்கிறது. குடும்பத்தை அழிக்கிறது. சமூகத்தைக் குலைக்கிறது. ஒருவருக்கு நெருக்கமான அனைவரையும் அவரிடமிருந்து பறித்தெடுக்கிறது. பிராமணர், சிரமணர், நாத்திகர் என்று பாகுபாடு காட்டுவதில்லை போர். ஆண், பெண், முதியோர், நண்பர், உறவினர், பணியாளர் அனைவரையும் ஒன்றுபோல் பாவித்து, ஒன்றுபோல் கொல்கிறது போர். மகிழ்ச்சியோடு வாழ்பவர்களை, சமூகத்தோடு இணக்கமாக இருப்பவர்களைத் தேடிப்பிடித்துக் கொல்கிறது

போர். உடலை மட்டுமல்ல ஒருவருடைய உள்ளத்தையும் சேர்த்தே போர் காயப்படுத்துகிறது. இதை நுணுக்கமாக அசோகர் உணர்ந்திருப்பதை அவர் கல்வெட்டு வெளிப்படுத்துகிறது என்கிறார் முகர்ஜி. பிழைத்திருப்போர் உடலால் பிழைத்திருந் தாலும் மனதால் வெகுவாகக் காயமடைந்திருப்பதை அசோகர் நேரடியாகவே கண்டிருக்கிறார். அந்தத் தரிசனம் அவரை உலுக்கியெடுத்திருக்கிறது. போர் எவ்வளவு குரூரமானது, எவ்வளவு ஆழமான அழிவை ஏற்படுத்தக்கூடியது என்பதை கலிங்கத்தின்மூலம் அசோகர் உணர்ந்திருக்கிறார். அவர் ஆளுமையில் புரட்சிகரமான மாற்றமொன்றை கலிங்கம் ஏற்படுத்திவிட்டது என்கிறார் முகர்ஜி.

அசோகரின் கலிங்கப் போர் கல்வெட்டையும் அவருக்கு நிகழ்ந்ததாகச் சொல்லப்படும் மனமாற்றத்தையும் இன்னமும் விரிவாகப் பார்க்கவேண்டியிருக்கிறது.

●

போரும் அமைதியும்

அசோகர் பாடலிபுத்திரத்தில் நரகத்தின் சாயலில் ஒரு சிறைச்சாலையைக் கட்டினார்; அப்பாவிகளை அடைத்துவைத்து வதைத்தார்; தன் 99 சகோதரர்களைக் கொன்றார் என்றெல்லாம் கதை பேசிய பௌத்தப் பதிவுகள் கலிங்கம் பற்றி என்ன சொல்லியிருக்கின்றன என்று தேடினால் ஏமாற்றமே மிஞ்சும். அசோகரை உருமாற்றிய போர் குறித்து ஒரு சொல்கூட எங்கும் இல்லை என்கிறார் ரொமிலா தாப்பர். பௌத்தர்கள் மட்டுமல்ல பிறரும்கூட கலிங்கத்தைக் குறிப்பிடவில்லை. போருக்குப் பிறகும் யாரும் நினைவுகூரவில்லை. நம்மிடம் உள்ள ஒரே தரப்பு, அசோகர் மட்டுமே. ஒரு பெரும் அழிவின் கதையை அதை இழைத்தவர் மட்டுமே விவரிக்கிறார். அவர் குரலில் மட்டுமே கலிங்கத்தின் கதையை நாம் கேட்கிறோம். இதன் பொருள் அசோகர் சொல்லியிருக்காவிட்டால் அப்படியொரு போர் நடந்ததே நமக்குத் தெரியாமல் போயிருக்கும் என்பதுதான்.

அசோகர் இடத்தில் வேறு எவர் இருந்திருந்தாலும் கலிங்கத்தின் வெற்றியை மாபெரும் வெற்றிக்கொண்டாட்டமாகப் பதிவு செய்திருப்பார்கள். சிறு வெற்றியைக்கூட ஊதி, ஊதி மலைபோல் வளர்த்துக்காட்டும் வழக்கம்தான் அப்போது இருந்தது என்கிறார் நயன்ஜோத் லாஹிரி. அதே கலிங்கத்தை ஆண்ட காரவேலர் (பொஆமு 1ஆம் நூற்றாண்டு) சமணர்களுக்கு நன்கொடை

அளித்ததைப் பதிவுசெய்யும் ஒரு கல்வெட்டில், நன்கொடை விவரங்களுக்குக் கொடுத்ததைவிடக் கூடுதல் முக்கியத் துவத்தைத் தன்னைப் பற்றிப் பேசுவதற்குக் கொடுத்திருக்கிறார். எத்தனை மன்னர்கள் என் கட்டுப்பாட்டில் இருக்கிறார்கள் தெரியுமா, எந்தெந்த நாடுகளை நான் சொந்தமாக்கிக் கொண்டிருக்கிறேன் தெரியுமா என்று ஒரு சிறு பட்டியல் வாசிக்கிறார். ஜூனாகத்தில் ஓர் அணையைப் பழுதுபார்த்தது தொடர்பான கல்வெட்டில் ருத்ரதாமன் (2ஆம் நூற்றாண்டு) அணைக்குத் தொடர்பில்லாத, தன்னுடைய வீரதீர செயல்களை எல்லாம் மறக்காமல் குறிப்பிட்டுள்ளார்.

அசோகர் இந்த வழக்கத்தை அப்படியே தலைகீழாக்குவது அதிசயம் மட்டுமல்ல அபூர்வமும்கூட என்கிறார் லாஹிரி. தன் பலத்தைப் பேசவேண்டிய இடத்தில், தன் படை பலத்தைச் சிலாகிக்கவேண்டிய இடத்தில், தன் வரலாற்றுச் சாதனையை நிலைநிறுத்தவேண்டிய இடத்தில் வலிந்து போரின் வலிகளைப் பெரிதுப்படுத்திப் பேசுகிறார் அசோகர். பெரும் மகிழ்ச்சியைப் பெரும் துக்கம்போலவும் பெரும் வெற்றியை மாபெரும் தோல்விபோலவும் மாற்றிக்காட்டுகிறார் அவர். அசோகருக்கு முன்பும் சரி, பிறகும் சரி; இப்படி ஒரு தலைகீழாக்கத்தை எவரும் நிகழ்த்தியதில்லை.

அசோகர் பேசும்போது அவர் குரல் ஒரு பேரரசரின் குரல்போலவே இல்லை. 'கலிங்கம் இணைக்கப்பட்டதும் பியதசிக்கு (கடவுள்களுக்குப் பிரியமானவர்) மன உளைச்சல் உண்டானது. ஒரு சுதந்தர நாடு ஆக்கிரமிக்கப்பட்டதால் படுகொலையும் மரணமும் மக்கள் வெளியேற்றமும் நடந்ததைக் கண்டு பியதசி கடும் துயரடைந்தார். அவர் மனம் பாரமானது' என்கிறார் அசோகர். (13ஆவது பெரும்பாறைக் கல்வெட்டு. பியதசி என்றே அவர் தன்னை அழைத்துக்கொள்கிறார். படர்க்கையில்தான் பேசுகிறார்).

வன்முறை என்பது சத்திரிய தர்மத்தோடு ஒன்றுகலந்தது என்கிறார் உபீந்தர் சிங். சத்திரிய தர்மம் என்பது கடவுளால் அருளப்பட்டது. உள்ளதிலேயே பழமையான தர்மம் சத்திரிய தர்மம். பிற தர்மங்களையும் அது உள்ளடக்கியது என்பதால் சிறந்ததும்கூட. சத்திரிய தர்மத்துக்கு அழிவில்லை, அது நிரந்தரமானது. ஒரு சத்திரியர் தன் கடமையை நிறைவேற்றும்போது வன்முறையைத் தவிர்க்க இயலாது என்கிறது மகாபாரதம். போர்க்களத்தில்

அர்ஜுனர் தயங்கி நின்றதற்குக் காரணம் வன்முறை கூடாது என்பதல்ல. உறவுகளுக்கு எதிராக வன்முறையைப் பிரயோகிக்கலாமா என்பதே அவர் மனக்கலக்கம்.

ஒரு மன்னர் தன் அதிகாரத்தை ஒருபோதும் இழக்கக் கூடாது. மாறாக, அதைப் பெருக்கிக்கொள்வதில்தான் அக்கறை காட்ட வேண்டும் என்கிறது அர்த்தசாஸ்திரம். தன் மேலாதிக்கத்தை உறுதிசெய்வதற்காகவும் பிரதேச விரிவாக்கத்துக்காகவும் ஒரு மன்னர் போரிடவேண்டியது அவசியம் என்கிறது அர்த்தசாஸ்திரம். சந்திரகுப்த மௌரியரை ஒரு கருவியாகக் கொண்டு நந்த வம்சத்தைப் போரிட்டு அடியோடு வீழ்த்தியவர் கௌடில்யர். அவருடைய போர்த்தந்திரங்களால் நிறுவப் பட்டதுதான் மௌரியப் பேரரசு. மகதம் அருகிலுள்ள நாடுகளை வேட்டையாடி, விழுங்கிதான் தன்னை ஒரு பேரரசாக மாற்றிக் கொண்டது. வன்முறையைச் செலுத்தாமல் அசோகருக்குப் பதவி கிடைத்திருக்காது. வன்முறையின்றி கலிங்கம் கட்டுப் பட்டிருக்காது.

முன்னெப்போதையும்விட அதிக வலுவோடு, அதிகப் பரப்பில் மகதம் படர்ந்து நிற்கும் நேரத்தில், வன்முறை என்னைக் கலக்கமுறச் செய்கிறது என்று அறிவிக்கிறார் அசோகர். என் செயல்களால் நேரடியாகவும் மறைமுகமாகவும் மனிதர்கள் கொல்லப்படுவதை இனியும் என்னால் பார்த்துக்கொண்டிருக்க முடியாது என்கிறார் அவர். மிகப் பெரிய முரணொன்றின் பிடியில், மிகப் பெரிய அடையாளச் சிக்கலில் நான் சிக்கித் தவித்துக் கொண்டிருக்கிறேன் என்று மனம்விட்டு வெளிப்படையாகச் சொல்கிறார் அசோகர். நான் உண்டாக்கிய பேரழிவு என்னையும் தீண்டிவிட்டது. நான் இதை நிறுத்தியாகவேண்டும். நான் மாறியாகவேண்டும் என்கிறார் அவர்.

'தவறு இழைக்கும் ஒருவரை இயன்றவரை மன்னிப்பது சாத்தியம்' என்று அதே கல்வெட்டில் குறிப்பிடுகிறார் அசோகர். அதே நேரம் அவர் தன் செயல்களுக்கு எங்கும் மன்னிப்பு கோரவில்லை என்கிறார் உபீந்தர் சிங். கடவுள்களுக்குப் பிரியமானவர் என்று தன்னை அழைத்துக்கொள்ளும் அவர், எந்தக் கடவுளிடமும் தன்னை மன்னிக்குமாறு கோரவில்லை. அதற்கு அவர் காத்திருக்கவும் இல்லை.

கலங்கி, தேங்கி நிற்காமல் அடுத்த நிலைக்குத் தாவிச் சென்றுவிடுகிறார் அவர். அழிவை ஏற்படுத்திய அசோகர்

அதே அழிவுக்குப் பலியாகிவிட்டார். அவர் இனி இல்லை. இப்போது இருப்பது புதிய அசோகர். அவர் தனது பாதையை மாற்றிக்கொண்டுவிட்டார். புதிய பாதையில் பயணத்தையும் தொடங்கிவிட்டார். கலிங்கம் அல்ல கலிங்கத்தின் நிழலைக்கூட இனி அவரால் தாங்கிக்கொள்ள முடியாது. இதைத்தான் அழுத்தமாக உணர்த்துகின்றன அசோகரின் இச்சொற்கள். 'அன்று நடந்த படுகொலையில், அன்று நடந்த மரணத்தில், அன்று நடந்த வெளியேற்றத்தில் நூறில் ஒரு பங்கு, ஆயிரத்தில் ஒரு பங்கு இன்று நடந்தாலும் பியதசியின் மனம் அழுத்தமான பாதிப்பைச் சந்திக்கும்.' மீண்டும் அப்படியொரு பாதிப்பு மற்றவர்களுக்கும் தனக்கும் நேராமல் இருக்கவேண்டுமானால் வன்முறையைக் கைவிடுவதோடு நிறுத்திக்கொள்ளாமல், வன்முறையற்ற நிலையை அடைய முயற்சி செய்யவேண்டும் என்று உணர்கிறார் அசோகர். அவர் தேடல் தம்மத்தில் முடிவடைகிறது, தம்மத்தில் நிறைவடைகிறது.

அசோகர் துறவைத் தேர்ந்தெடுக்கவில்லை. மணிமகுடத்தைக் கழற்றி வீசுவது அல்ல அவர் முடிவு. அவர் தொடர்ந்து மகதத்தை ஆள விரும்பினார். தொடர்ந்து ஒரு பேரரசராக நீடிக்க விரும்பினார். தொடர்ந்து வெற்றிகளை ஈட்டவும் முடிவெடுத்தார். ஆனால், அந்த வெற்றியில் ரத்தத்தின் கறை இருக்காது. மரணத்தின் ஓலம் இருக்காது. வலி இருக்காது. அவருடைய இலக்கு அப்பழுக்கற்ற புதிய வெற்றி. வன்முறையைக்கொண்டு எந்த நிலத்தையும் இனி ஆக்கிரமிக்க மாட்டேன். வன்முறையைக் கொண்டு எந்த மனிதரையும் வெல்ல மாட்டேன். அப்படிக் கிடைக்கும் வெற்றியை வெற்றியாக என்னால் இனியும் கருத முடியாது.

இனி 'தம்மத்தின்மூலம் கிடைக்கும் வெற்றியே முதன்மையானது' என்கிறார் அசோகர். தம்மமே நிரந்தரமானது. அதுவொன்றே நீடித்த மகிழ்ச்சியை அளிக்கும். போர் இரு தரப்பையும் பாழ்படுத்தும் என்றால், தம்மம் உபதேசிப்பவர், அரவணைத்துக் கொள்பவர் என்று இரு தரப்பையும் உயர்த்தும்.

தம்மத்தை ஏற்பதென்பது ஒற்றை நிகழ்வல்ல; அது ஒரு தொடர் செயல்பாடு. அதற்கு குறைந்தபட்சம் ஒரு வாழ்நாள் தேவைப்படும் என்பதை அசோகர் உணர்ந்திருந்தார் என்கிறார் உபீந்தர் சிங். தம்மத்தை வலியுறுத்துவதற்கான காரணம் என்னவென்பதையும் அதே கல்வெட்டில் அசோகர்

விளக்குகிறார். 'எதிர்காலத்தில் என் மகன்களோ பேரக் குழந்தைகளோ புதிய ஆக்கிரமிப்புகளை நடத்தவேண்டும் என்று யோசிக்கக் கூடாது. அவர்கள் எத்தகைய வெற்றிகளை ஈட்டினாலும், அமைதியாக நடந்துகொள்ளவேண்டும், குறைந்த அளவு அழுத்தம் அல்லது தண்டனையை மட்டுமே கையாளவேண்டும். ஆக்கிரமிக்கவேண்டும் என்னும் விருப்பம் தோன்றினால் தம்மத்தின் வாயிலாக மட்டுமே அவர்கள் அதைச் செய்யவேண்டும். அதுதான் மெய்யான ஆக்கிரமிப்பு. தம்மம் தரும் மகிழ்ச்சியே நிறைவானது. இந்த உலகில் மட்டுமல்ல மறு உலகிலும் தம்மமே அவர்களுக்கு உதவும்.'

●

அசோகர் தம்மத்தைத் தேர்ந்தெடுத்த பின்னணி விரிவாக விவாதிக்கப்பட்டிருக்கிறது. அசோகரின் துயரம் தனிப்பட்ட துயரம்போல் காட்சியளிக்கிறது. வலியின் ஆழத்தை அவர் பேசுவதைப் பார்க்கும்போது ஒருவேளை தன் மகன்களில் ஒருவரை அவர் போரில் இழந்திருக்கவும் வாய்ப்பிருக்கிறது அல்லவா? இதேபோல் இன்னொரு வாதமும் முன்வைக்கப் படுகிறது. இனி ஆக்கிரமிக்க வேறு நிலமில்லை எனும் நிலையில்தான் அசோகர் வன்முறையைக் கைவிட்டார் என்று சொல்லலாமா?

உபீந்தர் சிங் இந்த வாதங்களை மறுக்கிறார். அசோகருக்கு நிகழ்ந்ததைத் தனிப்பட்ட பாதிப்பாக எடுத்துக்கொள்ள வேண்டியதில்லை. மற்றவர்களின் துயரைத் தன்னுடையதாகக் காணும் அளவுக்கு, மற்றவர்கள் வலியைத் தானும் உணரும் அளவுக்கு அவர் பக்குவப்பட்டிருந்தார். பௌத்தத்தோடு அவர் வளர்த்து வைத்திருந்த நெருக்கமே இந்தப் பக்குவத்தை அவருக்கு ஏற்படுத்தியிருக்கவேண்டும். அகிம்சையை ஏற்றபிறகு வதையின் கோரம் அவரை உலுக்கியிருக்கவேண்டும். அவருடைய கல்வெட்டில் போர், அமைதி என்னும் இரு சொற்களும் இல்லை. மனித வலி, வலியை நீக்கும் தம்மம் இந்த இரண்டும்தாம் இருக்கின்றன. அறத்தின் மதிப்பை, உயிரின் மதிப்பை கலிங்கம் அவருக்கு உணர்த்தியிருக்கிறது. கலிங்கத்துக்குப் பிறகான அவர் செயல்பாடுகளே அதை நமக்குத் தெளிவாக உணர்த்தி விடுகின்றன.

கலிங்கக் கல்வெட்டில் இருக்கும் இழப்பு எண்ணிக்கை சரியானதுதானா என்னும் கேள்வியும் எழுப்பப்படுகிறது. ஒரு

லட்சம் பேர் போர்க்களத்திலும் பல மடங்கு அதிகமானவர்கள் போருக்குப் பிறகும் இறந்ததாக அசோகர் சொல்கிறார். இது மிகையான எண்ணிக்கையாக இருப்பதற்குச் சாத்தியம் உண்டா என்றால் நிச்சயம் உண்டு. ஆனால், மிகையின் நோக்கம் மீண்டும் இங்கே தலைகீழாக்கப்படுகிறது. எதிரியின் இழப்பையும் வலியையும் அதிகரித்துச் சொன்னதன்மூலம் தன்னை இன்னமும் தாழ்த்திக்கொள்வதில்தான் அசோகர் வெற்றி பெற்றுள்ளார்.

ஒருவேளை அசோகரின் எண்ணிக்கை சரியென்றால் அவர் காலத்துப் போர்முறையில் குறிப்பிடத்தக்க மாற்றம் நிகழ்ந்திருக்க வேண்டும் என்கிறார் உபீந்தர் சிங். போர் வீரர்கள் போக பொதுமக்களும் பெரிய அளவில் கொல்லப்பட்டதாக, பெரும் எண்ணிக்கையில் வெளியேற்றப்பட்டதாக அசோகர் அழுத்தமாகக் குறிப்பிடுவதைப் பார்க்கும்போது கலிங்கம் அதுவரை வரலாறு கண்ட போர்களைக் காட்டிலும் மூர்க்க மானதாக இருந்திருக்கவேண்டும் என்கிறார் உபீந்தர் சிங்.

அசோகர் எப்போது பௌத்தத்தைத் தழுவினார்? இந்தக் கேள்விக்கு ஒன்றுக்கும் மேற்பட்ட விடைகள் கிடைக்கின்றன. 'கலிங்கம் இணைக்கப்பட்டுவிட்ட நிலையில், பியதசி தம்மத்தைக் கடைபிடிக்க ஆரம்பித்தார். தம்மத்தின்மீது நாட்டம் செலுத்த ஆரம்பித்தார். தம்மத்தை உபதேசிக்கவும் தொடங்கினார்' என்கிறார் அசோகர். இதை வைத்துப் பார்க்கும்போது போர் முடிந்ததும் அசோகர் உடனே மனமாற்றம் அடைந்து, பௌத்தத்தைத் தழுவினார் என்னும் பொருள்தான் கிடைக்கிறது. ஆனால், இதை அனைவரும் ஏற்றுக்கொள்வதில்லை. கலிங்கத்திலிருந்து விடைபெற்ற அசோகர் பாடலிபுத்திரம் சென்றடைந்ததும் முதல் காரியமாகப் பௌத்தை ஏற்றுக் கொண்டார் என்பது கொஞ்சம் நாடகத்தனமாக இருக்கிறது என்கிறார் ரொமிலா தாப்பர்.

அசோகரின் வாழ்வை ஆராய்ந்தவர்களுள் ஒருவரான பி.ஹெச்.எல். எகர்மோண்ட் எனும் ஆய்வாளர் கலிங்கத்துக்கு முன்பே அசோகர் பௌத்தத்தை ஏற்றுக்கொண்டுவிட்டதாகச் சொல்கிறார். மாற்றுச் சிந்தனைகளும் நாத்திகத் தத்துவங்களும் வளர்ந்து செழித்திருந்த மகதத்தில் பௌத்தத்தை தேர்ந்தெடுக்க கலிங்கம்வரை அசோகர் காத்திருந்தார் என்று சொல்ல முடியாது. புத்தர் அவருக்கு ஏற்கெனவே அறிமுகமாகியிருக்கவேண்டும். பௌத்தத்தையும் அவர் முன்பே ஏற்றிருக்கவேண்டும் என்கிறார்

இவர். இது உண்மை என்று வைத்துக்கொண்டால், பௌத்தத்தைத் தழுவிய பிறகும் மாபெரும் அழிவை அசோகர் ஏன் ஏற்படுத்தவேண்டும் என்னும் கேள்வி எழுகிறது. எகர்மோண்ட் அளிக்கும் விளக்கம் இது. அசோகர் தம்மத்தை அப்போது முழுவதுமாகப் புரிந்துகொண்டிருக்கவில்லை. அல்லது அகிம்சையை ஏற்கும் அளவுக்கு அவருடைய பௌத்த நம்பிக்கை அப்போது வளர்ந்திருக்கவில்லை.

அசோகர் பௌத்தத்தைத் தழுவியதென்பது அவர் சிந்தனையில் நிகழ்ந்த ஒரு மாற்றம் மட்டுமே. கிறிஸ்தவத்திலோ இஸ்லாத்திலோ உள்ள நடைமுறைபோல் பெரிய அளவில் சடங்கோ அரசு விழாவோ மேற்கொண்டு அசோகர் பௌத்தத்தை ஏற்கவில்லை. பௌத்தம் மீதான அசோகரின் நாட்டம் அவருடைய பிற்காலத்தில்தான் அதிகரிக்கத் தொடங்கியது என்கிறார் தாப்பர். அவருடைய முற்காலக் கல்வெட்டுகளைக் கவனமாகப் பார்வையிடும்போது, புதிதாக மதம் மாறிய ஒருவரின் சொற்கள்போல் அவை இல்லை. அசோகர் முன்பே பௌத்தத்தைத் தழுவியிருக்கலாம். ஆனால், அதைத் தீவிரமாக உயர்த்திப் பிடிக்கும் ஒரு பேரரசராக அவர் முற்காலக் கல்வெட்டுகளில் வெளிப்படவில்லை. கலிங்கக் கல்வெட்டில் அசோகர் குறிப்பிடும் தம்மத்தை, பௌத்தத்தின் சாரமாக விளங்கும் தம்மம் என்று பார்ப்பதற்குப் பதில் மனிதத்தன்மையை வலியுறுத்தும் எளிய, அறம் சார்ந்த தம்மம் என்று எடுத்துக் கொள்ளலாம் என்கிறார் தாப்பர்.

அசோகர் தம்மத்தை ஏற்க முடிவுசெய்யும்போது அவர் 40 வயதைக் கடந்திருந்தார் என்பதால் உணர்ச்சிப்பிழம்பாக அல்லாமல், ஆழ்ந்து சிந்தித்த பிறகே தம்மத்தை அவர் தேர்ந்தெடுத்திருக்க வேண்டும் என்கிறார் மானுடவியலாளர் எஸ்.ஜே. தம்பையா.

அசோகர் படிப்படியாகவே பௌத்தத் தம்மத்தைத் தழுவினார், படிப்படியாக மனமாற்றம் அடைந்தார் என்பதற்கான ஆதாரம் அதே கல்வெட்டில் காணக்கிடைக்கிறது. அகிம்சையே பிரதானம், இன்னொரு நாட்டோடு இனி போரிட மாட்டேன் என்று சொல்லும் அதே அசோகர், காட்டில் வாழும் மக்களுக்கு இதே சலுகையை அளிக்க மறுக்கிறார். 'பியதசி தனது பேரரசில் வசிக்கும் பழங்குடிகளோடு சமரசம் செய்துகொள்ளவே விரும்புகிறார். அதேநேரம் அவர் அவர்களை எச்சரிக்கவும் விரும்புகிறார். வருத்தத்தில் மூழ்கியிருந்தாலும் அவரிடம்

இன்னமும் அதிகாரம் இருக்கிறது. பழங்குடி மக்கள் தாங்கள் கொல்லப்படுவதைத் தவிர்க்க விரும்பினால் அவர்களும் சமரசம் செய்துகொள்ளவேண்டும்.'

கலிங்கத்துக்குப் பிறகு அசோகர் உயர்த்திப் பிடிக்கும் தம்மத்தை அவர் எடுத்துவைத்த முதல் பெரும் அடியாகப் பார்ப்பதே பொருத்தமானதாக இருக்கும். இதுவே மாபெரும் மாற்றம்தான் என்பதில் ஐயமில்லை. அசோகர் முன்வைத்தது புரட்சிகரமான அறத்தின் ஒரு வடிவத்தை என்கிறார் தம்பையா. அதேநேரம், எல்லா உயிர்களும் சமம், எந்த உயிரையும் கொல்லக் கூடாது என்னும் நிலைக்கு அவர் இன்னமும் வந்துசேரவில்லை. கலிங்கத்துக்கு முன்போ பின்போ பௌத்தம் ஒரு விதையாக அவருக்குள் விழுந்துவிட்டது. அது வேர்கொண்டு வளரவும் தொடங்கிவிட்டது. கலிங்கத்துக்குப் பிறகு அதன் உறுதியான வளர்ச்சியை நாம் பார்க்கத் தொடங்கிவிடுகிறோம். பௌத்தம் பூக்கவும் காய்க்கவும் பழுக்கவும் தொடங்கியது அதன்பிறகுதான்.

●

- 13 -

அசோகர் கண்டுபிடிக்கப்பட்ட கதை

அசோகரின் கல்வெட்டுகள் நமக்கு அறிமுகமாகும்போது அவர் பௌத்தத்தின் கரங்களில் ஏற்கெனவே சென்றுசேர்ந்திருந்தார். பௌத்தத்தை ஏற்றபிறகு அவர் வாழ்க்கைமுறை முற்றாக மாறுகிறது. புதிய கற்பனைகள் அவருக்குள் உதிக்கின்றன. அதிகாரத்தை, பதவியை, செல்வத்தைப் புதிய கண்களில் பார்க்கத் தொடங்குகிறார். ஆட்சி நடத்தும் முறை மாறுகிறது. நிர்வகிக்கும் முறை மாறுகிறது. அசோகருக்குள் நிகழத் தொடங்கிய மாற்றங்கள் மௌரிய இந்தியாவிலும் வெளிப்படுவதைக் காண்கிறோம். அசோகரின் இந்தியா வரலாற்றில் முதல் முறையாகச் சில புதிய பரிசோதனைகளுக்குத் தன்னைத் தயார்படுத்திக்கொள்ளத் தொடங்குகிறது. இந்த மாற்றங்களை எல்லாம் அசோகரின் சொற்களைக்கொண்டு நாம் புரிந்து கொள்ளப்போகிறோம். அதற்கு முன்னால் அந்தச் சொற்களின் வரலாற்றை எளிமையாகத் தெரிந்துகொள்வோம்.

இந்தியாவைப் பொருத்தவரை இறந்தகாலம் என்றொன்று இல்லை. வரலாற்றுக்கு முந்தைய பழங்காலம்கூட இன்னமும் நம்மிடையே உயிர்த்திருக்கிறது என்பார் டி.டி. கோசாம்பி. 'வாழும் பழங்காலம்' என்றே அவர் அழைக்கிறார். எந்தக் கல்லில், எந்த மணல் துகளில், எந்தப் பாறையில் என்ன வரலாறு ஒளிந்திருக்கிறதோ, யார் கண்டது? அசோகர் தனது சொற்களை

இந்தியத் துணைக்கண்டம் முழுக்கப் பதிவுசெய்திருக்கிறார். அவை சொற்கள்தாம் என்பதையும் சொன்னவர் அசோகர் என்பதையும் கண்டுபிடிக்க நமக்குக் கிட்டத்தட்ட 2,000 ஆண்டுகள் ஆகியிருக்கின்றன. எல்லோருடனும் நெருங்கிவந்து உரையாட விரும்பிய ஒருவரின் குரல் இவ்வளவு நீண்ட காலம் மறைந்திருந்தது உண்மையிலேயே துயரம்தான். தன் காலத்தோடு மட்டுமல்ல எதிர்வரும் காலத்தோடும் உரையாடவேண்டும் என்பதால்தான் அழுத்தந்திருத்தமாகக் கற்களில் தன் சிந்தனைகளை வெளிப்படுத்திவிட்டுச் சென்றிருக்கிறார் அவர்.

ஓர் அரசர் தன் ஆணையைத் தெளிவாக எழுதவேண்டும். நல்ல எழுத்தர்கள்மூலம் ஆணைகள் அழகிய கையெழுத்தில் பதிவு செய்யப்படவேண்டும். எழுத்தர்கள் அரசர் சொல்வதைக் கூர்மையாகக் கவனித்து, கவனமாக எழுத்தில் கொண்டுவர வேண்டும் என்று அறிவுறுத்துகிறது அர்த்தசாஸ்திரம். ஆனால், அசோகருக்கு முந்தைய ஆணைகளில் ஒன்றுகூட நமக்குக் கிடைக்கவில்லை என்கிறார் நயன்ஜோத் லாஹிரி. அதற்குக் காரணம் அவை எழுதப்பட்ட விதம் என்கிறார். பொதுவாகப் பனை ஓலை, மரப்பட்டை, பருத்தி துணி ஆகியவற்றில்தாம் அரசரின் சொற்கள் பதிவுசெய்யப்பட்டன. மரப்பலகைகளையும் அவர்கள் பயன்படுத்தியிருக்கலாம். இவை அனைத்துமே அழியும் தன்மைகொண்டவை என்பதால் காலப்போக்கில் அவை மண்ணோடு மண்ணாகிவிட்டன. அசோகரும்கூட ஆரம்பத்தில் முந்தைய மன்னர்களைப்போல் ஓலைச்சுவடி முதல் மரப்பட்டை வரை பலவற்றில் ஆணைகளைப் பிறப்பித்திருக்கவேண்டும். இந்த வழக்கமும் கலிங்கத்துக்குப் பிறகே மாறியிருக்கிறது.

செய்தி பரிமாற்றத்தில் இரண்டு அடிப்படை மாற்றங்களைக் கொண்டுவந்தார் அசோகர். ஒரு மன்னர் பொதுவாகப் பணியமர்த்தப்பட்ட இளவரசர்களோடும் நிர்வாகிகளோடும் அலுவலர்களோடும்தாம் உரையாடுவார். என்ன செய்ய வேண்டும், என்ன செய்யக் கூடாது என்றெல்லாம் அவர் களுக்குத்தாம் ஆணைகள் அனுப்புவார். வணிகம், வரி வசூல், போர், தண்டனை முறை, நிர்வாகம் என்று அலுவல் தொடர்பான செய்திகளே ஒரு மன்னரிடமிருந்து அவருக்குக் கீழ் பணியாற்றுபவர்களுக்குச் சென்றுசேரும். வாசித்து, அதன்படி பணிகளை அவர்கள் மேற்கொள்ளவேண்டும். திட்டங்கள் தீட்டவேண்டும். என் ஆணைகளும் செய்திகளும் கற்களில் பதிவுசெய்யப்படவேண்டும் என்பது அசோகர் கொண்டுவந்த

முதல் மாற்றம். என் சொற்கள் எனக்குக் கீழ் பணிபுரிபவர்களுக் கானவை மட்டுமல்ல; அவை பொதுமக்களுக்கானவை. எல்லோரும் வாசிப்பதற்கானவை என்பது இரண்டாவது மாற்றம். எல்லோருக்குமான செய்திகளை எல்லோரும் பார்க்கும், எல்லோரும் புழங்கும் பொதுவிடங்களில்தானே பதிவுசெய்ய முடியும்?

பொதுமக்களின் வாழ்விடங்களுக்கு அருகிலும் அவர்கள் கூடும் இடங்களிலும் காணக்கிடைத்த பாறைகளில் அசோகரின் சொற்களை முதலில் பொறிக்க ஆரம்பித்தார்கள். ஓலையிலோ மரப்பட்டையிலோ எழுதப்பட்ட செய்தி கையில் இருக்கும். வசதியான பாறையொன்றைக் கண்டுபிடித்து, அதனருகில் அமர்ந்து செதுக்கிவிட்டுத் திரும்பிவிடுவார்கள். இது முதல் நிலை. பிற்காலத்தில் பாறையைக் காட்டிலும் மேலான தகவல்தொடர்பு சாதனமொன்று கண்டுபிடிக்கப்பட்டது. எழுத்துருகளைப் பதிவுசெய்யும் முறையும் தொழில்நுட்பமும் முன்பைவிட இப்போது கொஞ்சம் நவீனமடைந்திருக்க வேண்டும். அழகியல் உணர்வும் மாறியிருக்கவேண்டும். பாறைகளை விடுத்து, தூண்களில் எழுதத் தொடங்கினார்கள்.

வாரணாசிக்கு அருகிலுள்ள சுனார் எனும் இடத்திலிருந்து மணற்கற்களைத் தருவித்து அழகிய, பளபளப்பான தூண்கள் உருவாக்கப்பட்டன. அசோகரின் ஒவ்வோர் ஆணையும் அவர் பகிர்ந்துகொள்ள விரும்பிய ஒவ்வொரு செய்தியும் ஒரு தூணில் பதிவுசெய்யப்பட்டது. பாறையில் எழுதுவதைவிட அதிக நேரமும் உழைப்பும் எடுக்கும் பணி. ஆள்களை வைத்து கற்களைக்கொண்டுவரவேண்டும், செதுக்கித் தூணாக மாற்ற வேண்டும், அதன்பிறகே எழுத்துகளைப் பொறிக்கமுடியும். என்றாலும் இயற்கையாக அமைந்த பாறையைக் காட்டிலும் நிலப்பரப்பில் தன்னந்தனியே உயர்ந்து எழுந்து நின்று கொண்டிருக்கும் ஒரு தூண் அதிகம் பேரைக் கவர்ந்திழுத்திருக்கும் என்பதில் ஐயமில்லை. அசோகர் காலத்தில் மட்டுமல்ல, அதன்பிறகும்கூடப் பாறைகளைக் காட்டிலும் தூண்களே அதிகம் கண்டு, வியக்கப்பட்டிருக்கின்றன. மொத்தம் எவ்வளவு தூண்களை அசோகர் உருவாக்கினார் என்பது தெரியவில்லை. நமக்குக் கிடைத்திருப்பவை 10. ஒவ்வொன்றும் 40 முதல் 50 அடி உயரம்கொண்டவை. ஒவ்வொன்றும் கிட்டத்தட்ட 50 டன் எடைகொண்டவை.

அசோகரின் கல்வெட்டுகளை நான்கு பெரும் பிரிவுகளுக்குள் தொகுத்துக்கொள்ளலாம். பாறையிலா, தூணிலா எங்கே பொறிக்கப்பட்டுள்ளன என்பதை வைத்தும் அவை சிறியவையா பெரியவையா என்பதை வைத்தும் இந்தப் பிரிவுகள் வகுக்கப்பட்டுள்ளன.

1) பெரும் தூண் கல்வெட்டுகள்

2) சிறு தூண் கல்வெட்டுகள்

3) பெரும்பாறைக் கல்வெட்டுகள்

4) சிறுபாறைக் கல்வெட்டுகள்

இவற்றில் சிறு தூண் கல்வெட்டுகள், சிறு பாறைக் கல்வெட்டுகள் இரண்டிலும் பௌத்தம் பிரதானமான இடத்தைப் பிடித்துக் கொண்டுவிடுகிறது. புத்தர், சங்கம், பௌத்த அறநெறிகள் ஆகியவை இவற்றில் அறிமுகப்படுத்தப்படுகின்றன. பெரும் தூண் கல்வெட்டுகளிலும் பெரும்பாறைக் கல்வெட்டுகளிலும் கூட அறம் சார்ந்த உபதேசங்கள் இருக்கின்றன என்றாலும் அரசியல் இரண்டிலும் முக்கியத்துவம் பெறுகிறது. இங்கே புத்தர் தோன்றுவதில்லை. ஆனால், தம்மம் நிறைந்திருக்கிறது. அசோகரின் காலத்தில் அரசு நிர்வாகம் எவ்வாறு இருந்தது, அயல்நாட்டு உறவுகள் எவ்வாறு பேணப்பட்டன போன்ற வற்றைப் புரிந்துகொள்ள இந்த இரு கல்வெட்டுகளையே வரலாற்றாசிரியர்கள் நாடுகிறார்கள்.

நமக்குக் கிடைத்துள்ள பெரும்பாறைக் கல்வெட்டுகளின் எண்ணிக்கை 14. தூண்களின் எண்ணிக்கை 7. சிறுபாறைக் கல்வெட்டுகள் 15. இவை போக, குகைகளிலும் எழுத்துகள் கிடைத்துள்ளன. காந்தஹாரில் கிரேக்க மொழியிலும் அராமைக் மொழியிலும் கல்வெட்டுகள் கண்டுபிடிக்கப்பட்டுள்ளன. பாறைக் கல்வெட்டுகள் இந்தியத் துணைக்கண்டம் முழுக்கப் பரவியிருக்கின்றன என்றால் தூண் கல்வெட்டுகள் கங்கைச் சமவெளியில் மட்டும் குவிந்திருந்தன. முக்கியமான கல்வெட்டுகளை இனிவரும் பக்கங்களில் விரிவாக விவாதிக்கப் போகிறோம். மற்றபடி, கல்வெட்டுகளும் அவை கண்டறியப் பட்ட இடங்களும் பின்னிணைப்பில் பட்டியலிடப்பட்டுள்ளன.

நமக்குக் கிடைக்கும் ஆதாரங்களின்படி 5ஆம் நூற்றாண்டைச் சேர்ந்த சீன பௌத்தரான பாஹியான் இந்தியாவுக்குப் பயணம் மேற்கொண்டபோது பாடலிபுத்திரத்தில் அமைந்திருந்த அசோகர் தூணைப் பார்வையிட்டிருக்கிறார். அதில் இடம்பெற்றிருந்த

ஃபிரோஸ் ஷா கோட்டைக்குள் அசோகர் தூண்

கல்வெட்டைத் தன்னால் வாசிக்கமுடிந்தது என்று அவர் தன் பதிவுகளில் குறிப்பிட்டிருக்கிறார். அவரை அடியொற்றி மற்றொரு சீன பௌத்தரான யுவான் சுவாங் 7ஆம் நூற்றாண்டில் இந்தியாவுக்கு வருகைதந்தார். வரலாற்றுப் புகழ்மிக்க பட்டுப் பாதை வழியாக இருவரும் இந்தியாவுக்கு வந்திருந்தனர். பாஹியான் போலவே யுவான் சுவாங்கும் பாடலிபுத்திரத்து தூணைக் கண்டு அதிலுள்ள செய்தியை வாசித்திருக்கிறார். யுவான் சுவாங் வேறு சில கல்வெட்டுகளையும் படித்துப் புரிந்துகொண்டு சில குறிப்புகளை எழுதி வைத்திருக்கிறார் என்றாலும் அவருடைய புரிதல் பிழையானது என்கிறார்கள் பிற்கால வரலாற்றாசிரியர்கள். ஆக, பாஹியான், யுவான் சுவாங் இருவரும் ஒன்றுபோல் சரியாக வாசித்து, புரிந்துகொண்டது பாடலி புத்திரத்து தூண் கல்வெட்டு ஒன்றை மட்டுமே. அசோகரின் கல்வெட்டுகள் வாசிக்கப்பட்டது குறித்து நமக்குக் கிடைக்கும் இறுதியான ஆதாரம் இதுவே. யுவான் சுவாங்குக்குப் பிறகு வெறுமை நம்மைச் சூழ்ந்துகொள்கிறது. எளிய மக்கள் தொடங்கி பல்லாயிரக்கணக்கானோரால் அன்றாடம் படிக்கப்பட்ட அசோகரின் எழுத்துகள் அப்படியே காலத்தில் உறைந்து நின்றுவிடுகின்றன.

பாறைகளைப் பலர் பார்த்திருப்பார்கள். அழகிய தூண்களைக் கண்டு சிலர் அதிசயித்திருப்பார்கள். இரண்டிலும் ஏதோ விநோத எழுத்துகள் இடம்பெற்றிருப்பதையும் பலர் கவனித்திருக்கலாம். நெருங்கிவந்து அவற்றை வாசிக்கவும் முயன்றிருக்கலாம். அவர்களுக்குத் தெரிந்த எந்த மொழி போலவும் அது இல்லாததால் சலிப்போடு கடந்துசென்றிருக்கலாம். படிக்க முடியாவிட்டாலும் இவர்களில் சிலர், அதில் இதுதான் எழுதப்பட்டிருக்கிறது என்று சொல்லி, சில கதைகளை உண்டாக்கி, பரப்பிவிட்டிருப்பது தெரிகிறது என்கிறார் ஜான் ஸ்ட்ராங். அவற்றில் சில கதைகள் தலைமுறைகள் கடந்து வேர்கொண்டு வளர்ந்திருக்கின்றன. தூண்களைச் சுற்றி தொன்மத்தின் வலை படரத்தொடங்கியது இப்படித்தான்.

14ஆம் நூற்றாண்டின் மத்தியில் ஒருநாள் சுல்தான் ஃபிரோஸ் ஷா துக்ளக் இன்றைய ஹரியானாவிலுள்ள ஒரு கிராமத்தைக் கடந்து சென்றுகொண்டிருந்தபோது பளபளப்பான தூண் ஒன்று அவரைக் கவர்ந்து இழுத்திருக்கிறது. முகமது பின் துக்ளக்கின் மரணத்துக்குப் பிறகு டெல்லி சுல்தானகத்தின் சுல்தானாகப் பொறுப்பேற்றுக்கொண்டவர் இவர். சமஸ்கிருதத்திலிருந்து பல இந்து மத நூல்களைப் பாரசீகத்திலும் அரபியிலும் மொழி பெயர்க்கச் செய்தவராக ஃபிரோஸ் ஷா அறியப்படுகிறார். தனக்கென்று பிரத்தியேகமான ஒரு பெரிய நூலகத்தையும் இவர் உருவாக்கிக்கொண்டிருக்கிறார். தான் கண்டுபிடித்திருப்பது சாதாரண தூணல்ல; மகாபாரதத்தில் வரும் பீமன் பயன்படுத்திய கைத்தடி என்னும் கதை அவரைக் கவர்ந்துவிட்டது. உடனடியாகத் தூணை டெல்லிக்குக் கொண்டுவருமாறு உத்தரவிட்டார்.

சுல்தானின் வீரர்கள் கவனமாக நிலத்தைத் தோண்டி, தூணை வெளியில் உருவி எடுத்தார்கள். விலை மதிப்பில்லாத அபூர்வத் தூண் என்பதால், பெரிய பட்டுத் துணியை வரவழைத்து தூணைக் கவனமாகப் போர்த்தியிருக்கிறார்கள். தூணின் உயரத்தைக் கணக்கிட்டு 42 பெரிய சக்கரங்கள்கொண்ட, எருதுகள் பூட்டப்பட்ட மாபெரும் வண்டியை உருவாக்கி, தூணை ஏற்றிவிட்டிருக்கிறார்கள். வண்டி யமுனை ஆற்றை அடைந்ததும் வழக்கத்தைவிட நீளமான படகொன்றில் தூண் கவனமாக இடம் மாற்றப்பட்டது. டெல்லி சென்றுசேர்ந்தபோது சுல்தானே நேரில்வந்து சரியாக வந்திருக்கிறதா என்று பார்த்து, நிம்மதியாகத் தூணைப் பெற்றுக்கொண்டிருக்கிறார். புதிதாக உருவான

ஃபிரோஸாபாத் நகரில் உள்ள அவர் மாளிகையின் உச்சியில் பயபக்தியோடு தூண் பொருத்தப்பட்டது.

19ஆம் நூற்றாண்டில் பிரிட்டிஷ் அதிகாரிகள் குஜராத்திலுள்ள கிர்நார் தொடங்கி ஆப்கனிஸ்தானிலுள்ள காந்தஹார்வரை விநோதமாகத் தூண்களும் பாறைக் கல்வெட்டுகளும் பரவியிருந்ததைக் கண்டுகொண்டனர். சாஞ்சியில் உள்ள ஜமீன்தார் கண்ணில் ஓர் அசோகர் தூண் சிக்கியிருக்கிறது. பார்த்த மாத்திரத்திலேயே கரும்பு பிழிவதற்கு இது உபயோகமாக இருக்கும் என்று அவருக்குத் தோன்றியிருக்கிறது. சிறிய துண்டுகளாக உடைத்து, அள்ளிப் போட்டுக்கொண்டு போயிருக்கிறார். இந்தியத் தொல்லியல் ஆய்வகத்தைத் தொடங்கி வைத்த அலெக்சாண்டர் கன்னிங்ஹாம் இதை விவரித்துள்ளார். இந்தத் தூண்கள் எந்தக் காலகட்டத்தைச் சேர்ந்தவை? எதற்காக உருவாக்கப்பட்டவை? தூண்களிலும் பாறைகளிலும் என்ன எழுதப்பட்டிருக்கிறது? ஆர்வத்தோடு பலர் ஆராயத் தொடங்கினார்கள்.

அவர்களில் ஒருவர் ஆங்கிலேயரும் பழம்பொருள் ஆய்வாளருமான ஜேம்ஸ் பிரின்ஸெப். அதிசய எழுத்துகளைக் கண்டறியும் பணியில் இவர் இறங்கியிருக்கிறார் என்பதைத் தெரிந்துகொண்டு, பல அதிகாரிகள் தங்களுக்குக் கிடைத்த துப்புகளை அவருக்கு அனுப்பிவைக்க ஆரம்பித்தனர். ஒருநாள் அலகாபாத் கோட்டையில் அசோகர் தூணின் ஒரு பகுதி கண்டுபிடிக்கப்பட்டது. டெல்லி சுல்தான் ஏற்கெனவே கண்டு பிடித்திருந்த தூணின் சாயலை அது கொண்டிருந்தது. சமஸ்கிருத அறிஞரின் உதவியோடு தூணிலுள்ள எழுத்துகளைப் புரிந்து கொள்ள பிரின்ஸெப் முயலும்போதே வடக்கு பிகாரில் மற்றொரு தூண் கண்டறியப்பட்டது. அதிலுள்ள எழுத்துகளை ஆங்கிலேயர் ஒருவர் பிரதியெடுத்து பிரின்ஸெப்புக்கு அனுப்பிவைத்தார். இதற்கிடையில் மற்றோர் ஆங்கிலேயர் சாஞ்சி தூபியைச் சுற்றியுள்ள கைப்பிடிச் சுவற்றில் சில எழுத்துகள் பொறிக்கப் பட்டிருந்ததைக் கண்டுபிடித்து, பிரதியெடுத்து அனுப்பி வைத்தார்.

பிரின்ஸெப்பால் ஒரேயோர் எழுத்தைக்கூட இதுவரை படிக்க முடியவில்லை என்றாலும் ஒரு முக்கியமான விஷயத்தை அவர் கவனிக்கத் தவறவில்லை. இதுவரை அவருக்குக் கிடைத்த எல்லாப் பிரதிகளும் ஒரே மாதிரியான எழுத்துகளைக்

அசோகரைக் கண்டுபிடிக்க உதவிய மஸ்கி கல்வெட்டு

முதல் வரியில் பிராமி எழுத்தில் 'தேவனாம்பிய அசோகா'
என்று பொறிக்கப்பட்டுள்ளதைக் காணலாம்

DE VĀ NAM PI YA SA A SO KA

கொண்டிருந்தன. ஒரே விநோதமான மொழியின் ஒரே எழுத்துரு. எனில், இதை ஒருவர்தான் எல்லா இடங்களிலும் நிறுவியிருக்க வேண்டும் என்று பிரின்ஸெப் யூகித்தார். எல்லாப் பாறை எழுத்துகளையும் எல்லாத் தூண் எழுத்துகளையும் ஒன்றாகத் தொகுத்து வைத்துக்கொண்டு ஆய்வைத் தொடர்ந்தார்.

பிராமி எழுத்தில், பிராகிருத மொழியில் எழுதப்பட்ட கல்வெட்டுகள் அவை என்பதைக் கண்டறிய அவருக்கு நான்காண்டுகள் ஆயின. பழங்காலத்தில் வட இந்தியாவில் பேசப்பட்டு வந்த ஓர் இந்தோ ஆரிய மொழிக்குடும்பத்தைச் சேர்ந்த மொழி பிராகிருதம். பிராமி அதன் எழுத்துமுறை. இது உறுதியானதும் கல்வெட்டுகளிலிருந்த 'தேவனாம்பிய', 'பியதசி' ஆகிய சொற்களை இப்போது பிரின்ஸெப்பால் படிக்கமுடிந்தது. கல்வெட்டுகளை உருவாக்கியவரின் பெயர் இப்போது அவருக்குத் தெரிந்துவிட்டது என்றாலும் அவர் யார் என்று தெரியவில்லை. பெயரைக்கொண்டு அவர் இலங்கையைச் சேர்ந்த ஒரு மன்னராகத்தான் இருக்கவேண்டும் என்று கருதினார் பிரின்ஸெப்.

இத்தனை பெரிய முன்னேற்றத்தை பிரின்ஸெப் அடைந்துவிட்ட செய்தி இந்தியாவைக் கடந்து பரவத் தொடங்கியது. ஒருநாள் ஜார்ஜ் டர்னர் என்பவர் இலங்கையிலிருந்து பிரின்ஸெப்பைத் தொடர்புகொண்டார். அவர் ஓர் ஆங்கிலேய அதிகாரி. வரலாற்றில் ஆர்வம்கொண்டவர். மகாவம்சத்தை ஆங்கிலத்தில் மொழிபெயர்த்தவர். பிரின்ஸெப் குறிப்பிட்ட தேவனாம்பிய பியதசி என்னும் பெயர் பௌத்த இலக்கியங்களிலும் இடம் பெற்றிருப்பதை அவர் பகிர்ந்துகொண்டார். இந்தப் பெயரால் அழைக்கப்படுபவர் உண்மையில் ஓர் இந்திய மன்னர்தான் என்றும் பௌத்தத்தைப் பரப்புவதற்கு இலங்கைக்கு ஒரு தூதுக்குழுவை அனுப்பியவர் என்றும் அவர் தெளிவுபடுத்தினார். அந்த இந்திய மன்னருக்கு இன்னொரு பெயரும் இருக்கிறது என்றார் அவர். அசோகர்.

•

கல் பேசும் வரலாறு

கல்வெட்டின் மொழி குறித்தும் கொஞ்சம் பேசவேண்டி இருக்கிறது. அசோகரின் இந்தியாவும் இன்றுபோல் பல மொழிகள் பேசும் மக்களின் நிலமாகவே இருந்திருக்கிறது. வடக்கிலும் மேற்கிலும் சாமானிய மக்களின் மொழியாக பிராகிருதம் இருந்ததால் கல்வெட்டுகளும் அதே மொழியில் அமைக்கப்பட்டன. பிராகிருதம் தெரியாத பகுதிகளில் வாழும் மக்களுக்கு அவர்களுக்குத் தெரிந்த மொழியில் அசோகரின் செய்திகள் மொழிபெயர்க்கப்பட்டுள்ளன. அதைச் செய்வதற்குப் பிராகிருதமும் உள்ளூர் மொழியும் தெரிந்தவரின் உதவி நாடிப் பெறப்பட்டிருக்கிறது.

பிராகிருதம் போக, கிரேக்கம், அராமைக் மொழிகளிலும் கல்வெட்டுகள் கிடைத்திருக்கின்றன. இன்றைய பாகிஸ்தானில் கிடைத்த கல்வெட்டில் பிராமிக்குப் பதிலாக கரோஷ்டி எழுத்துருவை அசோகர் பயன்படுத்தியிருப்பதைக் காண முடிகிறது. அப்பகுதி மக்களுக்கு அன்று அந்த எழுத்துருதான் பரிச்சயமாகியிருக்கவேண்டும். இந்தியாவின் பழங்கால எழுத்துரு என்று பிராமியை அழைக்கிறார்கள். பிராகிருதம் மட்டுமல்ல சமஸ்கிருதத்தையும் பிராமியில் எழுதமுடியும். காலப்போக்கில் பிராமி எழுத்துருகள் வேகமாக மாறிவிட்டதால், அசோகரின் பிராமியைப் படிக்கக்கூடியவர்கள் ஒரு

கட்டத்துக்குமேல் மறைந்துபோயிருக்கவேண்டும். பிராகிருதம் செல்வாக்கோடு இருந்தது பொஆமு 4 அல்லது 5ஆம் நூற்றாண்டு தொடங்கி பொஆ 8ஆம் நூற்றாண்டு வரையிலான ஆயிரம் ஆண்டுகளில் மட்டும்தாம்.

பண்டைய இந்திய மொழிகளை அவற்றின் செல்வாக்கின் அடிப்படையில் சமஸ்கிருதம், பிராகிருதம், பிராந்திய மொழி என்று வரிசைப்படுத்துகிறார்கள் சிலர். இந்த மூன்றில் வேத மொழியான சமஸ்கிருதம் தனிப்பெரும் இடத்தைப் பிடித்திருந்தது. தெற்கு தவிர மற்ற மூன்று பகுதிகளில் அப்போது பேசப்பட்டுவந்த பெரும்பாலான இந்தோ ஆரிய மொழிகளுக்கு சமஸ்கிருதம்தான் தாய். அடுத்த இடத்தில் வரும் பிராகிருதத்தின் தாக்கமும் பரவலும் குறைவே. முதலாம் நூற்றாண்டு வாக்கில் பிராகிருதம் 'பாம்பின் மொழி' என்னும் பெயரைப் பெற்றிருந்தது என்கிறார் பிராகிருதத்தின் வரலாற்றை ஆராய்ந்திருக்கும் ஆண்ட்ரூ ஓலெட். மேலிலும் மேலானவர்களைப் புகழ்வதற்காகக் கீழிலும் கீழானவர்கள் பயன்படுத்தும் மொழி என்று பிராகிருதம் அழைக்கப்பட்டிருக்கிறது. பிரபுக்களையும் மன்னர்களையும் புகழ்வதற்கு அடித்தட்டு மக்கள் பயன்படுத்தும் மொழி என்பது இதன் பொருள். இங்கே கீழிலும் கீழானவர்கள் என்று சொல்லப்பட்டதைச் சிலர் நிலத்தில் ஊர்ந்து செல்லும் பாம்புகளுக்கும் தெரிந்த மொழி என்று பொருள்கொண்டிருக் கிறார்கள். பூமிக்குக் கீழே பாதாளத்தில் வாழும் உயிரினங்கள் பிராகிருதத்தில்தாம் பேசிக்கொள்ளும் என்றும் சிலர் நம்பியதாகச் சொல்கிறார் ஓலெட்.

சமஸ்கிருதத்தோடு ஒப்பிட்டால் பிராகிருத மொழியில் இயற்றப்பட்ட செவ்வியல் படைப்புகளின் எண்ணிக்கை வெகு குறைவு. சமஸ்கிருதம் போன்ற ஒரு மலை இருக்கும்போது பிராகிருதம் இந்த அளவுக்கேனும் தழைத்திருந்ததே சாதனைதான் என்கிறார் ஓலெட். வேதங்களுக்கு சமஸ்கிருதம், பௌத்தர் களுக்குப் பாலி என்பதுபோல் தனக்கென்று தனித்த சமய அடையாளம் எதையும் பிராகிருதத்தால் பெறமுடியவில்லை. பிராகிருதத்தைச் சொந்தம் கொண்டாடுவதற்கென்று தனித்த மக்கள் குழுக்கள் உருவாகவேயில்லை. எனவே பிராகிருதப் பிரதிகள் 'வீடற்றப் பிரதிகளாக' இருந்துவிட்டன என்கிறார் ஓலெட். தவிரவும், பிராகிருதம் மிக அழுத்தமாக சமஸ்கிருதத்தின் சாயலைக்கொண்டிருந்தது. எனவே சமஸ்கிருதத்தின் ஒரு பகுதியாக அல்லது சமஸ்கிருதத்திலிருந்து முளைத்து வந்த ஒரு

கிளையாக மட்டுமே அது பார்க்கப்பட்டது. தனிமொழியாகச் சொந்தக் காலில் நிற்கும் வாய்ப்பு அதற்கு அமையவேயில்லை.

எல்லாவற்றையும்விட முக்கியமாக, பிராகிருதம் என்று எந்த மொழியை அழைப்பது என்பதிலும் சிக்கல்கள் இருக்கின்றன. அசோகரின் பிராகிருதம், சிங்கள பிராகிருதம், லேனா பிராகிருதம், காந்தாரி பிராகிருதம் என்று பல பெயர்களால் அழைக்கப் பட்டாலும் இவற்றிலுள்ள 'பிராகிருதம்' எனும் சொல் ஒரு குடையைப்போல் பல மொழிகளை உள்ளடக்கவே பயன் படுத்தப்பட்டிருக்கிறது என்கிறார் ஓலெட். பாலியும்கூட பிராகிருத மொழிகளில் ஒன்றுதான். சமஸ்கிருதத்துக்கும் பாலிக்கும் நெருக்கமான உறவு இருந்தபோதிலும் சமஸ்கிருதத்திலிருந்து தோன்றிய மொழியல்ல பாலி.

●

கல்வெட்டுகளின் மொழி, வகைகள், கட்டமைப்பு உள்ளிட்டவற்றை நெருக்கமாக ஆராய்ந்து புதிய கோணங்களை அளித்தவர்களில் ஒருவர், கே.ஆர். நார்மன். ஒவ்வொரு கல்வெட்டோடும் ஒரு கடிதத்தை அசோகர் இணைத்திருக்க வேண்டும் என்கிறார் இவர். கல்வெட்டு எங்கே அமையவிருக்கிறதோ அந்த இடத்தின் நிர்வாகிக்கு இக்கடிதம் அனுப்பிவைக்கப்பட்டது. அந்த நிர்வாகி அசோகரின் கடிதத்தைப் படித்து, அவர் பகுதியில் வாகான ஓரிடத்தைத் தேர்ந்தெடுத்து அசோகரின் செய்தியைத் தகுந்த ஆள்களை வைத்துப் பொறித்திருக்கவேண்டும். சில நிர்வாகிகள் அசோகரின் கடிதத்தைப் படித்துவிட்டு, அதிலுள்ள செய்தியை மட்டும் தனியே பிரித்துக் கல்வெட்டில் பொறித்திருக்கிறார்கள். ஒரு சிலர் கடிதத்தின் சில வரிகளையும் சேர்த்தே பொறித்திருக்கிறார்கள். செய்தியோடு சேர்ந்து முழுக் கடிதமும் நமக்குக் கிடைத்திருக்கிறது என்கிறார் நார்மன்.

குறிப்பிட்ட செய்தி அசோகரிடமிருந்து வருவது என்பதை நிர்வாகி உணரவேண்டும் என்பதால் கடிதம் இணைக்கப் பட்டிருக்கவேண்டும். கல்வெட்டைப் படிக்கும் மக்களுக்கும் இது இன்னாரின் செய்தி என்பது சந்தேகத்துக்கு இடமின்றி தெரிந்தாக வேண்டும். எனவே 'தேவனாம்பிய பியதசி சொல்கிறார்...' என்றோ 'தேவனாம்பிய பியதசியின் உத்தரவின்படி இது எழுதப்பட்டுள்ளது' என்றோ குறிப்பிட்டு, தன் செய்தியைப் பகிர்ந்துகொள்கிறார் அசோகர். பெரும்பாறைக் கல்வெட்டுகள்

அனைத்திலும் அசோகரின் பெயர் முதலில் இடம்பெற்று விடுகிறது. கர்நாடாகாவிலுள்ள மஸ்கியில் கிடைத்துள்ள கல்வெட்டில் அசோகா என்னும் பெயரும் மத்தியப் பிரதேசத்தின் குஜ்ஜராவிலுள்ள கல்வெட்டில் 'பியதசி அசோக ராஜா' எனும் பெயரும் காணப்படுகின்றன. அசோகர் தன்னை அழைத்துக் கொள்ளும் பெயர் இந்தப் பகுதி மக்களுக்கு ஒருவேளை புரியாமல் போய்விடுமோ என்று யோசித்து அசோகரின் பெயர் இங்கே சேர்க்கப்பட்டிருக்கும் என்கிறார் நார்மன். வேறு சில இடங்களிலும் இதே காரணத்துக்காக அசோகர் எனும் பெயரை இடம்பெறச் செய்திருக்கிறார்கள். இந்த முடிவை அநேகமாக உள்ளூர் நிர்வாகி எடுத்திருக்கலாம்.

எங்கே கல்வெட்டு அமையவேண்டும் என்பதை அசோகரே குறிப்பிட்டிருப்பதற்கான சான்றும் கிடைத்துள்ளது. ஜுனாகத்தில் உள்ள கிர்நார் எனும் இடத்தில் கிடைத்துள்ள கல்வெட்டு (பெரும்பாறைக் கல்வெட்டு 1) இவ்வாறு தொடங்குகிறது. 'இதை மலைகளில் பதிவு செய்யவேண்டும்.' அசோகரின் செய்தியோடு அவர் எழுதியனுப்பிய கடிதத்திலிருந்து இந்த ஒரு வரியும் எப்படியோ இங்கே இடம்பெற்றுவிட்டது. இது அசோகரின் வரி எனவே அதையும் சேர்த்து எழுதிவிடுவோம் என்று கல்வெட்டு பொறித்தவர் நினைத்திருக்கலாம். சில தூண்களிலும் பலகைகளிலும்கூட இதேபோன்ற அசோகரின் கடிதத்திலிருந்து சில குறிப்புகள் இடம்பெற்றுள்ளன. 'அசோகரின் ஆணையின்படி இந்தக் கல்வெட்டு அமைக்கப்பட்டுள்ளது' என்னும் குறிப்பையும் சில இடங்களில் காணமுடிகிறது. அப்படிப்பட்ட இடங்களில் அசோகர் தெளிவான சில கூடுதல் உத்தரவுகளைப் பிறப்பித்திருக்கவேண்டும்.

பல இடங்களில் ஒரே செய்தி ஒரு சொல்கூடக் கூடாமல், குறையாமல் ஒன்றுபோல் கிடைத்திருக்கின்றன. ஆனால், செய்தியோடு வந்த அசோகரின் கடிதத்தை நிர்வாகிகள் மாறுபட்ட முறையில் பயன்படுத்தியிருக்கிறார்கள் என்பது தெரிகிறது. எடுத்துக்காட்டுக்கு 2ஆவது பெரும்பாறைக் கல்வெட்டு ஏழு இடங்களில் கிடைத்திருக்கின்றன. எல்லாவற்றிலும் ஒரே செய்திதான் இடம்பெற்றிருக்கிறது. ஆனால், நான்கில் மட்டும் கூடுதலாக ஒரு வரி உள்ளது. 'உன்னுடைய அதிகாரியிடம் இதை ஒப்படைத்து, அவருக்குக் கீழே பணிபுரிபவர்களிடம் சேர்க்கச் சொல்லவும்.' மற்ற மூவரும் இந்த வரி அநாவசியமானது. அசோகரின் செய்தியை மட்டும் பொறிப்போம் என்று

முடிவெடுத்திருக்கிறார்கள். தவறுதலாகவே இடம்பெற்றிருந் தாலும் இந்த ஒரு வரியைக்கொண்டு வெவ்வேறு மட்டங்களில் பேரரசரின் செய்தி விநியோகிக்கப்பட்டிருப்பதைப் புரிந்து கொள்ளமுடிகிறது.

டெல்லி சுல்தான் தன் பயணத் தடத்தில் தென்பட்ட ஒரு தூணைக் கண்டுபிடித்து எடுத்துவந்து தன் கோட்டையில் பொருத்திக் கொண்டார் என்று பார்த்தோமல்லவா? ஹரியானாவிலுள்ள டோப்ரா எனும் இடத்தில் கண்டெடுக்கப்பட்ட அந்தத் தூணில் (7ஆம் பெரும் தூண் கல்வெட்டு) இடம்பெற்றுள்ள இறுதி வரி இது. 'இது நீண்ட காலத்துக்கு நிலைத்து நிற்கட்டும்.' டெல்லியிலுள்ள ஃப்ரோஸ் ஷா கோட்லாவில் இந்தத் தூணை இன்றும் பார்க்கலாம். வெகு தொலைவிலிருந்து காணும் ஒருவருக்கு வானை எட்டிப்பிடிக்கத் துடிக்கும் தூண்தான் முதலில் தென்படும். சுற்றிச் சூழ்ந்துள்ள பெரும் கோட்டை, மதில் சுவர், மசூதி அனைத்தையும் அருகில் சென்றுதான் பார்க்க வேண்டியிருக்கும். அசோகர் விரும்பியதுபோல் காலத்தைக் கடந்து நம்மை வரவேற்கிறது தூண்.

1963ஆம் ஆண்டு காந்தஹாரில் கல்வெட்டுகள் பொறிக்கப்பட்ட ஒரு கல் பலகையை ஆய்வாளர்கள் கண்டுபிடித்தார்கள். மேலே நாம் கண்ட தூணில் இடம்பெற்றுள்ள அதே செய்தி இந்தப் பலகையிலும் இடம்பெற்றிருந்ததைக் கண்ட பிறகே செய்திகளைப் பரப்புவதற்குப் பாறை, தூண் போக பலகைகளையும் அசோகர் கையாண்டிருப்பதைத் தெரிந்து கொண்டார்கள். இந்தப் பலகையின் இன்னொரு சிறப்பம்சம், அராமைக், பிராகிருதம் என்று இரு மொழிகளிலும் செய்தி இடம்பெற்றிருப்பது.

சாரநாத்தை விரிவாகத் தரிசிக்கப்போகிறோம் என்பதால் தொடர்புடைய ஒரு செய்தியை மட்டும் இங்கே பார்க்கலாம். தூணில் என்ன பொறிக்கவேண்டும், அதை முதலில் சங்கத்திடம் எப்படிக் காட்டவேண்டும், அதன்பின் அதே செய்தியை எப்படிப் பரவலாக மற்றவர்களிடம் கொண்டுசேர்க்கவேண்டும் என்பதை எல்லாம் அசோகர் விரிவாக விவரித்திருப்பதை, சாரநாத்தில் காணமுடிகிறது. ஆக, அசோகர் இரண்டு குறிப்புகளை அனுப்பியிருக்கிறார். கல்வெட்டில் பொறிக்கவேண்டிய செய்தி, அதை எவ்வாறு பொறிக்கவேண்டும் என்பதற்கான விளக்கம். ஆனால், எழுதுபவர் தவறுதலாகக் கடிதத்தையும் செய்தியையும

சேர்த்தே பொறித்துவிட்டார். அசோகரின் கடிதத்தைப் பொறித்திருக்கக் கூடாது என்பது கிட்டத்தட்ட கடைசி வரிக்கு வந்துசேரும்போதுதான் கல்வெட்டு செதுக்குபவருக்குத் தெரிந்திருக்கிறது. எனவே கடிதத்தின் கடைசி வரியை அப்படியே அரைகுறையாக நிறுத்திவிட்டுச் சட்டென்று அசோகரின் செய்திக்குத் தாவிவிடுகிறார். இப்படிக் கல்வெட்டுகளில் தென்படும் பிழைகளிலிருந்தும்கூட நாம் நிறையக் கற்றுக் கொள்ளமுடிகிறது என்கிறார் நார்மன்.

•

அசோகரின் பல கல்வெட்டுகளில் அவை எப்போது பொறிக்கப்பட்டன எனும் தகவலும் இடம்பெற்றிருக்கிறது. அசோகர் ஆட்சியில் அமர்ந்த ஆண்டுதான் அடிப்படையான ஆண்டு. 8ஆம் ஆண்டில் இந்தக் கல்வெட்டு பொறிக்கப் பட்டுள்ளது, 12ஆம் ஆண்டில் இது பொறிக்கப்பட்டுள்ளது என்றால் ஆட்சியில் அமர்ந்த ஆண்டிலிருந்து கல்வெட்டின் காலத்தைக் கணக்கிடவேண்டும். ஆட்சிக்கு வந்த 8ஆம் ஆண்டு என்பது எட்டாம் ஆண்டின் தொடக்கத்தைக் குறிக்கிறதா அல்லது ஆண்டு நிறைவையா என்பதில் வரலாற்றாசிரியர்கள் மத்தியில் ஆரம்பத்தில் சில குழப்பங்கள் நிலவின. ஆரம்பத்தில் எழுதப்பட்ட நூல்களிலும் பின்னர் எழுதப்பட்ட நூல்களிலும் இந்த ஆண்டுக் குழப்பம் நிலவுவதைக் காணலாம்.

சில கல்வெட்டுகளில் பௌத்தத்தோடு அசோகர் கொண்டிருந்த தொடர்பை அடிப்படையாகக்கொண்டும் ஆண்டுக் கணக்கு அமைந்திருக்கின்றன. எடுத்துக்காட்டுக்கு 1ஆம் பெரும்பாறைக் கல்வெட்டில் 'உபாசகராக மாறி இரண்டரை ஆண்டுகளுக்குப் பிறகு' என்னும் குறிப்பு இடம்பெற்றுள்ளது. கல்வெட்டுகளை மட்டுமல்ல, அவற்றின் ஆண்டுகளையும் தொகுத்துக்கொண்டே அசோகரின் வாழ்க்கைக் குறிப்புகள் கட்டமைக்கப்படுகின்றன. எந்தக் கல்வெட்டு எதன் பின்னால் பொறிக்கப்பட்டது என்பதும் இந்த ஆண்டுக்கணக்கைக்கொண்டே நிர்ணயிக்கப்படுகிறது. ஓரிடத்தில், பாடலிபுத்திரத்திலிருந்து கிளம்பிய 256ஆவது நாள் இந்த அறிவிப்பை வெளியிடுகிறேன் என்று குறிப்பிடுகிறார் அசோகர்.

கல்வெட்டுகளுக்கு மட்டுமின்றி, நிர்வாகப் பணிகளுக்கும் அசோகர் பிராகிருதத்தையே பயன்படுத்தியிருக்கவேண்டும் என்கிறார் நயன்ஜோத் லாஹிரி. முரண்படுபவர்களும் உள்ளனர்.

அசோகருக்கு சமஸ்கிருதம் தெரிந்திருக்குமா என்னும் கேள்விக்கு உறுதியான விடை நம்மிடம் இல்லை. இளம் வயதிலோ அல்லது பிறகோ அவர் கற்றிருக்கலாம். கற்காமல் இருந்திருக்கவும்கூடும். பாடலிபுத்திரத்திலிருந்து ஒரேயொரு கல்வெட்டுகூட நமக்குக் கிடைக்கவில்லை என்பது பெருஞ்சோகம் என்கிறார் நார்மன். மௌரியப் பேரரசின் தலைநகரமாகத் திகழ்ந்த பாடலிபுத்திரத்தில் கல்வெட்டுகள் கிடைத்திருந்தால் அதன் மொழிதான் மௌரியப் பேரரசின் ஆட்சி மொழியாகவும் இருந்திருக்கும் என்று நாம் வாதிட்டிருக்கலாம். சான்றுகள் இல்லாததால் உறுதியாக எதையும் சொல்ல முடியவில்லை என்கிறார் நார்மன்.

அசோகரின் கல்வெட்டுகளிலும் சரி, அவர் அனுப்பியதில் நமக்குக் கிடைத்திருக்கும் கடிதங்களிலும் சரி, குறிப்பிட்ட மொழியில்தான் குறிப்பிட்ட இடத்தில் கல்வெட்டு பொறிக்கப் பட வேண்டும் என்பது மாதிரியான எந்த அறிவுறுத்தலையும் காணமுடியவில்லை என்கிறார் நார்மன். அந்தந்த இடங்களில் இருந்த நிர்வாகிகளே பொருத்தமான மொழியை அல்லது எழுத்துருவைத் தேர்ந்தெடுத்திருக்கவேண்டும்.

அசோகர் தான் தெரிவிக்க விரும்பிய செய்தியை எழுத்தில் அல்லாமல் வாய்வழியாகவே முதலில் வெளிப்படுத்தியிருக்க வேண்டும் என்கிறார் நார்மன். அல்லது அசோகர் தன்னிடம் தெரிவித்ததை அவர் உதவியாளர் எழுத்தருக்கு வாய்வழியே சொல்லியிருக்கலாம். அசோகரோ அல்லது அவர் உதவியாளரோ சொல்லச் சொல்ல குறைந்தது இரண்டு எழுத்தர்கள் பிராமி எழுத்துருவில் அதை எழுதியிருக்கலாம். அதன்பின் ஒப்பிடப் பட்டு, சரிபார்க்கப்பட்ட பிறகு, பல பிரதிகள் உருவாக்கப் பட்டிருக்கலாம். ஒவ்வொன்றும் அசோகரின் கடிதத்தோடு இணைக்கப்பட்டு வெவ்வேறு பகுதிகளுக்கு அனுப்பி வைக்கப் பட்டிருக்கலாம். இது நார்மனின் யூகம். கல்வெட்டுகளில் இடம்பெற்றுள்ள சின்னச் சின்னத் தவறுகள், அந்தத் தவறுகள் ஒன்றுபோல் இருந்தவை ஆகியவற்றைக்கொண்டு அவர் இந்தப் பார்வையை முன்வைக்கிறார்.

●

- 15 -

கடவுளும் மனிதரும்

கல்வெட்டில் என்ன பொறிக்கவேண்டும் என்பதில் மட்டுமல்ல எப்படிப் பொறிக்கவேண்டும் என்பதிலும் அசோகர் செலுத்திய கவனத்தைப் பார்த்தோம். இத்தோடு நிறுத்திக்கொள்ளவில்லை அவர். எழுத்துக்கூட்டிப் படிக்கத் தெரியாதவர்களை எப்படிச் சென்றடைவது என்றும் யோசித்து அதற்கான வழிமுறைகளை வகுத்தார். கல்வெட்டுகளைப் படித்துக் காட்டுவதற்கென்று அலுவலர்கள் நியமிக்கப்பட்டனர். அவர்கள் பொதுவிடங்களில் மக்களைத் திரட்டி கல்வெட்டில் இடம்பெற்றிருக்கும் செய்தியை வாசித்துக் காட்டினர். ஆக, அசோகர் முதலில் வாய்மொழியாகப் பேசி, பின்னர் எழுத்து வடிவம் பெற்று, அதன்பின் கல்வெட்டில் பதிவாகி, மீண்டும் வாய்வழியே அசோகரின் சொற்கள் மக்களைச் சென்றடைந்திருக்கின்றன. இதெப்படி நமக்குத் தெரியும்?

அசோகரின் கல்வெட்டுகள் பெருமளவில் 'தேவனாம்பிய பியதசி பேசுகிறார்' என்றே தொடங்குகின்றன என்கிறார் நயன்ஜோத் லாஹிரி. அகண்டு விரிந்திருக்கும் மௌரிய இந்தியாவில் படிக்கக்கூடியவர்களைக் காட்டிலும் படிக்க இயலாதவர்களே அதிகம் இருப்பார்கள் என்பதை அசோகர் உணர்ந்திருந்தார். எழுத்து எனும் வடிவம் அதன் ஆரம்ப நிலையில் இருந்த காலகட்டம் அவருடையது. அலுவலர்களுக்கு எழுதிப் புரியவைக்கலாம். மக்களோடு தொடர்புகொள்வதற்குப்

பேசுவதுதான் சிறந்தது. 'அசோகர் பேசுகிறார்' என்று பொது வெளியில் நின்று அலுவலர்கள் அறிவித்தால் படிக்கக்கூடிய மக்கள்கூட வெளியில்வந்து நின்று கேட்பார்கள் அல்லவா?

நன்றாக எழுதக்கூடியவர்களை வைத்துக் கல்வெட்டுகளை உருவாக்கியதுபோல் நன்றாகப் பேசக்கூடியவர்களை வைத்து அவற்றைப் படிக்க வைத்திருப்பார்களா அசோகரின் நிர்வாகிகள்? கவிதைபோல் ஏற்ற, இறக்கங்களோடு அசோகரின் செய்தி வாசிக்கப்பட்டிருக்குமா? அசோகரிடமிருந்து செய்திவரும் தினம் ஏதேனும் ஒரு விழாவாகக் கொண்டாடப்பட்டிருக்குமா? இசை நிகழ்ச்சியோடு செய்தி வாசிக்கப்பட்டிருக்குமா? தெரியவில்லை. ஆனால், இந்த ஐயம் எழுவதற்குக் காரணம், சிறுபாறைக் கல்வெட்டொன்றில், 'இதனைக் கிராம அலுவலரிடம் தெரிவிக்க வேண்டும். அவர் கிராமப்புறத்து மக்களை ஒன்றுதிரட்டி, மேள முழக்கத்தோடு அறிவுறுத்தவேண்டும்' என்று குறிப்பிடுகிறார் அசோகர்.

எழுதுவதைவிட வாசித்துக் காட்டுவதன்மூலம் அதிகபட்ச கவனத்தை ஈர்க்கமுடியும் எனும்போது கல்வெட்டுக்கான தேவைதான் என்ன? தன் சமகாலத்து மக்களோடு மட்டும் உரையாட விரும்பியவராக அசோகர் இருந்திருந்தால் கல்வெட்டு தேவைப்பட்டிருக்காது. ஆனால், அசோகரின் நோக்கம் அடுத்தடுத்த தலைமுறைகளைச் சேர்ந்த புதிய மனிதர்களோடும் உரையாடலைத் தொடங்குவது; இயன்றால் அவர்கள் வாழ்விலும் ஒரு மாற்றத்தைக் கொண்டுவருவது. எழுத்தின் ஆயுள் நீண்டது என்பது அவருக்குத் தெரியும். அதை மேலும் நீட்டிக்கும் வகையில் இருப்பதிலேயே உறுதியான ஒரு வடிவத்தைத் தேர்ந்தெடுத்து, அதில் சொற்களைப் பதிவுசெய்தார் அவர். எதிர்காலத்தோடு விரிவாக உரையாட விரும்பிய முதல் பேரரசர் அவர். நாம் அவர்மீது ஆர்வம்கொண்டிருக்கிறோம் என்பது எந்த அளவு உண்மையோ அதே அளவு உண்மை அவர் நம்மீது ஆர்வம் கொண்டிருக்கிறார் என்பதும்.

•

அசோகர் ஆட்சிப் பொறுப்பேற்றதும் அவர் வாழ்க்கை குறித்து நமக்குக் கிடைக்கும் முதல் கல்வெட்டு ஆதாரம் கலிங்கப் போர் என்று பார்த்தோம். தனது மனமாற்றம் குறித்து அசோகர் கலிங்கக் கல்வெட்டில் குறிப்பிட்டிருந்தாலும் அதை மனமாற்றமாக மட்டுமே கொள்ளவேண்டும், மதமாற்றமாக அல்ல என்று

ரொமிலா தாப்பர் வாதிட்டதையும் கண்டோம். அசோகர் பௌத்தத்துக்கு மாறியது குறித்து உறுதியாகவும் தெளிவாகவும் நமக்குக் கிடைக்கும் முதல் சான்று, ரூப்நாத்தில் கிடைத்த சிறுபாறைக் கல்வெட்டு. இன்றைய மத்தியப் பிரதேசத்திலுள்ள ஜபல்பூரிலிருந்து கிட்டத்தட்ட 80 கி.மீ. தொலைவில் அமைந்துள்ளது ரூப்நாத்.

ரூப்நாத் கல்வெட்டிலுள்ள அசோகரின் சொற்களை உள்ளது உள்ளவாறு முதலில் பார்த்துவிடுவோம். வாசிக்கும்போது ஆங்காங்கே இடைவெளிகள் இருப்பதுபோல் தோன்றக்கூடும். குழப்பமும் தோன்றலாம். நயன்ஜோத் லாஹிரி இந்தக் கல்வெட்டிலிருந்து நமக்கொரு சித்திரத்தை உருவாக்கிக் கொடுத்திருக்கிறார். அதைக் கீழே காண்போம். அசோகரின் பிரகடனம் எவ்வாறு இருக்கும் என்பதைத் தெரிந்து கொள்வதற்காக லாஹிரியின் மொழிபெயர்ப்பு முழுமையாகத் தமிழில் கீழே கொடுக்கப்பட்டுள்ளது. அசோகரின் கல்வெட்டுகளில் இருப்பதிலேயே சுருக்கமானவற்றுள் ஒன்று இது. அடைப்புக்குள் இருப்பவை புரிதலுக்காகச் சேர்க்கப் பட்டவை.

'தேவனாம்பிய பின்வருமாறு பேசுகிறார்:

ஒரு சாமானியனாக இரண்டரை ஆண்டுகளுக்கும் மேலாக நான் சாக்கியனாக (பௌத்தன்) இருந்துவருகிறேன்.

முதல் ஆண்டில் (நான்) அதிகமாக ஆர்வம் காட்டவில்லை.

அடுத்த ஓராண்டிலும் அதன் பின்னரும் சங்கத்துக்குச் சென்றேன். அதன்பின் ஆர்வம்கொண்டேன்.

ஜம்புத்வீபத்தில் கடவுள்கள் (மனிதர்களோடு) ஒன்று கலக்காமல் இருந்தனர். (நான்) அவர்களை ஒன்றுசேர்த்திருக்கிறேன்.

என் பேரார்வத்தின் கனி இது.

உயர் அடுக்கில் உள்ளவர்கள் (மட்டுமே) அடையமுடியும் என்றில்லை. கீழ்நிலையில் (இருக்கும் ஒரு மனிதன்) ஆர்வமிக்கவனாக இருந்தால் மேலான தேவலோகம் அடையலாம்.

கீழ்வரும் நோக்கத்துக்காக இந்தப் பிரகடனம் வெளியிடப்படுகிறது. கீழ்நிலையில் இருப்பவர், உயர்நிலை வகிப்பவர் இருவரும் ஆர்வமுள்ளவர்களாக மாறலாம். (என்) எல்லைகளுக்குள் இருப்பவர்களுக்கு இது தெரியும்.

முன்னேற்றம் காணும்படி செய்வேன். நிச்சயம் குறிப்பிடத்தக்க முன்னேற்றம் ஏற்படும்.

கற்களில் தெரிவிப்பதற்கான வாய்ப்பு இப்போது அமைந்திருக்கிறது.

(எங்கெல்லாம் இருக்கின்றனவோ அங்கெல்லாம்) கல் தூண்களில் பொறிக்கவேண்டும்.

இந்தப் பிரகடனத்தின்படி, நீங்கள் ஓர் அலுவலரை உங்கள் எல்லைக்குட்பட்ட எல்லா இடங்களுக்கும் அனுப்பி வைக்கவேண்டும்.

பயணத்தின்போது (இது என்னால்) அனுப்பப்படுகிறது.

256 (இரவுகள்) பயணத்தில் கழிந்திருக்கின்றன.'

நாம் இதற்குமுன்பு விவாதித்த பல அம்சங்களை இந்தக் கல்வெட்டில் தெளிவாக அடையாளம் காணலாம். யாரிடமிருந்து வரும் செய்தி என்பது முதலிலேயே தெளிவாகக் கொடுக்கப் பட்டுள்ளது. தூண்களில் இச்செய்தி பொறிக்கப்படவேண்டும். இயன்றவரை பரவலாக்கவேண்டும் என்று நிர்வாகிகளுக்கு அறிவுறுத்துகிறார்.

இனி உள்ளடக்கத்துக்குச் செல்வோம். நம்மோடு உரையாடும் அசோகரின் குரல் மிகத் தெளிவாக ஒலிக்கிறது. இந்திய வரலாற்றில் முதல் முறையாக ஒரு பேரரசரின் தனிப்பட்ட உணர்வுகளை நாம் தெரிந்துகொள்கிறோம். கடந்த சில ஆண்டுகளாக என் வாழ்வில் என்னவெல்லாம் நடந்திருக்கிறது, தெரியுமா என்பதுபோல் காலவரிசைப்படுத்தி இயல்பாகத் தான் சந்தித்த மாற்றங்களை அவர் நம்மோடு பகிர்ந்துகொள்கிறார். நான் பௌத்தத்துக்கு மாறிவிட்டேன். கடந்த இரண்டரை ஆண்டுகளுக்கும் மேல் ஒரு பௌத்தராக வாழ்ந்துவருகிறேன் என்று அறிவிக்கிறார். ஆனால், நீங்களும் என்னைப் போல் மாறிவிடுங்கள் என்று உற்சாக மிகுதியோடு மக்களிடம் அறிவிக்கும் ஒரு பிரசாரகராகத் தன்னை அவர் வெளிப்படுத்திக் கொள்ளவில்லை. உங்கள் எல்லைக்குட்பட்ட எல்லாப் பகுதிகளுக்கும் என் மதமாற்றத்தை எடுத்துச் செல்லுங்கள் என்று அவர் தன் நிர்வாகிகளிடம் கேட்டுக்கொள்வது உண்மை. ஆனால், இயன்றவரை எல்லோரையும் என்னைப்போல் பௌத்தத்தைத் தழுவச் செய்யுங்கள் என்று கட்டளையிடவில்லை அவர்.

மாறாக, தன் மதமாற்றம் பற்றிய முதல் அறிவிப்பிலேயே ஒரு சிறு எச்சரிக்கையையும் அளித்துவிடுகிறார். பௌத்தம் என்பது மாயமல்ல. அதை உங்கள் வாழ்வில் அனுமதித்த மறுகணமே அற்புதங்கள் நிகழ ஆரம்பித்துவிடும் என்று நினைக்காதீர்கள். நீங்கள் எந்த அளவுக்கு அதன் சாரத்தை உள்வாங்குகிறீர்களோ அதற்கேற்பவே மாற்றங்கள் ஏற்படும். நீங்கள் ஆர்வம் காட்டாதவரை நீங்கள் மாறமாட்டீர்கள். அதற்கு நானே சாட்சி. தொடக்கத்தில் பௌத்தத்தைப் பெயரளவில் மட்டுமே ஏற்றேன் என்பதால் என் வாழ்வில் எந்த மாற்றத்தையும் காண முடியவில்லை. மெல்ல, மெல்லதான் என் ஆர்வம் அதிகரிக்கத் தொடங்கியது. சங்கத்தின் பங்களிப்பு முக்கியமானது. அதன் பிறகுதான் நான் மாற ஆரம்பித்தேன் என்கிறார் அசோகர். கலிங்கப் போர் முடிந்த மறுகணமே அசோகர் பௌத்தராகிவிட்டார்; தம்மத்தின்வழி நடக்க ஆரம்பித்துவிட்டார் என்னும் கருத்து நாடகத்தனமானது என்று ரொமிலா தாப்பர் குறிப்பிட்டது இதனால்தான்.

அசோகரின் காலத்தில் பௌத்தச் சங்கங்கள் இந்தியாவின் பல பகுதிகளில் இயங்கிவந்திருக்கின்றன என்கிறார் லாஹிரி. அவற்றுள் குறிப்பாக எந்தச் சங்கத்தை அசோகர் சென்று தரிசித்தார் என்று தெரியவில்லை. அநேகமாக அது மகாபோதியாக இருக்கலாம் என்று லாஹிரி யூகிக்கிறார். முடிசூடிய பத்தாம் ஆண்டில் மகாபோதிக்கு அவர் சென்றிருப்பதை வேறொரு கல்வெட்டிலிருந்து அறியமுடிகிறது. அல்லது வேறொரு சங்கமாகவும் இருக்கலாம். பாடலிபுத்திரத்தைச் சுற்றிப் பல சங்கங்கள் இருந்திருக்கவேண்டும். ஒன்றுக்கும் மேற்பட்ட சங்கங்களை அசோகர் நேரில் கண்டிருக்கவேண்டும். நாளடைவில் ஏதேனும் ஒன்றில் அவர் தன்னை வலுப்படுத்திக் கொண்டிருக்கலாம்.

பிடிப்பற்று இருந்த அசோகரை ஒழுங்குபடுத்தி தம்மத்தை அவருக்கு முறையாக அறிமுகப்படுத்தும் பணியைச் சங்கம் மேற்கொண்டிருப்பதை உணரமுடிகிறது. துர்வாய்ப்பாக, சங்கத்துக்கும் அசோகருக்குமான உறவை விரிவாக விவரிக்கும் வகையில் எந்தக் கல்வெட்டும் நம்மிடம் இல்லை என்கிறார் லாஹிரி. ஆனால், ஒன்று தெரிகிறது. பௌத்தத்தின் சாரத்தை சங்கத்திடமிருந்து உள்வாங்கிக்கொண்டிருந்தாலும் அசோகர் ஒரு கட்டத்தில் சங்கத்தைக் கடந்தும் விரிவாக, பௌத்தத்தைக் கற்றிருக்கிறார். புதிய, விரிவான தேடல்களிலும்

ஈடுபட்டிருக்கிறார். சில ஆண்டுகள் கழித்து, துணிவோடு சங்கத்துக்கு வழிகாட்டுதல் அளிக்கும் அளவுக்கு அசோகர் வளர்ந்திருப்பதைக் காணமுடிகிறது. பிக்குகள் தங்களுக்குப் பரிந்துரைக்கப்பட்ட பிரதிகள் போக, வேறு என்னவெல்லாம் வாசிக்கவேண்டும் என்பதை அசோகர் அவர்களுக்கு அறிவுறுத்தினாராம்!

அவருக்குள் நிகழத் தொடங்கிவிட்ட மாற்றங்களை இந்தப் பிரகடனத்திலேயே நாம் கண்டுகொள்ளமுடியும். அரியணையில் இருந்து இறங்கிவந்து, அடித்தட்டு மக்களிடம் அவர் மேற்கொண்ட முதல் உரையாடல் இதுவே. அப்படியோர் உரையாடல் சாத்தியம் என்பதை பௌத்தத்தை ஏற்ற பிறகே அசோகர் உணர்ந்திருக்கிறார் என்கிறார் லாஹிரி. முதல் உரையாடலிலேயே, 'நான் ஆள்பவன், நீங்கள் ஆளப்படுபவர்கள்' என்னும் பிரிவினையை உடைத்தெறிந்துவிட்டார் அசோகர். நான் சொல்கிறேன், எனவே கேட்டுக்கொள்ளுங்கள் என்னும் அதிகாரத் தொனியும் இதில் இல்லை. பொதுவாக அரசர்களின் பெயரோடு ஒட்டிக்கொண்டிருக்கும் எண்ணற்ற பட்டப்பெயர்கள் இங்கே இல்லை. கடவுள்களுக்குப் பிரியமானவன் என்றோ எளிய பௌத்த உபாசகன் என்றோ தன்னை அடக்கமாக அழைத்துக் கொள்கிறார். இறுதிவரை இந்த வழக்கத்தை அவர் கைவிட வில்லை.

பௌத்தம் யாருக்கான மதம் என்பதையும் இதிலேயே தெளிவு படுத்திவிடுகிறார் அசோகர். மேல் தட்டில் இருப்பவர்களுக்கும் செல்வந்தர்களுக்கும் மட்டுமேயான மதமல்ல பௌத்தம். அவர்களால் மட்டுமே பௌத்தத்தைப் பற்றிக்கொண்டு மேலே உயரமுடியும் போலும் என்று நினைத்துவிடாதீர்கள். அடித்தட்டில் இருப்பவர்களும் பௌத்தத்துக்கு மாறலாம். அவர்களும் மேலுலகம் செல்லலாம். தேவை முனைப்பு மட்டுமே. மேல், கீழ் போன்ற தளைகள் செயற்கையானவை. இவ்வுலகத்துக்கானவை மட்டுமே. மேலுலகம் மனிதர்களை வேறுபடுத்திப் பார்ப்ப தில்லை. புத்தர் அனைவரையும் ஒன்றுபோல் பாவிக்கக்கூடியவர். தயக்கமோ அச்சமோ இன்றி அவரை நாடுங்கள்.

தனது ஆட்சிக்கு உட்பட்ட பிரதேசத்தை முதல் முறையாக, 'ஜம்புத்வீபம்' என்று பெயரிட்டு அழைக்கிறார் அசோகர். பண்டைய இந்தியாவுக்கு வழங்கப்பட்டிருந்த ஒரு பெயர் இது. புராணங்களின் அண்டவியல் கோட்பாட்டின்படி மொத்தமுள்ள

ஏழு கண்டங்களில் ஒன்று ஜம்புத்வீபம். 'த்வீபம்' என்றால் தீவு அல்லது கண்டம். ஜம்பு என்பது நாவல் மரத்தைக் குறிக்கும். விஷ்ணுபுராணத்தின்படி ஜம்பு மரத்தின் கனி யானை அளவுக்குப் பெரியது. பழுத்துக் கீழே சிதறும்போது மலையில் மோதி, ஆறுபோல் பழத்தின் சாறு பெருகியோடுமாம். அந்த ஆற்றுக்கு ஜம்புநதி என்று பெயர். அந்த ஆறு பாயும் நிலத்துக்கு ஜம்புத்வீபம் என்று பெயர். புராணங்கள் விவரிக்கும் அதன் எல்லைகளை ஆராயும் இடம் இதுவல்ல. அசோகர் விவரிக்கும் ஜம்புத்வீபத்தின் எல்லைகள் நமக்கு ஏற்கெனவே தெரியும்.

பயணத்துக்கு மத்தியில் அசோகர் இந்தப் பிரகடனத்தை வெளியிட்டிருக்கிறார். பாடலிபுத்திரத்திலிருந்து வெளியேறி 256 நாள்கள் ஆகிவிட்டன என்று அழுத்தம் கொடுத்துச் சொல்லி இருப்பதன்மூலம் ஒரு பேரரசர் தலைநகரைவிட்டுத் தொலைவில் இருப்பது அன்றைய அரசியல் களத்தில் முக்கியமான நிகழ்வாகக் கருதப்பட்டிருப்பதை உணர்த்துகிறது. கிட்டத்தட்ட 8 மாதக் காலம் செலவிட்டு அவர் எங்கே பயணம் மேற்கொண்டார் என்பது தெரியவில்லை. பயணத்துக்கு மத்தியில் எழுதப் பட்டதால் அவருடைய பிரகடனம் சுருக்கமானதாக இருந்திருக்கிறது. பலவற்றை ஒரே செய்தியில் நெருக்கியடித்து அவர் கொடுத்திருப்பதையும் காணமுடிகிறது என்கிறார் லாஹிரி.

முன்பு கடவுள்கள் மனிதர்களிடமிருந்து வெகுவாக விலகி, அவர்களுக்கென்று இருக்கும் தனியுலகில் வாழ்ந்துவந்தனர். அதை நான் மாற்றியிருக்கிறேன். நான் வந்த பிறகு கடவுள்கள் புறப்பட்டு இங்கே வந்துசேர்ந்துவிட்டனர். நாம் வாழும் உலகில் நம்மோடு, நம்மைப்போல் அவர்கள் வாழ ஆரம்பித்துவிட்டனர். கடவுளுக்கும் மனிதனுக்கும் இதுவரை கைகூடாதிருந்த தொடர்பு இப்போது ஏற்பட்டுவிட்டது. இருவரும் ஒன்றுகலந்துவிட்டனர். இதை என்னுடைய முன்னேற்றமாக நான் கருதுகிறேன். பௌத்தத்தோடு நான் வளர்த்துக்கொண்ட பிணைப்பின் பலனாகவே கடவுளுக்கும் மனிதனுக்குமான பிணைப்பு ஏற்பட்டிருப்பதாக நான் நம்புகிறேன் என்கிறார் அசோகர்.

பௌத்த இலக்கியங்களிலிருந்து அசோகர் இந்தக் கருத்தாக்கத்தைப் பெற்றுக்கொண்டிருப்பதாகச் சொல்கிறார் ஜான் ஸ்ட்ராங். ஓர் உலகில் கடவுள்கள் பூமிக்குவந்து மனிதர்களோடு ஒன்றுகலந்து வாழ்கிறார்கள். இன்னோர் உலகில் மனிதர்கள் வாழ்ந்து முடித்தபிறகு மேலுலகம் சென்று அங்கே

கடவுள்களோடு ஒன்றுகலக்கின்றனர். இந்த இருவிதமான கற்பனாவாத உலகங்கள் பௌத்தப் பிரதிகளில் இடம் பெற்றுள்ளன. அசோகரை இந்த உவமானம் கவர்ந்திருக்க வேண்டும். மனிதர்களை மேலே அனுப்பிவைக்கும் இரண்டாம் உலகையல்ல, கடவுள்களைத் தரைக்கு அழைத்துவரும் முதலாம் உலகை அவர் படைக்க விரும்பியிருக்கிறார். எப்படிக் கீழ்தட்டு, மேல்தட்டு எனும் பிரிவினை உடைபடுமோ அதேபோல் கடவுள், மனிதன் எனும் வேறுபாடும் மறையும் என்றும் ஏற்கெனவே மறையத் தொடங்கிவிட்டது என்றும் அவர் நம்பியிருக்கிறார். அல்லது நம்ப விரும்பியிருக்கிறார்.

கடவுளும் மனிதனும் ஒருலகில் வாழவேண்டுமானால் அந்த உலகம் நன்னெறிகளால் ஆளப்படுவதாக இருக்கவேண்டும் என்கிறார் நயன்ஜோத் லாஹிரி. அறம் அந்த உலகின் ஆதாரமாகத் திகழவேண்டும். அப்படியோர் உலகைக் கட்டமைப்பதுதான் அசோகரின் கனவு.

●

- 16 -

புத்தரும் தம்மமும்

ஒன்று சமஸ்கிருதம், மற்றொன்று பாலி. இரண்டும் ஒரே பொருளைத்தான் உணர்த்துகின்றன என்றாலும் தர்மத்துக்கும் தம்மத்துக்குமான இடைவெளி ஆழமானது மட்டுமல்ல, அகலமானதும்கூட. தர்மம் ஏன் சிக்கலான ஒரு கருத்தாக்கமாக இருக்கிறது என்பதை உபீந்தர் சிங் மகாபாரதத்தை முன்வைத்து விவாதித்துள்ளார்.

மைய நாயகனான கிருஷ்ணரை எடுத்துக்கொள்வோம். அவர் ஒரே நேரத்தில் போரிலிருந்து விலகியும் இருக்கிறார், போரின் ஒரு பகுதியாகவும் இருக்கிறார். கிருஷ்ணர் எங்கே நிற்கிறாரோ அதுவே தர்மத்தின் பக்கம் என்கிறது மகாபாரதம். பீமனுக்கும் துரியோதனனுக்கும் இடையிலான மோதலைக் கண்ட கிருஷ்ணர், 'விதிகளுக்கு உட்பட்டு இப்போர் நடக்கும்வரை பீமனால் வெல்ல முடியாது' என்று அர்ஜுனனிடம் சுட்டிக்காட்டுகிறார். துரியோதனனை எங்கே தாக்கவேண்டும் என்பதை அர்ஜுன் குறிப்பால் உணர்த்தியதைத் தொடர்ந்து துரியோதனனின் தொடையைத் தனது கதாயுதத்தால் நொறுக்கிக் கொல்கிறான் பீமன். அஸ்வத்தாமன் இறந்துவிட்டான் என்று தந்திரமாக அறிவித்து துரோணர் கொல்லப்படுகிறார். ஒரு தனி நபரான அபிமன்யுவை கௌரவர் ஒன்றுதிரண்டுவந்து கொல்கின்றனர்.

இறுதியில் ஒரு தரப்பு வெல்கிறது என்றாலும் தர்மம் வென்றது என்று அறுதியிட்டுச் சொல்லமுடிகிறதா?

அபிமன்யுவின் கொலையால் அதிர்ந்த கடவுள்கள், 'இது தர்மமே அல்ல' என்று கூக்குரலிடுகிறார்கள். துரியோதனன் கொல்லப் பட்ட முறை சரியல்ல என்று கிருஷ்ணரோடு முரண்படுகிறார் பலராமர். கிருஷ்ணர் இழைத்த குற்றங்களை, துரியோதனன் பட்டியலிடுகிறான். துரோணரின் கொலைக்குக் கற்பிக்கப்பட்ட நியாயத்தை அர்ஜுனனால் ஏற்க முடியவில்லை. இப்படி எல்லாம் செய்தால்தான் ராஜ்ஜியம் கிடைக்கும் என்றால் அதற்கு மரணமே மேல் என்கிறான்.

தந்திரங்களும் தவறுகளும் நிறைந்திருந்தாலும் நல்ல நோக்கங் களுக்காக மேற்கொள்ளப்பட்டதால் பாண்டவரின் போரை தர்ம யுத்தம் என்றே மகாபாரதம் அழைக்கிறது. ஒரு போர் வீரனின் தர்மமும் யுதிஷ்டிரனின் தர்மமும் ஒன்றல்ல. ஒரு போர் வீரன் கொல்லப்படும்வரை போரிடவேண்டும் என்பது அவன் தர்மம். ஓர் அரசன் எதிரியின் பிரதேசத்தைக் கைப்பற்றுவதற்காகப் போரிடுகிறான் என்பதால் தன்னால் இயன்ற அளவுக்கு அவன் போரிட்டால் போதும். களத்தில் இறக்கவேண்டியதில்லை. யுதிஷ்டிரன் ஓர் அரசராக மாறப்போகிறவன் என்பதால் அவன் அரச தர்மத்தைக் கடைபிடிக்கவேண்டியவனாக இருக்கிறான். அனைவருக்கும் பொதுவான தர்மம் என்றொன்று இல்லை என்று ஆகிவிடுகிறது. ஒவ்வொருவரும் அவரவருக்கான தர்மத்தை (ஸ்வதர்மா) பின்பற்றவேண்டும். எவர் எந்தத் தர்மத்தைப் பின்பற்றவேண்டும் என்பது அவர் வர்ணத்தை அடிப்படையாகக் கொண்டு அமைகிறது.

தர்மம் மட்டுமல்ல, மனிதர்களும் பிளவுண்டிருக்கிறார்கள். பண்டைய இந்தியாவில் அடிமைகள் இருந்ததை ரிக் வேதத்திலிருந்து அறியமுடிகிறது. தாசா, தாசி, தஸ்யூஸ் என்றெல்லாம் அழைக்கப்படும் அடிமைகள் ஆரியரின் (வேதங்களில் பிராமணர் தங்களை இப்படித்தான் அழைத்துக் கொள்கின்றனர்) எதிரிகளாக அடையாளம் காணப்படுகிறார்கள். எதிரி, அடிமை இருவரையும் குறிக்க தாசர் என்னும் சொல் பயன்படுத்தப்பட்டதைக்கொண்டு போர் மூலம் அடிமைகள் திரட்டப்பட்டிருக்கலாம் என்று யூகிக்கிறார் உபீந்தர் சிங். அடிமைகளைப் பெரிய அளவிலான பொருளாதார உற்பத்திக்கு அல்ல, வீட்டு வேலைகளுக்கே பயன்படுத்தியிருக்கின்றனர்.

ஐதரேய பிராமணம் 10,000 தாசிகளையும் 10,000 யானைகளையும் மன்னர் புரோகிதர்களுக்குப் பரிசளித்ததாகச் சொல்கிறது. அர்த்த சாஸ்திரம் ஏழு வகையான அடிமைகளைப் பட்டியலிடுகிறது. தர்மசாஸ்திரங்களில் ஒன்றான மனு ஸ்மிருதியிலும் (பொஆ 2 - 3ஆம் நூற்றாண்டு) இதே அடிமைகளின் பிரிவுகள் இடம்பெற்றுள்ளன.

மகாபாரதத்தில் அடிமைகள் தோன்றுகிறார்கள். யுதிஷ்டிரன் தான் அடிமையான பிறகு என்னைப் பணயம் வைத்துச் சூதாடினானா அல்லது அதற்குமுன்பா என்னும் நுணுக்கமான கேள்வியைத் திரௌபதி எழுப்புகிறாள். அடிமையான பிறகுதான் என்றால் அடிமைக்கு உடைமைகள் எதுவும் இருக்க முடியாது என்றும் வாதிடுகிறாள்.

ரிக் வேத சூத்திரங்களில் ஒன்றான புருஷசூக்தம் பிராமணர், சத்திரியர், வைசியர், சூத்திரர் ஆகிய நான்கு வர்ணங்களை அறிமுகப்படுத்துகிறது. சமூக அடுக்கில் பிராமணர் மேல் நிலையிலும் சூத்திரர் அடியிலும் வைக்கப்பட்டனர். பிராமணர் பிரம்மனின் வாயிலிருந்தும் சூத்திரர் பாதங்களிலிருந்தும் தோன்றினர். பூமியும் ஆகாயமும் சூரியனும் சந்திரனும் தோன்றிய போதே வர்ணங்களும் தோன்றிவிட்டன என்கிறது புருஷசூக்தம். எனவே அது இயற்கையானது, பழமையானது, கடவுளின் விருப்பத்துக்குரியது என்பது இதன் பொருள். வர்ணம் என்பது அன்றைய சமூகத்தின் பிரதிபலிப்பு என்று கொள்வதைக் காட்டிலும் சமூகத்தில் ஏற்கெனவே நிலவிவந்த வேறு பாடுகளுக்கு நியாயம் கற்பிக்கும் ஒரு கோட்பாடு என்று எடுத்துக்கொள்ளலாம் என்கிறார் உபீந்தர் சிங். இந்த நியாயத்தைக் கற்பித்தவர் மேல் அடுக்கில் தன்னைப் பொருத்திக்கொண்ட பிராமணர். வர்ணத்தை ஒருவர் தேர்ந்தெடுப்பதில்லை. அதில்தான் அவர் பிறக்கவே செய்கிறார். காலப்போக்கில் வர்ணமும் தர்மமும் ஒன்றிணைந்திருக்கலாம் என்கிறார் உபீந்தர் சிங்.

ஆரம்பகால தர்மசாஸ்திரங்கள் பிரமச்சரியம், கிரிகஸ்தம், வனப்பிரஸ்தம், சந்நியாசம் ஆகிய நான்கு ஆசிரமங்களைக் குறிப்பிடுகிறது. நால்வர்ணத்தாரில் முதல் மூவர் இரண்டாவது பிறப்பாகக் கருதப்படும் உபநயனம் எனும் சடங்கை மேற்கொண்டவர்கள் என்பதால் அவர்களுக்கு இருபிறப்பாளர் எனும் பெயரும் உண்டு. இருபிறப்பாளர்கள் மேலே உள்ள நான்கு

ஆசிரமங்களில் ஒன்றைத் தங்களுடைய வாழ்க்கை முறையாக வரித்துக்கொள்ளலாம் என்று நிர்ணயிக்கப்பட்டது. ஸ்மிருதிகள் அதில் ஒரு மாற்றத்தைக்கொண்டுவந்தன. நான்கில் ஒன்று என்பதைவிட நான்கையும் வாழ்வின் அடுத்தடுத்த கட்டங்களில் ஒருவர் தேர்ந்தெடுத்து வாழலாம் என்றன ஸ்மிருதிகள். நான்கில் இல்லறத்தை வலியுறுத்தும் கிரகஸ்தம் முக்கியமானதாகவும் சந்நியாசம் தேவையற்ற ஒன்றாகவும் மாற்றமடைந்தது. பௌத்தம் துறவறத்துக்குக் கொடுத்த முக்கியத்துவத்துக்கு எதிர்வினையாக ஸ்மிருதிகள் இந்த மாற்றத்தைக் கொண்டு வந்திருக்கலாம் என்கிறார் உபீந்தர் சிங்.

ஆக, வர்ணத்தைப் பொருத்து தர்மம் அமைகிறது. வர்ணத்தைப் பொருத்து வாழ்க்கை முறை தீர்மானிக்கப்படுகிறது. வர்ணா சிரமத்தையும் தர்மத்தையும் கொண்டு பாகுபாடுகள் நியாயப் படுத்தப்படுகின்றன. அடிமைகள் இருப்பது வேதங்களுக்குத் தெரியும். ஆனால், அவை மேலதிகம் எதுவும் செய்வதில்லை.

பௌத்தம் சமூக வேறுபாடுகளைக் களைவதைத் தன்னுடைய கொள்கையாகக்கொண்டிருந்தது என்று சொல்ல முடியாது. ஆனால், வர்ணாசிரமத்தை அது ஏற்றுக்கொள்ளவில்லை என்பதால் பிராமண சமூக அமைப்பைக் காட்டிலும் மேலான, விரிவான, இயன்றவரை பலரையும் உள்ளடக்கிய ஓர் உலகை அது கற்பனை செய்தது. அடிமைகள் இருந்ததை பௌத்தப் பிரதிகளும் உறுதிசெய்கின்றன. ஆனால், அடிமைகள் விலக்கப்படுவதில்லை. அவர்களுக்காக ஒரு கதவு திறக்கப்படுகிறது. தன்னுடைய எஜமானரிடமிருந்து விடுபட்டுவரும் அடிமைகளைச் சங்கம் ஏற்றுக்கொண்டது. அவர்களுக்கும் நிர்வாணம் சாத்தியம் என்றது. அடிமைப் பெண்ணாக இருப்பதென்றால் என்னவென்று தெரிகதாவில் வரும் ஒரு பெண் பாடுகிறார். அப்படியொரு குரலை முதல் முறையாக இந்தப் பெண்ணிடம்தான் நாம் கேட்கிறோம். வினய பிடகம், மஜ்ஜிம நிகாயம் ஆகியவை அடிமைகளின் கிளர்ச்சிகளைக் குறிப்பிடுகிறது. இப்படிப்பட்ட கிளர்ச்சிகள் பௌத்தப் பதிவுகளில் மட்டுமே இடம்பெற்றுள்ளன. தீக நிகாயம் வெளிப்படையாகவே வர்ணாசிரமத்தைப் பரிகாசம் செய்கிறது. பாகுபாடுகளைக் களையமுடியும். அறம்தான் எல்லாவற்றையும்விட உயர்ந்தது என்கிறார் புத்தர்.

●

தர்மத்தையல்ல, தம்மத்தையே தேர்ந்தெடுத்தார் அசோகர். பாகுபாடுகளைப் பேணும் தர்மத்தை நிலைநிறுத்துவதைவிட, ஒழுக்கநெறிகளை வலியுறுத்தும் தம்மத்தை நிலைநிறுத்துவது மக்களுக்கும் சமூகத்துக்கும் நலன் பயக்கும். நிலவும் சமூக வேறுபாடுகளை தம்மம் முற்றிலுமாக அகற்றி விடாது என்றாலும் அத்திசை நோக்கி ஒரு பாய்ச்சலை அது ஏற்படுத்தக்கூடும் என்று அசோகர் கருதினார். அதனால்தான் பௌத்தத்தைக் குறிப்பிடும் தனது முதல் கல்வெட்டிலேயே அடித்தட்டு மக்களை மேல்தட்டு மக்களுக்கு அருகில் கொண்டுசென்று நிறுத்தினார். மேல், கீழ் எனும் பாகுபாடுகள் அவருக்கு முன்னால் தோன்றியவை. அது அவர் குற்றமல்ல. ஆனால், அவர் வந்தபிறகும் அதே வேறுபாடுகள் அதே வலுவோடு நீடிக்குமானால் அது அவர் குற்றமாகவே கருதப்படும். அதை இழைக்க அவர் தயாராக இல்லை. அவர் செயல்பட விரும்பினார்.

பிராமண சமூகப் படிநிலைக்கு மாற்றாக ஒரு புதிய ஒழுங்கை அசோகர் ஏற்படுத்த விரும்பினார் என்கிறார் நயன்ஜோத் லாஹிரி. பிறப்பின் அடிப்படையில் மட்டுமே ஒருவருடைய தர்மத்தை நிர்ணயிக்கமுடியும் என்னும் கருத்தாக்கத்தைத் தகர்க்க விரும்பினார் அசோகர். தர்மம் வேண்டுமானால் நபருக்கு நபர் மாறுபடலாம். தம்மம் அனைவருக்கும் பொதுவானதாக இருக்கும். தம்மத்தை வலியுறுத்தும் பௌத்தத்தை யார் வேண்டுமானாலும் ஏற்கலாம். மன்னர் தொடங்கி எளிய மக்கள் வரை அனைவரோடும் உரையாடியவர் புத்தர். அனைவரையும் சமமாகப் பாவித்தவர். அவர் போதனைகளைக் காதுள்ள அனைவரும் கேட்கலாம். இதயம் உள்ள அனைவரும் உள்ளே எடுத்துச் செல்லலாம். மௌரியப் பேரரசை ஆளும் நான் பின்பற்றும் அதே தம்மத்தை, கடைக்கோடி கிராமத்தில் வசிக்கும் ஒருவரும் பின்பற்றலாம். அவ்வாறு செய்யும்போது நாம் இருவரும் ஒரே தளத்தில் நின்று சரிசமமாக உரையாடமுடியும். வர்ணமோ வர்க்கமோ வேறுபாடோ நமக்குள் நுழையாது. இதுதான் எனக்கு விதிக்கப்பட்டிருக்கிறது; இப்படித்தான் நான் வாழ்ந்து மடியவேண்டும் என்று எவரும் எந்நிலையிலும் இனிக் கருதவேண்டியதில்லை என்பதைத் தனது முதல் பௌத்தக் கல்வெட்டிலேயே அழுத்தமாக அறிவித்துவிடுகிறார் அசோகர்.

தம்மத்தை உயர்த்திப் பிடித்தவர்களில் புத்தருக்கு அடுத்த இடத்தில் அசோகர் இடம்பெறுகிறார். புத்தர் தன் குடும்பப்

தியானத்தில் புத்தர், காந்தாரம்

பொறுப்பைத் துறந்ததுபோல் அசோகர் தன் பதவியைத் துறக்கவில்லை என்றாலும் புத்தரைப் போலவே அவரும் தம்மத்தைப் பரப்புவதற்குச் சுற்றித் திரிந்திருக்கிறார். புத்தர் போலவே அசோகரும் தன் வாழ்வோடு சேர்த்தே தன் சிந்தனைகளை மக்களிடம் கொண்டுசென்றிருக்கிறார்.

அசோகர் புத்தரைத் தன் ஆசானாகவும் தத்துவ வழிகாட்டியாகவும் வரித்துக்கொண்டாலும், புத்தரின் உபாசகன் என்று தன்னை அழைத்துக்கொண்டாலும், புத்தரின் போதனைகளைக் கடந்தும் அவரால் சிந்திக்கமுடிந்தது. புத்தரின் வருகைக்கு முன்புவரை சமூகத்தில் நிலவிவந்த மதிப்பீடுகள் அனைத்தையும், அறநெறிகள் அனைத்தையும், வாழ்வியல் கோட்பாடுகள் அனைத்தையும் நொறுக்கி வீழ்த்திவிட்டு பௌத்தத்தை மட்டும் தனிப்பெரும் மதமாக, தனிப்பெரும் அறமாக, தனிப்பெரும் வாழ்வியல் கோட்பாடாக நிலைநாட்டுவதல்ல அவர் நோக்கம்.

அசோகரை ஒரு புரட்சியாளர் என்று இன்றுள்ள பொருளில் நாம் அழைக்க முடியாது. புத்தரையும்தான். அம்பேத்கர் அப்படியொரு புத்தரைக் கற்பனை செய்தது உண்மை. ஆனால், அம்பேத்கரே குறிப்பிடுவதுபோல் அவர் கற்பனை செய்தது அவருடைய அரசியலுக்கேற்ற ஒரு புத்தரை. அது ஒரு புதிய வழி என்பதால்தான் நவயானா என்று பெயரிட்டார் அவர். புத்தர் போல் அசோகரும் எல்லாவற்றையும் அடியோடு புரட்டிப் போடத் துடித்தவர் அல்லர். சமூக மாற்றங்கள் மெல்ல, மெல்லவே நடைபெறும் என்பதை உணர்ந்தவர். படிப்படியான மனமாற்றத்தையே அவர் விரும்பினார். காலம் காலமாகச் சமூகத்தில் வேர்கொண்டு வளர்ந்திருந்த நல்லொழுக்க நெறிகளையும் விழுமியங்களையும் தன்னுடைய தம்மத்தின் ஒரு பகுதியாக அசோகர் இணைத்துக்கொண்டார். பழமையானது என்பதற்காக எப்படி வர்ண வேறுபாட்டைக் கட்டிக்காக்கக் கூடாதோ அதேபோல் பழமையானது என்னும் ஒரே காரணத்துக்காக நன்னெறிகளை உதறித்தள்ளிவிடவும் கூடாது என்பதே அவர் நிலைப்பாடு. அதனால்தான் புத்தரோடு பிற கடவுள்களுக்கும் அவர் தன் நிலத்தில் இடம் அளித்தார்.

அதை உறுதிப்படுத்துவதுபோல் அமைந்துள்ளது அசோகரின் 2ஆம் சிறுபாறைக் கல்வெட்டு. கர்நாடகா, ஆந்திரா பகுதிகளில் பல இடங்களில் இது கண்டெடுக்கப்பட்டுள்ளது. கடவுளும் மனிதரும் ஒன்றாக வாழவேண்டும் என்று கேட்டுக்கொண்ட

கல்வெட்டோடு இணைந்து இது கண்டுபிடிக்கப்பட்டுள்ளது குறிப்பிடத்தக்கது. இனி கல்வெட்டு வாசகங்கள்.

'தாய்க்கும் தந்தைக்கும் கீழ்ப்படியவேண்டும். மூத்தவர்களிடமும் கீழ்ப்படிந்து நடக்கவேண்டும். விலங்குகளிடம் கருணையோடு நடந்துகொள்ளவேண்டும். உண்மை பேசவேண்டும். இந்த அறநெறிகளை நடைமுறையில் பின்பற்றவேண்டும்.

ஒரு மாணவர் ஆசிரியருக்கு மரியாதை அளிப்பதுபோல் உறவினர்களுக்குத் தக்கமுறையில் மரியாதை அளிக்கவேண்டும்.

இது பண்டைய நீதிமுறை. நீண்ட வாழ்க்கைக்கு ஏற்றது.'

பிராமணர் தொடங்கி பௌத்தம், சமணம் போன்ற நாத்திகப் பிரிவுகள் வரை ஒருவரும் இந்தக் கருத்துகளோடு முரண்பட மாட்டார்கள். எளிய மக்கள் பலருக்கும் இவை ஏற்கெனவே நன்கு தெரிந்திருக்கும். கல்வி கற்காதவர்களுக்கும்கூட வழிவழியாக வீட்டில் இவற்றையெல்லாம் யாரேனும் அவ்வப்போது எடுத்துச் சொல்லிக்கொண்டிருப்பார்கள். எனில் அசோகர் இவற்றை ஏன் தனியே குறிப்பிடவேண்டும்?

பௌத்தம், தம்மம் என்றெல்லாம் நான் பேசுவதைக் கண்டு அஞ்ச வேண்டாம். அவை குழப்பமான, கடினமான கருத்தாக்கங்கள் அல்ல. எல்லோரும் எளிமையாகப் பின்பற்றக்கூடிய, எல்லோரும் ஒப்புக்கொள்ளக்கூடிய நெறிகளையும் உள்ளடக்கியவைதாம் என்பதை உணர்த்துவதற்காக அசோகர் மேற்படி அறிவுரை களைப் பொறிக்கச் செய்திருக்கலாம். தன்னுடைய தம்மம் பௌத்தம் மட்டுமேயல்ல. பலவற்றையும் உள்ளடக்கியது என்பதை அவர் தெளிவுப்படுத்த விரும்பியிருக்கலாம். தம்மம் குறித்து தான் பின்னால் மேற்கொள்ளப்போகும் உரையாடல் களுக்கு ஓர் எளிய தொடக்கப்புள்ளியாக இதை அவர் கருதியிருக்கலாம்.

கடவுளும் மனிதனும் இணையவேண்டும் என்பது அவருடைய தனிப்பட்ட கனவு என்பதால், அதை வெளிப்படுத்திய கல்வெட்டில் அசோகர் தன் பெயரைச் சேர்த்திருந்தார். இந்தக் கல்வெட்டில் உள்ளவை மனிதர்களுக்குப் பொதுவானவை என்பதால் தன் பெயரைக் குறிப்பிடாமல் தவிர்த்திருக்கிறார். இது பழைய நீதிநெறி என்பதையும் அடிக்கோடிட்டுக் காட்டியிருக்கிறார்.

பாட்ரிக் ஒலிவெல் இங்கே ஒரு விவாதத்தை நுழைக்கிறார். திருட்டு, கொலை, வழிப்பறி, பாலியல் குற்றங்கள் என்று உலகப் பொதுவான சில குற்றங்கள் இருக்கின்றன. அறநெறிகளை வலியுறுத்தும் அசோகர் இந்தக் கல்வெட்டில் மட்டுமல்ல, பிற கல்வெட்டுகளிலும் இந்தக் குற்றங்கள் குறித்துப் பேசவில்லை. ஏன்? இந்தக் கேள்விக்கு நயன்ஜோத் லாஹிரி அளிக்கும் விளக்கம் இது. இந்தக் குற்றங்களெல்லாம் சட்டம் ஒழுங்கோடு தொடர்புடையவை. இத்தகைய குற்றங்களை இழைத்தவர் களுக்கு, தண்டனைகள் நிர்ணயிக்கப்பட்டிருக்கும். குற்றங்களைத் தடுப்பதற்கான முயற்சிகளை அத்துறை தொடர்பான அலுவலர்கள் எடுத்திருப்பார்கள். அசோகரின் அறம் அல்லது தம்மம் சட்ட ஒழுங்கோடு குறுகிப்போய்விடுவதல்ல. குற்றங்கள் இழைப்பதைத் தடுப்பதல்ல, குற்றமற்ற ஒரு நிலைக்கு மனிதனைத் தயார்படுத்தி, உயர்த்துவதே அவர் நோக்கம்.

●

காந்தாரம் : தர்மம், பக்தி, உண்மை

அசோகர் முடிசூடி பத்தாண்டுகள் முடிந்த பிறகு, முதல் முறையாக அவர் குரல் காந்தாரத்தில் ஒலித்தது. இது நடந்தது பொஆமு 259 வாக்கில். அதற்கு மூன்று நூற்றாண்டுகளுக்கு முன்பு, பாரசீகத்தைச் சேர்ந்த அக்கமேனியப் பேரரசின் கட்டுப்பாட்டில் இருந்தது காந்தாரம். அராமைக் மொழியும் காந்தாரத்துக்கு அப்போதுதான் அறிமுகமாகியிருக்கவேண்டும் என்கிறார் நயன்ஜோத் லாஹிரி.

காந்தாரம் அமைந்திருந்த பகுதிக்கு அப்போது 'அரகோசியா' என்று பெயர். முக்கியத்துவம் வாய்ந்த இடமாக அது கருதப்பட்டது. அலெக்சாண்டர் உள்ளே நுழைந்து, அப்போது ஆண்டுகொண்டிருந்த மூன்றாம் டேரியஸை வீழ்த்தியதைத் தொடர்ந்து பாரசீகம் செல்வாக்கிழந்தது. அவர்களுக்கு உட்பட்ட பிரதேசங்கள் அலெக்சாண்டரின் கட்டுப்பாட்டுக்கு வந்து சேர்ந்தன. அரகோசியாவை அலெக்சாண்ட்ரோபொலிஸ் என்று பெயர் மாற்றம் செய்து தனது ஆள்களை நியமித்தார் அலெக்சாண்டர். அவருடைய மரணத்துக்குப் பிறகு காந்தாரத்தை, சந்திரகுப்தர் பெற்றுக்கொண்டதை முன்பு பார்த்தோம்.

பெருமளவில் மலைகள் சூழ்ந்த இடம் காந்தாரம். அசோகரின் முதல் கல்வெட்டு கண்டெடுக்கப்பட்டது இங்கேதான்.

அராமைக், கிரேக்கம் ஆகிய இரு மொழிகளிலும் பொறிக்கப்பட்ட கல்வெட்டு அது. கல்வெட்டுகளின் வரலாற்றில் இது புதிதல்ல. பொஆமு 6ஆம் நூற்றாண்டைச் சேர்ந்த முதலாம் டாரியஸ் பாரசீகம், எலமைட், பாபிலோனியன் ஆகிய மூன்று பழங்கால மொழிகளில் ஒரு கல்வெட்டை அமைத்திருந்தார். 'பூமியையும் ஆகாயத்தையும் மனிதனையும் உண்டாக்கிய கடவுள்தான் என்னையும் மன்னனாக்கியுள்ளான். நான் மன்னர்களின் மன்னர். இந்தப் பூமியிலும் அதற்கு அப்பாலும் உள்ள பலதரப்பட்ட மக்களை நான் ஆள்கிறேன்' என்னும் ரீதியில் அமைந்துள்ள கல்வெட்டு அது.

இனி, அசோகரின் கல்வெட்டுக்கு வருவோம். முதலில் கிரேக்கத்திலும் கீழே அராமைக்கிலும் அசோகரின் வாசகங்கள் பொறிக்கப்பட்டுள்ளன. கிரேக்கத்தின் செல்வாக்கும் பாரசீகத்தின் செல்வாக்கும் இந்தியத் துணைக்கண்டத்திலிருந்து மறைந்த பிறகும் இந்த இருவரின் மொழிகள் உயிர்த்திருந்ததற்கு இந்தக் கல்வெட்டு சாட்சியம் அளிக்கிறது. பாடலிபுத்திரத்திலிருந்து வெகு தொலைவில் வாழ்ந்துவந்த கிரேக்க, அராமைக் மக்களோடும் அசோகர் நேரடித் தொடர்பை ஏற்படுத்திக்கொள்ள விரும்பியிருக்கிறார். தன் செய்திகளை அவர்களோடும் பகிர்ந்துகொள்ள விரும்பியிருக்கிறார். இரு அந்நிய மொழிகளும் தெரிந்துவைத்திருக்கும் மொழிபெயர்ப்பாளர்களைக் கொண்டு கல்வெட்டுச் செய்தியைப் பொறிக்கச் செய்திருக்கிறார். சிறு பாறைக் கல்வெட்டுகளில் ஒன்றான (எண் 4) இந்த இருமொழிக் கல்வெட்டு 1958ஆம் ஆண்டு நடத்தப்பட்ட தொல்லியல் ஆய்வுகளின்போது செஹெல் ஜினா எனும் மலைப்பாங்கான இடத்தில் கண்டுபிடிக்கப்பட்டது. இனி கல்வெட்டு வாசகங்கள்.

'(முடிசூடி) பத்தாண்டுகள் முடிவடைந்தபின், பியதசி தனது பக்தியை (ஒரு கோட்பாடாக) வெளிப்படுத்துகிறார். மனிதர்கள் இந்தக் கணத்திலிருந்து அதிக பக்தியோடு இருக்குமாறு அவர் செய்துள்ளார். உலகம் முழுக்க அனைத்தும் செழிப்படைந்துள்ளன. மனிதர்களையும் பிற உயிர்களையும் கொல்வதை மன்னர் கைவிட்டுள்ளார். கொல்வதிலிருந்து வேடர்களும் மீனவர்களும் பின்வாங்கியுள்ளனர். தன்னடக்கமற்ற மிதமிஞ்சிய மனிதர்களும் தங்களைக் கட்டுப்படுத்திக்கொண்டுள்ளனர்; பழையபடி இல்லாமல் தந்தைக்கும் தாய்க்கும் மூத்தோருக்கும் கீழ்ப்படிகின்றனர். எதிர்காலத்திலும் அவர்கள் இவ்வாறே இருப்பார்கள் என்பதால் மேம்பட்ட வாழ்வும் மகிழ்ச்சியும் கிடைக்கும்.'

பௌத்தம் பற்றியோ தம்மம் பற்றியோ எதுவும் இல்லை. தன்னுடைய மனமாற்றம் குறித்தோ மதமாற்றம் குறித்தோ ஒரு சொல்லும் இல்லை. நாம் முன்னர் பார்த்த இரு கல்வெட்டுகள்போல் அவர் இதில் எந்த அறிவுரையையும் வழங்கவில்லை; ஏற்கெனவே நிலவிவந்த எந்த அறநெறியையும் வலியுறுத்தவும் இல்லை. மாறாக, ஆட்சிப் பொறுப்பேற்ற பிறகு நான் என்ன செய்துள்ளேன் என்பதையே அசோகர் இதில் பகிர்ந்துகொண்டிருக்கிறார். அந்த வகையில் தன் வெற்றியை அசோகர் பறைசாற்றும் ஒரு கல்வெட்டு என்று இதனை எடுத்துக்கொள்ளலாம்.

குறிப்பிடத்தக்க அளவுக்கு உறுதிமிக்கவராகவும் செயலூக்கம் கொண்டவராகவும் அசோகர் இந்தக் கல்வெட்டில் வெளிப்படுவதைச் சுட்டிக்காட்டுகிறார் நயன்ஜோத் லாஹிரி. கொல்லாமையைத் தனக்கு நெருக்கமான ஒரு கோட்பாடாக அவர் வரித்துக்கொண்டுள்ளதை அறியமுடிகிறது. நிலத்திலும் நீரிலும் வாழும் விலங்குகளையும் மீன்களையும் மனிதர்களுக்குச் சமமான உயிரினங்களாக அவர் உயர்த்துகிறார். உயிருள்ள உடல்கள் அனைத்தும் சமமானவை என்பதால் ஒன்றுபோல் அவற்றைப் பாவிக்கவேண்டும். கொல்லாமை என்பது எந்தவோர் உயிரையும் கொல்லாமலிருப்பதுதான் என்கிறார்.

அவர் மட்டும் மாறவில்லை. மற்றவர்களையும் மாற்றியமைத் திருக்கிறார். எந்த அளவுக்கு என்றால் விலங்குகளை வேட்டையாடுவதைத் தொழிலாகக் கொண்ட வேடர்களும் மீன்களைப் பிடித்துவந்த மீனவர்களும்கூடக் கொல்லாமையை ஒரு கோட்பாடாக ஏற்றுக்கொண்டுவிட்டனராம். பெற்றோர் களையும் பெரியோர்களையும் மதித்து நடந்துகொள்ளவேண்டும் என்னும் பழங்கால நெறியை முந்தைய கல்வெட்டில் சுட்டிக்காட்டியிருந்த அசோகர், இப்போது அந்த வழக்கத்தையும் வெற்றிகரமாக மக்களிடம் கொண்டுசேர்த்துவிட்டார். இதன் காரணமாக மனித வாழ்க்கை உயர்ந்திருக்கிறது. செழிப்பும் கைகூடியிருக்கிறது என்கிறார்.

அசோகரின் எண்ணவோட்டத்தை, கிரேக்கச் சொற்கள் சரியாகவும் அழகாகவும் வெளிப்படுத்தியிருப்பதாக வாசித்தவர்கள் சொல்கிறார்கள். தம்மத்துக்குப் பதிலாக கிரேக்கம் அறிந்தவர் களுக்கும் மற்றவர்களுக்கும் நன்கு தெரிந்த பக்தி எனும் சொல் இங்கே கையாளப்பட்டிருக்கிறது. அசோகர் உணர்த்த விரும்பிய

தம்மத்துக்கு இணையான கிரேக்கச் சொல் உருவாகியிருக்க வில்லை. அப்படியே உருவாக்கினாலும் சட்டென்று அதை அறிமுகப்படுத்திவிடவும் முடியாது. கிரேக்கப் பண்பாட்டுச் சூழலைக் கணக்கில்கொண்டு தத்துவம், ஆன்மிகம் ஆகியவற்றிலுள்ள அவர்களுடைய நாட்டத்தையும் கணக்கில் கொண்டு பக்தி என்னும் சொல் கையாளப்பட்டிருக்கலாம்.

அராமைக் கல்வெட்டிலும் இதுவேதான் நடந்திருக்கிறது என்கிறார் நயன்ஜோத் லாஹிரி. கிரேக்கத்தில் உள்ளதைச் சொல் சொல்லாக மொழிபெயர்க்காமல், அம்மொழி பேசும் மக்களைக் கருத்தில்கொண்டு தேவைப்பட்ட இடங்களில் சின்ன மாற்றங்கள் மேற்கொள்ளப்பட்டிருக்கின்றன. ஒரே செய்தி இரு வேறு மொழிகளுக்குச் செல்லும்போது எத்தகைய மாற்றங்களை அடைகிறது என்பதைப் புரிந்துகொள்வதற்காக அராமைக் கல்வெட்டின் தோராயமான மொழியாக்கம் கீழே அளிக்கப் பட்டுள்ளது.

'(முடிசூடி) பத்தாண்டுகள் கழிந்துவிட்ட நிலையில் நம் மன்னர் உண்மையை நிலைநாட்டுகிறார். அதுமுதல் தீமை எல்லா மனிதர்களிடமிருந்தும் அகன்றுவிட்டது. பகை சக்திகள் அனைத்தும் மறைந்துவிட்டன. பூமி முழுக்க மகிழ்ச்சி உண்டாகியிருக்கிறது. மன்னரின் உணவுக்காக இயன்றவரை குறைவான உயிர்களே கொல்லப்படுகின்றன. இதைக் கண்டதும் விலங்குகளைக் கொல்வதை மனிதர்கள் கைவிட்டுவிட்டனர். மீன் பிடித்துக்கொண்டிருந்தவர்கள் நிறுத்திவிட்டனர். கட்டுப் பாடின்றி இருந்தவர்கள் இப்போது கட்டுப்பாட்டோடு இருக்கின்றனர். தாய், தந்தை, முதியோர் அனைவருக்கும் விதி நிர்ணயித்தபடி கட்டுப்படுகின்றனர். இது அனைவருக்கும் நன்மையை ஏற்படுத்தியிருக்கிறது, பூமிக்கும் நன்மை உண்டாக்கியிருக்கிறது.'

கிரேக்கர்களுக்குப் பக்தியை முன்னிறுத்திய அசோகர், அராமைக் மக்களுக்கு உண்மையை நிலைநாட்டுகிறார். பக்தியைவிடவும் உண்மையை அம்மக்கள் முக்கியமானதாக, மதிப்புமிக்கதாகக் கருதியிருக்கலாம். அவர்களுடைய பண்பாட்டு பின்னணியைக் கருத்தில்கொண்டு இச்சொல் இங்கே சேர்க்கப்பட்டிருக்கலாம். கொல்வதை முற்றாக நிறுத்திவிட்டதாகச் சொன்னவர், இங்கே வெகுவாகக் குறைத்துவிட்டதாகச் சொல்கிறார். பின்னர் நாம் பார்க்கப்போகும் ஒரு கல்வெட்டும் இதையே உறுதிசெய்கிறது.

அசோகரின் பிற கல்வெட்டுகள் எதிலும் இடம்பெறாத ஓர் அம்சம், காந்தார இருமொழித் கல்வெட்டில் அழுத்தமாக, இன்னும் சொல்லப்போனால் மிகையுணர்வோடு இடம் பெற்றுள்ளது. அது, அவருடைய வெற்றி. கலிங்கத்தில் வெற்றி பெற்றபோதுகூட அதை ஒரு தோல்வியாக மாற்றிக் காட்டிய அசோகர், காந்தாரத்தில் தன் சாதனைகளை முதன்முறையாக வெளிப்படுத்தியுள்ளார். அதற்கான தேவை ஏன் அவருக்கு எழவேண்டும்?

நயன்ஜோத் லாஹிரி சொல்லும் காரணம் இது. காந்தார மக்களுக்குக் கல்வெட்டு புதிதல்ல. பல காலமாகப் பாரசீக மன்னர்களின் செய்திகளை அவர்கள் வாசித்துக்கொண்டிருக் கிறார்கள். அவை எப்படி இருக்கும் என்பதற்கு ஒரு மாதிரியை மேலே கண்டோம். நான் அப்படிப் போரிட்டேன், இப்படிப் போரிட்டேன், இவ்வளவு நிலத்தை ஆக்கிரமித்தேன், என் வெற்றி சாமானியமானதல்ல என்னும் ரீதியில்தான் ஒவ்வொரு மன்னரின் கல்வெட்டு முழக்கமும் அமைந்திருக்கும். அப்படிப்பட்ட சூழலில், 'நான் ஓர் உபாசகன் மட்டுமே' என்று தொடங்கி ஒரு மன்னரின் தகுதிக்குச் சற்றும் பொருந்திவராத பணிவோடு அசோகர் தன் செய்தியை வெளியிட்டிருந்தால் அது கண்டு கொள்ளப்படாமல் போவதற்கே வாய்ப்பு அதிகம்.

நான் ஆட்சிக்கு வந்தேன். அதன்பின் அனைத்தும் மாறிவிட்டது என்பது பாரசீகக் கல்வெட்டுகளில் அவ்வப்போது இடம்பெறும் ஒரு வரி என்கிறார் லாஹிரி. ஒவ்வொருமுறை ஆட்சி மாறும் போதும் புதிய மன்னர் ஒரு வெற்றிக் கல்வெட்டைப் பொறிப்பது அங்கே வழக்கம். எனவே அசோகர் தன் வழக்கத்தை மாற்றிக் கொள்ளவேண்டியிருந்தது. ஒரு புதிய தொனியில் பேசியாக வேண்டிய கட்டாயத்தில் அவர் இருந்தார். தொனியில்தான் மாற்றமே தவிர, உள்ளடக்கத்தை அவர் மாற்றிக்கொள்ள வில்லை. நிலமல்ல, மனமே என் இலக்கு. அதைத்தான் நான் வென்றுள்ளேன் என்கிறார் அசோகர். வெளியில் அல்ல, உள்ளுக்குள்தான் ஒவ்வொருவரும் போரிடவேண்டியிருக்கிறது. வெளியில் அல்ல, உள்ளுக்குள்தான் பகை சக்திகள் வளர்ந்திருக்கின்றன. அவற்றை வெல்வதற்கு ஏந்தவேண்டிய ஆயுதம், அகிம்சை. அனைத்து உயிர்களையும் உங்களால் கருணையோடு அணுகமுடியுமானால் மகிழ்ச்சி உங்களுடையது, உலகம் உங்களுடையது. இதைத்தான் உணர்த்த விரும்பினார் அசோகர்.

அசோகர் உணர்த்திய செய்தி சென்றுசேர்ந்ததா? அசோகர் சொன்னதுபோல் காந்தார மக்கள் அகிம்சையையும் புலால் மறுப்பையும் ஏற்றுக்கொண்டனரா? வேடர்கள் அம்பையும் வில்லையும் தூக்கி வீசிவிட்டனரா? ஒரு மீன்கூடப் பிடிக்கப்படவில்லையா? அப்படி நடந்திருக்க வாய்ப்பில்லை என்கிறார் லாஹிரி. காந்தார மக்கள் பலவிதமான உயிரினங்களை உண்டு, மகிழ்ந்திருக்கிறார்கள். வாழ்நாள் முழுக்க மரக்கறி உணவை உட்கொள்ளும் வழக்கத்தைப் பின்பற்றுவதை விடுங்கள், அப்படியொன்றை அவர்களால் கற்பனையும் செய்திருக்க முடியாது. மனிதர்களையும் விலங்குகளையும் பறவைகளையும் மீன்களையும் ஒரே தட்டில் வைத்து அவர்களால் பார்க்க முடிந்திருக்காது. அசோகர் அன்பை, கருணையை, நல்லொழுக்கங்களை வலியுறுத்துகிறார் என்ற பொதுவான ஒரு செய்தியை மட்டுமே அவர்கள் வாசித்த கல்வெட்டிலிருந்து பெற்றுக்கொண்டிருக்கவேண்டும்.

கிரேக்க மொழிக் கல்வெட்டு காந்தாரத்தில் வாழ்ந்த கிரேக்கம் மட்டுமே தெரிந்த மக்களுக்காகப் பொறிக்கப்பட்டது என்பது சரிதான். ஆனால், அராமைக் கல்வெட்டின் நோக்கம் தன் பகுதிக்குட்பட்ட பகுதிகளில் வாழும் மக்களோடு உரையாடுவது மட்டுமல்ல. எல்லைக்கு அப்பால் வசிக்கும் மற்ற பாரசீக மக்களையும் அசோகர் ஈர்க்க விரும்பினார் என்கிறார்   டி.சி. சர்க்கார்.

காந்தாரக் கல்வெட்டை ஆராய்ந்த டி.டி. கோசாம்பி, அப்பகுதி மக்களுக்காகவே தனித்துவத்தோடு அது உருவாக்கப் பட்டிருப்பதைச் சுட்டிக்காட்டுகிறார். பொதுவாக அசோகரின் செய்தி பல இடங்களில் ஒன்றுபோல் கல்வெட்டுகளாகப் பொறிக்கப்படுவது வழக்கம். காந்தாரக் கல்வெட்டு மட்டும்தான் அங்குள்ளவர்களுக்கென்றே பிரத்தியேகமாக உருவாக்கப் பட்டிருக்கிறது. அதற்குக் காரணம் பிற பகுதிகளிலிருந்து அது வேறுபட்டிருந்ததுதான் என்கிறார் கோசாம்பி. மற்ற இடங்கள் போல் காந்தாரத்தில் நான்கு வர்ணங்களில் மக்கள் பிரிந்திருக்கவில்லை. எஜமானர், அடிமை என்னும் இரு பிரிவுகள்தாம் அங்கு இருந்தன என்பதை போலி இலக்கியங்கள் அறிந்துவைத்திருந்தன. இரண்டாகப் பிளந்திருக்கும் அந்தச் சமூகத்து மக்களுக்கு அனைத்து உயிர்களிடத்தும் அன்பு செலுத்தும் அகிம்சையை வலியுறுத்துவது பலனளிக்கும் என்று அசோகர் நம்பியிருக்கலாம்.

இந்தியத் துணைக்கண்டம் முழுக்க, காந்தாரம் தவிர்த்து எல்லா இடங்களிலும் மகதியில் (பிராகிருதம்) மட்டுமே கல்வெட்டுகள் அமைந்துள்ளன. பிராமி, கரோஷ்டி என்று எழுத்துரு மட்டுமே மாறும், மொழி மாறாது. கிரேக்கம், அராமைக் தவிர்த்து மூன்றாவதாக வேறு எந்தப் பிராந்திய மொழியிலும் தன் கல்வெட்டுச் செய்தியை அசோகர் மொழிபெயர்த்துக் கொண்டு சென்றதில்லை என்கிறார் கோசாம்பி.

காந்தாரக் கல்வெட்டைப் பிரசாரம் என்னும் அளவில்தான் எடுத்துக்கொள்ளமுடியும் என்கிறார் ரொமிலா தாப்பர். தம்மத்தின் பலனைத் தன் ஆட்சியின் எல்லைப்பிரதேசம்வரை கொண்டு செல்லும் பொருட்டே அதன் உள்ளடக்கம் தயாரிக்கப் பட்டிருக்கவேண்டும். கொல்லாமை என்பதைத் தவிர்த்துவிட்டுப் பார்த்தால் பிற கல்வெட்டுகள்போல் அது தம்மத்தை முறையாக அறிமுகப்படுத்தவில்லை. எல்லோரையும் பக்தியுள்ளவர்களாக மாற்றிவிட்டேன், உலகில் மகிழ்ச்சி உண்டாகிவிட்டது என்பதெல்லாம் ஆர்வமூட்டுவதற்காகச் சொல்லப்பட்டவையாக இருக்கும் என்கிறார் தாப்பர். காந்தாரத்திலுள்ள மக்களுக்காக மட்டுமின்றி, அந்த வழித்தடத்தில் அவ்வப்போது பயணம் மேற்கொள்ளும் வணிகர்களையும் மனதில்கொண்டு இக் கல்வெட்டு அமைக்கப்பட்டிருக்கலாம் என்கிறார் தாப்பர். வணிகர்கள் பல தேசங்களுக்குச் செல்பவர்கள். இச்செய்தியை வாசித்தால் அதிலிருந்து சில சொற்கள் அவர்கள் மனதில் பதியலாம். அதை அவர்கள் பிற இடங்களுக்கும் அறிமுகப் படுத்தலாம். கொல்லாமை ஒரு சொல்லாகவாவது பிற இடங் களுக்குச் செல்லுமானால் அதுவே அசோகருக்கு நிறைவானதாக இருந்திருக்கும்.

●

- 18 -

ஊர்வன, பறப்பன, நீந்துவன, நடப்பன

'எல்லா விலங்குகளும் அடித்துவிடுவார்களோ என்று அஞ்சுகின்றன. எல்லா விலங்குகளும் கொன்றுவிடுவார்களோ என்று அஞ்சுகின்றன. அவர்கள் இடத்தில் நம்மைப் பொருத்திக் கொள்வோம். உயிர்களைக் கொல்லக்கூடாது. கொல்வதை அனுமதிக்கவும் கூடாது' என்கிறது தம்மபதம். புத்தர் அனைத்து உயிர்களையும் நேசித்தார் என்று சொல்லப்படுகிறது. ஒருவரும் மாமிசம் உண்ணக் கூடாது என்று புத்தர் கட்டளை பிறப்பித்தது போல் தெரியவில்லை. உணவுக்காக ஒரு விலங்கைக் கொல்லக் கூடாது; அவ்வாறு கொல்லப்பட்ட விலங்கின் மாமிசத்தைப் பிக்குகள் உண்ணக் கூடாது என்று முற்கால பௌத்த மடாலயங்கள் அறிவுறுத்தியிருக்கின்றன. மற்றபடி, உங்களுக்குக் கொடுக்கப் பட்ட அனைத்தையும் உண்ணுங்கள் என்றும் சொல்லி இருக்கிறார்கள்.

விலங்குகளும் புத்தரின் தன்மையைக்கொண்டிருக்கலாம் என்று மகாயான பௌத்தர்கள் நம்புவதால் அவர்கள் புலால் உண்பதில்லை. இன்று மனிதனாகப் பிறந்திருக்கிறவன் மறுபிறப்பில் ஒரு விலங்காக மாறலாம். இன்றைய விலங்கு நாளை ஒரு மனிதனாகப் பிறப்பெடுக்கவும் வாய்ப்பு உள்ளது என்பது அவர்கள் நம்பிக்கை. ஜாதகக் கதைகளில் மனிதர்களோடு விலங்குகளும் நிறைந்திருக்கின்றன. போதிசத்துவரும் சில

கதைகளில் விலங்காகத் தோன்றுகிறார். கழுகிடமிருந்து புறாவைக் காக்க சிபி தன் சதையை அரிந்துகொடுக்கும் கதை ஜாதகக் கதைகளில் ஒன்று. சிபி புத்தரின் முற்பிறவி.

புத்தரை நேசிப்பவர் விலங்குகளையும் நேசித்தாகவேண்டும். தம்மத்தை உயர்த்திப்பிடிப்பவர் விலங்குகளைக் கைவிட்டுவிடக் கூடாது. அசோகர் அப்படித்தான் இருந்திருக்கிறார். சிறுபாறைக் கல்வெட்டில் தொடங்கியவர் பெரும்பாறைக் கல்வெட்டுகளை வந்தடைந்த பிறகும் விலங்குகள் குறித்துப் பேசுவதை நிறுத்திக்கொள்ளவேயில்லை.

அசோகரின் ஆரம்பகாலக் கல்வெட்டுகள் 6 முதல் 22 வரிகளில் அமைந்திருந்ததால் சிறுபாறைக் கல்வெட்டுகள் என்று அழைக்கப்பட்டன. காலப்போக்கில் தன் சிந்தனைகளை விரித்து நீளமான செய்திகளை அனுப்பத் தொடங்கினார் அசோகர். அவற்றில் சில செய்திகள் நூறு வரிகளுக்கு மேல் நீண்டுசென்று விட்டன. ஒரு பாறையில் தொடங்கி, இடம் போதாமல் பக்கத்துப் பாறையில் அதை நிறைவு செய்யவேண்டியிருந்தது. பெரும்பாறைக் கல்வெட்டுகள் என்று இவை அழைக்கப் பட்டதற்கு அவற்றின் நீளம் மட்டும் காரணமல்ல. உள்ளடக்கத்திலும் செய்திகள் அடர்த்தியாக வளர்ந்திருந்தன.

பொதுவாக அசோகரின் கல்வெட்டுகள் ஏதேனும் ஒரு பொருளை எடுத்துக்கொண்டு அதைப் பற்றி மட்டும் பேசும் இயல்பு கொண்டவையல்ல. ஒன்றில் தொடங்கி இன்னொன்றைத் தொட்டு, அங்கிருந்து வேறொன்றுக்குப் பயணம் செல்லும். ஒரே கல்வெட்டில் இயன்றவரை நெருக்கி, நெருக்கிப் பல தலைப்புகளை அவர் புகுத்தியதும் உண்டு. ஏதேனும் ஒன்றை மட்டும் பேசும் கல்வெட்டிலிருந்தும் ஆய்வாளர்கள் ஒன்றுக்கும் மேற்பட்ட செய்திகளையே பெற்றுக்கொள்வது வழக்கம். விலங்குகள் பற்றிப் பேசும் அசோகரின் கல்வெட்டுக்கும் இது பொருந்துவதைப் பார்க்கப்போகிறோம்.

அசோகர் தனது முதல் பெரும்பாறைக் கல்வெட்டை தம்மக் கல்வெட்டு என்று அழைக்கிறார். அதன் வாசகங்கள் கீழே.

'பியதசி இந்த தம்மக் கல்வெட்டை அமைத்திருக்கிறார். இங்கே (என் ஆட்சிப் பிரதேசத்தில்) எந்த உயிரினமும் கொல்லப்படக் கூடாது, பலியிடவும் கூடாது. பண்டிகைகளும் கொண்டாடப்படக் கூடாது. இந்தப் பண்டிகைகளில் ஆட்சேபத்துக்குரிய பல அம்சங்கள்

இருப்பதாக பியதசி கருதுகிறார். சில வகையான பண்டிகைகளை (மட்டுமே) அரசர் பியதசி ஏற்றுக்கொள்கிறார்.

முன்பெல்லாம், பியதசியின் சமையல்கூடத்தில் ஒவ்வொரு நாளும் நூற்றுக்கணக்கில், ஆயிரக்கணக்கில் விலங்குகள் உணவுக்காகக் கொல்லப்படுவது வழக்கம். இந்தத் தம்மக் கல்வெட்டு எழுதப்பட்ட பிறகு, மூன்று விலங்குகள் மட்டுமே கொல்லப்படுகின்றன. இரண்டு மயில்களும் ஒரு மானும். மான்கூட தினமும் அல்ல. (மேலும்) காலப்போக்கில் இந்த மூன்றும்கூடக் கொல்லப்படாது.'

முந்தைய கல்வெட்டுகள் போலவே இதிலும் கொல்லாமையைப் பேசுகிறார் என்றாலும் சில மாற்றங்களை இந்தக் கல்வெட்டில் காணமுடிகிறது. அரசர் என்று முதல் முறையாக அசோகர் தன்னை அழைத்துக்கொள்கிறார். பண்டிகை கூடாது, இறைச்சி கூடாது, கொலை கூடாது என்று முதல் முறையாக நிறைய 'கூடாதுகள்' கொண்ட கட்டளைகளைப் பிறப்பிக்கிறார். முந்தைய கல்வெட்டுகளில் அப்படி இருங்கள், இப்படி இருங்கள், அதைச் செய்யுங்கள் என்று 'செய்யுங்கள்' மிகுதியாக இருந்ததைப் பார்த்தோம். இங்கே ஓர் 'அரசர்' தோன்றி 'ஆணைகள்' பிறப்பிப்பதைப் பார்க்கிறோம்.

பண்டிகையை ஏன் கூடாது என்கிறார்? மக்கள் கொண்டாட்டத்தில் ஈடுபடுவதில் அவருக்கென்ன சிக்கல்? ஆர்.கே. முகர்ஜி அளிக்கும் விளக்கத்தைப் பார்ப்போம். பண்டிகை என்பதைக் குறிக்க அசோகர் கல்வெட்டில் பயன்படுத்தியிருக்கும் சொல் 'சமாஜா'. இதற்கு விரிவான பொருள்கள் உள்ளன. பொதுவிடத்தில் கூடிக் களிப்பது, கொண்டாடுவது, உணவும் மதுவும் உட்கொண்டு உல்லாசமாக இருப்பது போன்றவற்றை இச்சொல் குறிப்பதாக அர்த்தசாஸ்திரம் சொல்கிறது. 'சமாஜா' நிகழும்போது என்னவெல்லாம் நடக்கும் என்பதை தீக நிகாயம் விவரிக்கிறது. யானை, குதிரை, எருது, எருமை, ஆடு போன்ற விலங்குகளையும் கோழி, குயில் போன்ற பறவைகளையும் ஒன்றோடொன்று மோதவிட்டு, ஆர்ப்பரித்து மகிழ்வார்களாம். தொடர்ந்து நான்கு நாள்கள் மது விநியோகிக்கப்படுமாம். இறைச்சி அளவற்று உட்கொள்ளப்படுமாம்.

இதுதான் பண்டிகை என்றால் அப்படிப்பட்ட பண்டிகையே வேண்டாம் என்கிறார் அசோகர். பெருவாரியான மக்கள் ஒன்றுதிரண்டு விலங்குகளை மோதவிட்டு வதைப்பார்கள்

என்றால், கொன்றுப் புசிப்பார்கள் என்றால், இவற்றையெல்லாம் ஒரு பண்டிகை அனுமதிக்கும், ஊக்குவிக்கும் என்றால் அப்படியொரு பண்டிகையை நான் ஏன் அனுமதிக்கவேண்டும்? தம்மத்தை மக்களிடம் கொண்டுசெல்வதற்காகக் கல்வெட்டு களை உருவாக்கிக்கொண்டிருக்கும் நான் அந்தத் தம்மத்துக்கு எதிரான கொண்டாட்டத்தை எப்படிப் பொறுத்துக்கொள்ள முடியும்? இதுதான் அசோகரின் வருத்தம். அதே கல்வெட்டில் அவர் சில பண்டிகைகளை ஏற்பதாகவும் குறிப்பிடுகிறார். அவை, தம்மத்தை எடுத்துரைப்பதற்காக மக்களைக் கூட்டி நடத்தப்படும் நிகழ்வுகளாம். கொலையையா கொண்டாடுவார்கள்? கொல்லாமையல்லவா கொண்டாட்டத்துக்கு ஏற்றது?

விலங்குகளைக் கொல்லாதீர்கள் என்று சொல்லிவிட்டேனே தவிர, அதைக் கடைபிடிப்பது அப்படியொன்றும் சுலபமானதல்ல என்று கல்வெட்டின் இரண்டாவது பகுதியில் தயக்கத்தோடு ஒப்புக்கொள்கிறார் அசோகர். என் அரண்மனையிலேயே தினமும் மலைக்க வைக்கும் அளவுக்கு விலங்குகள் கொல்லப்படுகின்றன என்று மனம் திறக்கிறார். ஆனால், வழக்கம்போல் விலங்குகளின் எண்ணிக்கையை மிகைப்படுத்திச் சொல்கிறார். அந்த மிகையின் நோக்கம், இப்போது வெகுவாகக் குறைத்துவிட்டேன் என்பதை உணர்த்துவதுதான். பற்பல லட்சம் பேர் என்னால் கொல்லப் பட்டார்கள் என்று மிகைப்படுத்திச் சொல்லிவிட்டு, இப்போது மாறிவிட்டேன் என்று கலிங்கக் கல்வெட்டில் முடித்தார் அல்லவா? அதே உத்தியைத்தான் இங்கும் கையாள்கிறார் அசோகர். மக்களை ஈர்ப்பதுதான் குறிக்கோள். மகாவம்சத்திலும் இந்த மிகையை அவ்வப்போது காணமுடியும் என்கிறார் முகர்ஜி. எடுத்துக்காட்டுக்கு, 'பிந்துசாரர் ஒவ்வொரு நாளும் 60,000 பிராமணர்களுக்கு உணவளித்தார். அசோகரும் மூன்றாண்டுகாலம் இந்த வழக்கத்தைப் பின்பற்றினார்' என்று ஓரிடத்தில் குறிப்பிடுகிறது மகாவம்சம்.

அசோகரால் கைவிட முடியாத மாமிசம் மயில் என்பது தெரிகிறது. மன்னர்களின் உணவு மயில் என்கிறது ராமாயணம். மகதம் உள்ளிட்ட மத்திய தேசத்து மக்கள் மயில் மாமிசத்தைச் சுவைத்துச் சாப்பிட்டனர் என்கிறார் புத்தகோஷா. எதிர்காலத்தில் மயிலையும் விட்டுவிடுவேன் என்று முடிக்கும்போது சபதம் போடுகிறார் அசோகர். அதில் அவர் வெற்றி பெற்றாரா என்று தெரியவில்லை. அதேபோல், அசோகர் சொல்லிவிட்டார் என்பதற்காக

இறைச்சியையும் கொண்டாட்டத்தையும் மக்கள் கைவிட்டிருப் பார்கள் என்றும் நினைக்கவேண்டியதில்லை. இது நமக்கு எப்படித் தெரியும்?

மேற்படி அசோகர் கல்வெட்டு கண்டெடுக்கப்பட்ட இடங்களில் ஒன்று ஆந்திராவிலுள்ள கர்னூல் மாவட்டத்தில் அமைந்திருக்கும் எர்ராகுடி. இருமொழிக் கல்வெட்டால் காந்தாரம் முக்கியத்துவம் பெறுகிறது என்றால் பழைய கல்வெட்டு, புதிய கல்வெட்டு இரண்டும் ஒருசேரக் கிடைத்த பகுதி என்னும் வகையில் எர்ராகுடி முக்கியத்துவம் பெறுகிறது. சிறுபாறைக் கல்வெட்டு, பெரும்பாறைக் கல்வெட்டு இரண்டும் ஒன்றாகக் கிடைத்த இடம் இது. இங்கும் சரி, இதே கல்வெட்டு கண்டெடுக்கப்பட்ட கிர்னார் (குஜராத்), சன்னதி போன்ற பிற இடங்களிலும் சரி, உணவுக்காகக் கொல்லப்பட்ட விலங்குகளின் எலும்புகள் ஏராளமாகக் கிடைத்துள்ளன.

வரலாற்றுக்கு முந்தைய காலம் தொட்டு மாமிசம் விரும்பத்தக்க உணவாகவே இருந்துவந்திருக்கிறது என்பதை இந்தியா முழுவதும் நடத்தப்பட்ட தொல்லியல் ஆய்வுகளும் உறுதிப் படுத்துகின்றன. வாழ்விடத்துக்கு அருகில் கிடைத்த விலங்குகள் போக, பிற இடங்களிலிருந்தும் மக்கள் தங்களுக்குப் பிடித்தமான உணவைத் தருவித்து உண்டிருக்கிறார்கள். ஹரப்பா மக்கள் நூற்றுக்கணக்கான கி.மீ. தொலைவிலிருந்து கெளுத்தி மீனை வரவழைத்து, சுவைத்திருக்கிறார்கள் என்கிறார் நயன்ஜோத் லாஹிரி. நூற்றாண்டுகளாகக் கடைபிடித்துவரும் உணவு வழக்கத்தை ஒருசில கல்வெட்டுகளைப் படித்துவிட்டு மக்கள் மாற்றிக்கொள்வார்கள் என்று நிச்சயம் எதிர்பார்க்க முடியாது.

கர்நாடகா, ஆந்திரா பகுதிகளில் பெருங்கற்காலத்தைச் சேர்ந்த மனிதர்களோடு விலங்குகளும் நெருக்கமாகப் புதையுண்டிருந்ததைப் பல இடங்களில் கண்டறிந்திருக்கிறார்கள். ஆடு, மாடு உள்ளிட்ட விலங்குகளைப் பலியிடும் வழக்கமும் இறைவழிபாட்டுச் சடங்கின் ஒரு பகுதியாக நீண்டகாலமாக நிலவிவந்திருப்பதைப் பார்க்கிறோம். வேத மந்திரங்கள் உச்சாடனம் செய்யப்படும்போது பலிகொடுக்கப்படும் விலங்குகள் தேவலோகத்துக்குச் செல்லும் என்று மகாபாரதம் குறிப்பிடுவதைச் சுட்டிக்காட்டுகிறார் நயன்ஜோத் லாஹிரி. பலியிடுவதற்கு எதிரான குறிப்புகளையும் அதே இந்து மத நூல்களில் காணமுடிகிறது. விலங்கை அடித்து உண்பவர்

எர்ராகுடி கல்வெட்டு அமைந்துள்ள இடம்

எர்ராகுடி கல்வெட்டு எழுத்துகள்

மறுபிறப்பில் அதே விலங்கால் அடித்து உண்ணப்படுவார் என்கிறது சதபத பிராமணம். இந்த எச்சரிக்கையையும் மக்கள் கணக்கில்கொண்டதாகத் தெரியவில்லை.

ஆணைகளைப் பிறப்பித்து மக்களின் உணவு வழக்கத்தை மாற்றிவிட முடியாது என்பது அசோகருக்கும் தெரியும் என்கிறார் லாஹிரி. இருந்தாலும் தம்மத்தைப் பரப்பவேண்டிய இடத்தில் அவர் இருந்தார். என்னாலும்கூட இன்றுவரை முழுக்க மாற்றிக்கொள்ள முடியவில்லை. ஆனாலும் நான் வெகுவாக மாமிசத்தைக் குறைத்துவிட்டேன் அல்லவா? அதேபோல் தாமதமாகவாவது மக்களில் சிலர் மாறக்கூடும் அல்லவா? அசோகர் எதிர்பார்த்தது இதைத்தான். கொல்லாமையை வெவ்வேறு விதங்களில் அவர் கொண்டுசென்றது இந்த எதிர்பார்ப்போடுதான். ஏன் கொல்லாமை முக்கியமானது என்பதைத் தர்க்கபூர்வமாக விளக்கினால் சிலர் மனம் மாறலாம். அரசனே தன்னை இந்த அளவுக்குக் கட்டுப்படுத்திக்கொள்ளும் போது நம்மால் முடியாதா என்று சிலர் முயன்று பார்க்கலாம். அரசர் கட்டளையிட்டுவிட்டார் என்று அஞ்சி சிலர் மாறக்கூடும். எப்படியோ, ஏதோ ஒரு வழியில் மாறினால் சரி.

●

அசோகரின் இரண்டாவது பெரும்பாறைக் கல்வெட்டு மீண்டும் கொல்லாமையை வலியுறுத்துகிறது. குஜராத்திலுள்ள கிர்னாரில் கண்டெடுக்கப்பட்ட கல்வெட்டின் வாசகங்கள் கீழே.

'அரசர் பியதசியின் ஆட்சிக்கு உட்பட்ட எல்லா இடங்களிலும்; எல்லைக்கு அப்பாலுள்ள 'சோடா', 'பாண்டியா', 'சதியபுத்தோ', 'கேரளபுத்தோ', தொலைவிலுள்ள 'தம்பபன்னி' என்று தொடங்கி ஆண்டியோகஸ் அரசர்களும் அண்டை நாட்டு அரசர்களும் ஆளும் பகுதிகள்வரை எல்லா இடங்களிலும் பியதசி மன்னர் இரு வகையான சிகிச்சை முறைகளை ஏற்படுத்திக்கொடுத்திருக்கிறார். மனிதர்களுக்கான மருத்துவ சிகிச்சை, விலங்குகளுக்கான மருத்துவ சிகிச்சை. மனிதர்களுக்கும் விலங்குகளுக்கும் சிசிச்சை அளிக்கும் மூலிகைகள் எங்கெல்லாம் கிடைக்கவில்லையோ அங்கெல்லாம் வெளியிலிருந்து மூலிகைகளை வரவழைத்திருக்கிறேன், வளர்க்க ஏற்பாடுகளைச் செய்திருக்கிறேன். மூலிகை வேர்களும் மருத்துவக் குணம்கொண்ட பழங்களும் எங்கெல்லாம் கிடைக்கவில்லையோ அங்கெல்லாம் தருவித்து வளர்க்கிறேன். மனிதர்களுக்கும்

விலங்குகளுக்கும் பலனளிக்கும் வகையில் சாலையோரங்களில் கிணறுகளைத் தோண்டியிருக்கிறேன், மரங்களை நட்டிருக்கிறேன்.'

அசோகரின் ஆட்சிக்கு உட்பட்ட இந்தியாவின் எல்லைகள் குறித்து நமக்குக் கிடைக்கும் முக்கியமான சித்திரம் இதிலுள்ள தொடக்க வரிகள். காந்தாரக் கல்வெட்டுமூலம் வடமேற்கு எல்லையை அறியமுடிகிறது. கிர்னார் கல்வெட்டுதான் முதல் முறையாகத் தெற்குமீது வெளிச்சம் பாய்ச்சுகிறது. தென்னிந்தியா குறித்து நமக்குக் கிடைக்கும் முதல் வரலாற்றுக் குறிப்பு மெகஸ்தனிஸின் இண்டிகாவில் இடம்பெற்றிருக்கிறது என்கிறார் நொபுரு கராசிமா. பாண்டியரால் ஆளப்படும் பிரதேசம் தெற்கில் அமைந்திருக்கிறது என்கிறார் மெகஸ்தனிஸ். கிரேக்க இதிகாசத்தில் வரும் புகழ்பெற்ற வீரனான ஹெராக்ளஸின் மகள் என்று பாண்டியரை (பாண்டையா) அழைக்கிறார் மெகஸ்தனிஸ். வர்ணனையில் பிழையிருந்தாலும் அவர் யாரைக் குறிப்பிடுகிறார் என்பதில் குழப்பமில்லை.

அர்த்தசாஸ்திரத்திலும் பாண்டியப் பிரதேசம் இடம்பெற்றுள்ளது. பாணினியின் சமஸ்கிருத இலக்கணத்துக்கு உரையெழுதிய காத்யாயனர் (பொஆமு 3ஆம் நூற்றாண்டு) தென்னிந்திய ராஜ்ஜியங்களைக் குறிப்பிடுகிறார். தீபவம்சமும் மகாவம்சமும் அனுராதபுரத்தில் ஆட்சி செய்த சில தமிழ் மன்னர்களின் பெயர்களைப் பதிவுசெய்துள்ளது. அவர்களில் ஒருவரான எல்லாளன் சோழ நாட்டைச் சேர்ந்தவர் என்கிறது மகாவம்சம்.

பிரதிகளில் மட்டுமே இடம்பெற்றிருந்த தென்னிந்தியா பற்றிய முதல் கல்வெட்டுச் சான்றை அசோகரே அளிக்கிறார். நாம் மேலே பார்த்த 2ஆம் பெரும்பாறைக் கல்வெட்டிலும் 13ஆம் பெரும்பாறைக் கல்வெட்டிலும் (அதைப் பின்னர் பார்க்கலாம்) அசோகர் தென்னிந்தியப் பிரதேசங்களைக் குறிப்பிடுகிறார். சோடா, பாண்டியா ஆகியோர் தென்னிந்தியாவை ஆண்டுவந்த சோழரும் பாண்டியரும் ஆவர். தம்பபன்னி என்பது இலங்கையின் அப்போதைய பெயர். ஆண்டியோகஸ் என்பது கிரேக்கர்களைக் குறிக்கும்.

'கேரளபுத்தோ' என்பவர் யார்? சமஸ்கிருதச் சொல்லான கேரளாவுக்குத் தமிழில் வழங்கப்பட்ட பெயர் சேரல். இதிலிருந்து உருவானது சேரலா. சமஸ்கிருதத்தில் 'புத்தா' என்றால் புத்திரன். கேரளபுத்திரர் என்பதைத் தமிழில் சேரமான் என்று அழைக்கலாம் என்கிறார் நொபுரு கராசிமா. 'சதியபுத்தோ' என்பது சங்ககாலத்

தமிழ் மன்னனான அதியமானைக் குறிக்கிறது. அதியமான் ஒரு குகையைச் சமணர்களுக்குத் தானமாகக் கொடுத்ததைப் பதிவுசெய்யும் ஜம்பைக் கல்வெட்டு (பொஆமு 2ஆம் நூற்றாண்டு), 'ஸ்தியபுதோ அதியன் நெடுமாந் அஞ்சி ஈத்த பாளி' என்று குறிப்பிடுகிறது. சத்தியப்புத்திரன் அதியமான் நெடுமான் அஞ்சி தானமாகக் கொடுத்த சமணப்படுகை என்பது இதன் பொருள். சங்ககால மன்னர் ஒருவரைக் குறித்து நமக்குக் கிடைத்திருக்கும் ஒரே தமிழ் பிராமி கல்வெட்டு இதுவே. கிடைத்த இடத்தின் பெயரால் அழைக்கப்படும் ஜம்பைக் கல்வெட்டின் அடிப்படையில்தான் அசோகர் குறிப்பிட்ட சத்தியபுத்திரர் என்பது அதியமானின் வழிவந்த மன்னர் ஒருவரைக் குறிப்பிடுகிறது என்பது உறுதிசெய்யப்பட்டது.

ஆக, சோழர்களும் பாண்டியர்களும் சேரமான்களும் அதியமான்களும் ஆளும் பிரதேசங்கள் தன்னுடைய எல்லைக்கு வெளியில் அமைந்திருக்கின்றன என்கிறார் அசோகர். கர்நாடகாவின் வடக்குப் பகுதிகளிலும் ஆந்திராவிலும் அசோகரின் கல்வெட்டுகள் கிடைத்துள்ளன. ஆக, தெற்கில் அசோகரின் எல்லைகள் என்று இப்பகுதிகளை வரையறுக்க முடியும் என்கிறார் நொபுரு கராசிமா.

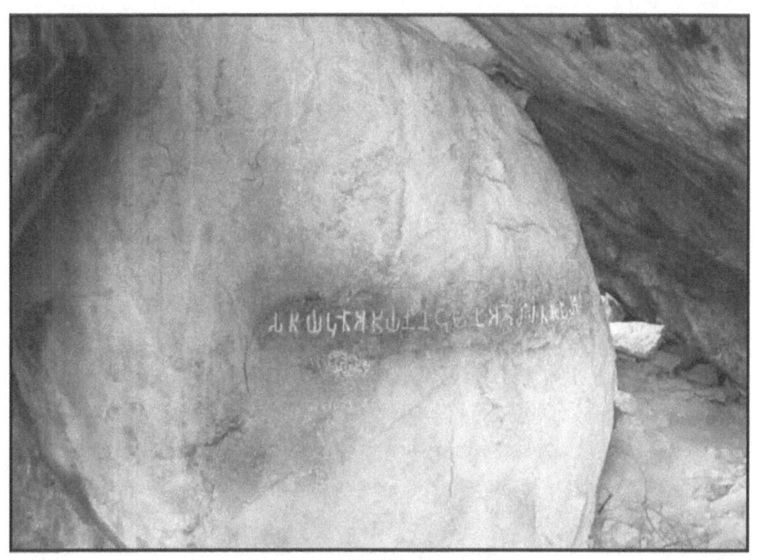

ஜம்பைக் கல்வெட்டு, திருக்கோவிலூர்

இனி செய்திக்கு வருவோம். மனிதன், விலங்கு, பறவை என்று அனைத்து உயிர்களும் சமம். இதில் எந்தவோர் உயிரையும் கொல்லக் கூடாது என்று அறிவுறுத்திய அசோகர் இன்னும் ஒரு படி மேலே சென்று, அனைத்து உயிர்களையும் சம அளவு கருணையோடு அணுகவேண்டும், ஏனென்றால் அனைத்தும் ஒன்றுதான் என்கிறார். எல்லா உயிர்களும் பாதுகாப்பாக வாழ்ந்தால் மட்டும் போதாது. எல்லா உயிர்களும் சமமாக மதிக்கப்படவேண்டும். எல்லா உயிர்களின் தேவைகளையும் உணர்ந்து நிறைவேற்றவேண்டும். மனிதனின் உடலும் விலங்கின் உடலும் அடிப்படையில் ஒன்றுதான். மனிதனைப் போல் விலங்குகளையும் நோய்கள் தாக்குகின்றன. மனிதனைப் போல் விலங்குகளும் வலிகளை உணர்கின்றன, பரிதவிக்கின்றன. வரித்துக்கொண்ட கொள்கையில் நான் உண்மையாக இருக்க வேண்டுமானால், மனிதனின் நோயையும் வலியையும் துயரத்தையும் போக்குவதில் காட்டும் அதே அக்கறையை விலங்கின் நோயை, வலியை, துயரத்தைப் போக்குவதிலும் காட்டியாகவேண்டும். இதுதான் கல்வெட்டின் சாரம்.

விலங்கு நலன். ஒருவரும் கொடுக்காத, ஒருவரும் ஆர்வம் காட்டாத மிகப் பெரிய பொறுப்பொன்றை எடுத்து, தானாகவே தன் தோளில் போட்டுக்கொண்டுள்ளார் அசோகர். இவருக்கு முன்பு எந்த மன்னரும் இந்த அளவுக்குத் தீவிரமாக விலங்கு நலனில் அக்கறையோ ஆர்வமோ செலுத்தியதுபோல் தெரியவில்லை. மனிதனுக்குச் சமமாக விலங்குகளையும் பறவைகளையும் உயர்த்தி வைத்துச் சிந்தித்ததில்லை.

சிறுபாறையிலிருந்து பெரும்பாறைக்கும் அதன்பின் தூண்களுக்கும் பிற்காலத்தில் மாறிய பிறகும் விலங்குகள் குறித்துச் சிந்திப்பதை நிறுத்திக்கொள்ளவில்லை அசோகர். தம்மம் என்பது வாழ்நாள் முழுமைக்குமானது என்றால் அதன் ஒரு பகுதியாக விலங்கு நலனும் இருக்கும் என்பது அவர் நம்பிக்கை. பாறைகளை முடித்துக்கொண்டு தூணில் எழுதத் தொடங்கிய போதும் விலங்கு நலனைத் துறந்துவிடவில்லை அசோகர். 2ஆம் தூண் கல்வெட்டில், 'இரண்டு கால் உயிர்களுக்கும் நான்கு கால் உயிர்களுக்கும் பறவைகளுக்கும் நீரில் வாழும் உயிர்களுக்கும் பலவற்றை வழங்கியிருக்கிறேன். அவற்றுள் ஒன்று, உயிர்' என்கிறார். விலங்கை மனிதனுக்கு இணையாக வைத்தவர் இங்கே மனிதன், பறவை, மீன், விலங்கு என்று பல்லுயிர்களையும் ஒன்றுபோல் பாவிக்கிறார்.

'பாதுகாக்கப்பட்ட உயிர்கள்' என்றொரு பட்டியலை 5ஆம் தூண் கல்வெட்டில் உருவாக்குகிறார் அசோகர். கிளி, மைனா, வாத்து, வெளவால், ராணி எறும்பு, ஆமை, முள்ளம்பன்றி, மான், அணில், கழுதை என்று தொடங்கி ஏராளமான பறவைகளும் விலங்குகளும் மீன்களும் இடம்பெற்றுள்ளன. அந்தப் பட்டியலை இங்கே விரிவாக அளிக்க முடியாததற்குக் காரணம், அசோகர் எந்த விலங்கை அல்லது பறவையைக் குறிப்பிடுகிறார் என்பது குறித்து ஆய்வாளர்களிடையே ஒருமித்த கருத்து உருவாகவில்லை என்பதுதான். குட்டியோடு இருக்கும் விலங்குகளை, பாலுக்காக அம்மாவை நாடியிருக்கும் உயிர்களை நெருங்கக் கூடாது என்கிறார் அசோகர். பிறந்து ஆறு மாதங்கள் வரை எல்லா உயிர்களும் பாதுகாக்கப்படவேண்டும். காடுகளைத் தீயிட்டுக் கொளுத்தக் கூடாது. குறிப்பிட்ட காலங்களில் மீன் பிடிக்கவும் கூடாது, விற்பனை செய்யவும் கூடாது. யானைகள் காக்கப்பட வேண்டும் என்று கரிசனத்தோடு யோசித்து, யோசித்துக் குறிப்பிடுகிறார்.

காலவரிசைப்படி அசோகரின் கல்வெட்டுகளை அடுக்கி வைத்து ஆராய்ந்தால் ஆரம்பம் முதல் கிட்டத்தட்ட வாழ்நாளின் இறுதிவரை அசோகர் விலங்குகள் பற்றி விடாமல் பேசி வந்திருப்பதைப் பார்க்கமுடிகிறது. இவ்வளவு நீண்டகாலம் அவர் இதுபற்றிப் பேசி வந்திருக்கிறார் என்பது நமக்கு ஒன்றைத்தான் உணர்த்துகிறது. தனக்கிருந்த ஆர்வத்தை இறுதிவரை அவரால் மக்களுக்குக் கடத்த முடியவில்லை.

●

- 19 -

தம்மம் பரப்புதல்

செய்திகளைக் கொண்டுசெல்வதற்கு வேண்டுமானால் எழுதுவதும் படித்துக் காட்டுவதும் பயன்படலாம். தம்மம் வெறுமனே தெரியப்படுத்தவேண்டிய மற்றுமொரு செய்தி கிடையாது என்பதால் அதைக் கடத்துவதற்கு நிச்சயம் இந்த இரு வழிகள் போதாது என்று கருதினார் அசோகர். மூன்றாவதாக ஒரு புதிய வழியையும் கண்டுபிடித்தார். அது, பயணம்.

யாத்திரை மேற்கொள்ளும் வழக்கம் மன்னர்களிடம் நீண்டகாலமாகவே இருந்துவருகிறது. 'கடந்த காலங்களில் மன்னர்கள் உல்லாசப் பயணங்களில் ஈடுபட்டனர். இந்தப் பயணங்களில் வேட்டையாடுவதிலும் (இதே போன்ற) பிற உல்லாசங்களிலும் திளைத்தனர். மன்னர் தேவனாம்பிய பியதசி முடிசூடிய பத்தாம் ஆண்டு கடவுள் ஞானம் பெற்ற இடத்துக்குச் சென்றார்' என்று 8ஆம் பெரும்பாறைக் கல்வெட்டில் குறிப்பிடுகிறார் அசோகர். அசோகருக்கு முந்தைய மன்னர்கள் மேற்கொண்ட யாத்திரை 'விஹார யாத்திரை' என்று அழைக்கப்பட்டது. அநேகமாக பிந்துசாரர் வரை இந்த வகை யாத்திரையைத்தான் மன்னர்கள் அதிகம் மேற்கொண்டனர். அசோகருமேகூடக் கலிங்கத்துக்கு முன்புவரை இதைத் தொடர்ந்திருக்கலாம்.

ஆனால், கலிங்கப் போர் முடிந்து இரண்டாண்டுகளுக்குப் பிறகு அசோகர் மேற்கொண்ட முதல் யாத்திரையின் நோக்கம் தம்மத்தைக் கண்டைவதாக இருந்தது. எனவே 'தர்ம யாத்திரை' என்று அது அழைக்கப்பட்டது. புத்தர் ஞானம் பெற்ற மகாபோதிக்கு, அவர் மறைந்து கிட்டத்தட்ட 300 ஆண்டுகளுக்குப் பிறகு அசோகர் சென்றிருப்பதை மேற்படி கல்வெட்டிலிருந்து அறியமுடிகிறது. அசோகரின் வாழ்வில் ஒரு முக்கியமான நிகழ்வு என்றாலும் மேலதிகத் தரவுகள் இல்லை.

முதல் பயணம் தம்மத்தை அறிமுகப்படுத்திக்கொள்வதற்காக என்றால், அதன்பிறகு அவர் மேற்கொண்ட பயணங்கள் யாவும் தம்மத்தைப் பரப்புவதை நோக்கமாகக்கொண்டிருந்தன. தன் ஆட்சிக்கு உட்பட்ட பகுதிகளுக்கு அவ்வப்போது அவர் இத்தகைய யாத்திரைகள் மேற்கொண்டிருப்பதை அறிய முடிகிறது. இந்தத் தர்ம யாத்திரை எப்படிப்பட்டதாக இருந்தது என்பதை அசோகர் அதே கல்வெட்டில் பகிர்ந்துகொள்கிறார்.

'இதுபோன்ற பயணங்களில் கீழ்வரும் செயல்கள் நடைபெறும். சிரமணர்களையும் பிராமணர்களையும் சந்தித்து, பரிசுகள் அளிக்கப்படும். பிக்குகளைச் சந்தித்து, பரிசுகள் அளிக்கப்படும். முதியவர்களைச் சந்தித்து (தேவைப்படுபவர்களுக்கு உதவியாக), தங்கம் அளிக்கப்படும். நாட்டிலுள்ள மக்களைச் சந்தித்து அறத்தின் முக்கியத்துவம் எடுத்துச்சொல்லப்படும். கேள்விகள் எழுப்பி, (தம்மம் குறித்து) விவாதங்கள் நடத்தப்படும்.'

இந்த வகை யாத்திரையை அசோகர் தன் பணிகளில் ஒன்றாகக் கருதியதுபோல் இருக்கிறது.

'இது (யாத்திரை) ஓர் அன்றாட நிகழ்வாக, வாழ்வின் ஒரு பகுதியாகவே மாறிவிட்டது. மன்னர் தேவனாம்பிய பியதசி தன் வாழ்நாளின் எஞ்சிய காலத்தையும் (இதே போன்று) இவ்வாறே கழிப்பார்.'

தம்மத்தைத் தன்னுடைய தனிப்பட்ட பணிகளில் ஒன்றாக அசோகர் கருதியதுபோல் தெரியவில்லை. தன்னுடன் இருப்பவர் களும் தம்மத்தின் முக்கியத்துவத்தை உணரவேண்டும், தன்னைப் போலவே அவர்களும் தம்மத்தைக் கொண்டுசெல்லத் தொடங்கவேண்டும் என்று அவர் கருதியிருக்கிறார். முடிசூடி 12 ஆண்டுகளுக்குப் பிறகு (3ஆம் பெரும்பாறைக் கல்வெட்டு) அசோகர் பின்வருமாறு அறிவிக்கிறார்.

புத்தகயா செல்லும் அசோகர், சாஞ்சி

'என் கட்டுப்பாட்டில் இருக்கும் எல்லாப் பகுதிகளிலும் (நியமிக்கப்பட்டிருக்கும்) யுக்தா, ராஜுகா, பிரதேஷிகா (ஆகியோர்) ஐந்தாண்டுகளுக்கு ஒருமுறை பயணம் மேற்கொள்ளவேண்டும். பயணத்தின் நோக்கம் தம்மத்தை மக்களிடம் கொண்டுசேர்ப்பது, பிற பணிகளிலும் ஈடுபடுவது. தாய், தந்தையரிடம் கீழ்ப்படிவது, நண்பர்களோடும் உறவினர்களோடும் சுற்றத்தாரோடும் நல்ல முறையில் நடந்துகொள்வது, பிராமணர்களுக்கும் சிரமணர் களுக்கும் உதவிசெய்வது ஆகியவை நன்மை பயக்கும். விலங்குகளைக் கொல்லாமல் இருப்பது, தேவையற்ற செலவு களையும் உடைமைகளையும் குறைத்துக்கொள்வது நன்மை பயக்கும். (இந்த விதிகள்) கடைபிடிக்கப்படுவதை யுக்தாமூலம் மகாமாத்திரா உறுதிப்படுத்தவேண்டும்.'

மன்னரின் மதம் அரசு மதமாக மாறுவதுபோல் அசோகரின் அறம் அரசு அறமாக மாற்றப்படுவதை இங்கே காண்கிறோம். தன்னுடைய தனிப்பட்ட ஆர்வத்தை அரசின் ஆர்வமாக, தன்னுடைய கடமையை அரசின் கடமையாக அவர் மாற்றுகிறார். தம்மப் பணிகளுக்காகத் தகுந்த நிர்வாகிகளை நியமித்ததோடு அவர்களை மேற்பார்வை செய்ய ஓர் அதிகாரியையும் (மகாமாத்திரா) அதிகாரப்பூர்வமாக நியமிக்கிறார். வரி வசூல்போல், வேளாண்மைபோல், எல்லைப் பாதுகாப்புபோல் தம்மம் ஒரு துறையாக வளர்த்தெடுக்கப்படுகிறது. வணிக விதிகள் சரியாகப் பின்பற்றப்படுகின்றனவா என்பதை உறுதிசெய்வது போல் தம்மம் சரியாகக் கடைபிடிக்கப்படுகிறதா என்பதையும் ஓர் அலுவல் பணிபோல் கருதி நிர்வாகிகள் உறுதிசெய்யவேண்டும் என்று எதிர்பார்க்கிறார் அசோகர். ஐந்தாண்டுகளுக்கு ஒருமுறை அவர்கள் தம்ம யாத்திரை செல்லவேண்டும் என்றும் ஆணையிடுகிறார். அசோகரின் தம்ம யாத்திரை நிர்வாகிகளின் தம்ம யாத்திரையாக நீட்டிக்கப்படுகிறது.

செல்வந்தர்களை அசோகர் கடிந்துகொண்டதுபோல் தெரிய வில்லை. ஆனால், அவர்கள் பொறுப்போடு மற்றவர்களுக்கு உதவவேண்டும் என்று கேட்டுக்கொள்கிறார். தேவைப் படுபவர்களை எப்படி நான் கண்டறிந்து வலியச் சென்று உதவுகிறேனோ அதேபோல் மற்றவர்களும் செய்யவேண்டும் என்று எதிர்பார்க்கிறார். உங்கள் உடைமைகளை மற்றவர்களோடு பகிர்ந்துகொள்வதன்மூலம் குறைத்துக்கொள்ளுங்கள். உங்கள் செல்வத்தைத் தேவைப்படுவோருக்கு அளிப்பதன்மூலம் குறைத்துக்கொள்ளுங்கள். அவ்வாறு செய்யும்போது நீங்களும்

தம்மத்தின் பாதையில் அடியெடுத்து நடக்கத் தொடங்குகிறீர்கள் என்று சொல்ல விரும்புகிறார் அசோகர். மக்களுக்கு மட்டுமல்ல, தன் அதிகாரிகளுக்கும் சேர்த்தே அசோகர் இதைச் சொல்லியிருக்க வேண்டும் என்கிறார் நயன்ஜோத் லாஹிரி.

மற்ற அலுவல் பணிகள் போலன்றி தம்மம் கடினமான ஒரு துறை என்பதையும் அத்துறையில் வெற்றிபெறுவது அவர் கல்வெட்டுகள் செதுக்கிய மலையை நகர்த்துவதைவிடவும் கடினமானது என்பதையும் அசோகர் உணர்ந்திருந்ததால் உற்சாக மூட்டும் சில முழக்கங்களை அவர் முன்வைப்பது உண்டு. 'கடந்த காலங்களில், பல நூற்றுக்கணக்கான ஆண்டுகளாக விலங்குகள் கொல்லப்படுவதும் உயிரினங்கள் வதைக்கப்படுவதும் உறவினர்களும் சிரமணர்களும் பிராமணர்களும் அவமரியாதை செய்யப்படுவதும் வழக்கமாக இருந்தது. இன்று தேவனாம்பிய பியதசி எல்லோரும் தம்மத்தை ஏற்குமாறு செய்திருக்கிறார்' என்று (4ஆம் பெரும்பாறைக் கல்வெட்டு) அசோகர் சொல்வதை உள்ளவாறே எடுத்துக்கொள்ள வேண்டியதில்லை.

தம்மம் தன்னுடைய பணியாக, தன் அரசின் பணியாக இருந்தால் மட்டும் போதாது. அது தன்னையும் தன் அரசையும் கடந்தும் நீடிக்கவேண்டும் என்னும் விருப்பத்தையும் அதே கல்வெட்டில் வெளிப்படுத்துகிறார் அசோகர். 'என்னுடைய குழந்தைகள், பேரக்குழந்தைகள், அவர்களுடைய குழந்தைகள் என்று அனைவரும் தம்மத்தைக் கடைபிடிப்பார்கள், உயர்த்திப் பிடிப்பார்கள்' என்று கனவு காண்கிறார். எதிர்காலம் என்றால் எவ்வளவு காலம்? தம்மம் எப்போதுவரை தேவைப்படும்? அசோகர் அழுத்தமாகச் சொல்கிறார். 'உலகம் அழியும் வரை.' தனது கனவை இவ்வளவு நீண்ட காலத்துக்கு வேறெவரும் வளர்த்தெடுத்துச்சென்றதாகத் தெரியவில்லை.

அசோகர் இன்னொன்றையும் முதல் முறையாகச் செய்தார். சமூகம் தம்மத்தைச் சரியாகப் பின்பற்றுகிறதா என்பதை மேற்பார்வை செய்வதற்கு மேலதிகாரி (மகாமாத்திரா) ஒருவரை அசோகர் நியமித்திருந்தார் என்று சற்றுமுன்பு பார்த்தோம். இந்த மேலதிகாரி தன்னுடைய பிற பணிகளோடு சேர்த்து, தம்மத்தையும் மேற்பார்வையிடவேண்டும் என்பது அசோகரின் எதிர்பார்ப்பு. ஆனால், பல்வேறு பணிகளோடு தம்மத்தையும் நுழைத்தால் தம்மம் காணாமல்போய்விடும் என்பதை அவர் உணர்ந்திருக்கவேண்டும். எனவே 'தம்ம மகாமாத்திரா' என்றொரு பதவியைப் புதிதாக உருவாக்குகிறார் அசோகர்.

'கடந்த காலங்களில் தம்ம மகாமாத்திரா இருந்ததில்லை. (முடிசூடிய) 13ஆம் ஆண்டு நான் அவர்களை நியமித்திருக்கிறேன். எல்லோரிடமும் தம்மத்தைக் கொண்டு சென்று சேர்க்கும் பணியை அவர்கள் மேற்கொள்வார்கள்' என்று 5ஆம் பெரும்பாறைக் கல்வெட்டில் தெரிவிக்கிறார் அசோகர். 'அனைவரும்' எனும் பிரிவுக்குள் யாரெல்லாம் வருகிறார்கள்? 'யவனர்கள், காம்போஜர்கள் (காந்தாரத்துக்கு அருகிலுள்ள காம்போஜ நாட்டைச் சேர்ந்தவர்கள்), காந்தாரர்கள், ராஷ்டிரிகர்கள், பிதினிகர்கள் (கடைசி இருவரையும் அடையாளம் காண்பதில் குழப்பங்கள் நிலவுகின்றன) மற்றும் என்மீது நம்பிக்கைகொண்டிருக்கும் அனைவரும்' என்கிறார் அசோகர். எந்தெந்த நிலத்தில் வாழ்பவர்களுக்குத் தம்மம் எடுத்துச் செல்லப்படவேண்டும் என்று சொல்லி முடித்த அசோகர், எத்தகைய மனிதர்களுக்கெல்லாம் தம்மம் அவசியம் என்பதையும் சொல்கிறார். 'பணியாளர்கள், பெரிய மனிதர்கள், பிராமணர்கள், செல்வந்தர்கள், ஏழைகள், வயதானவர்கள்' ஆகியோரைச் சேர்த்துக்கொள்கிறார் அசோகர்.

இந்தப் பட்டியலில் முதல் முறையாகச் சிறைக் கைதிகளும் இடம்பெறுவதைப் பார்க்கிறோம். 'கைதிகளின் நலன்கள் பேணப்படவேண்டும். குழந்தைகள் இருப்பவர்கள், வலியால் அவதிப்படுபவர்கள், வயதானவர்கள் ஆகியோரை (சிறையிலிருந்து) விடுவிக்கவேண்டும்' என்கிறார். வழக்கமான மேற்பார்வையாளர்களால் இப்படி ஒவ்வொருவரையும் பார்த்துப் பார்த்துக் கவனித்துக்கொள்ள முடியாது என்பதால் தம்ம மகாமாத்திராக்களிடம் இந்தப் பொறுப்பை ஒப்படைக்கிறார் அசோகர். தம்ம மகாமாத்திராக்கள் 'மக்களுக்கானவர்கள். அவர்கள் மக்களையும் முதியோரையும் கவனித்துக்கொள்ள வேண்டும். பாடலிபுத்திரத்திலும் பாடலிபுத்திரத்துக்கு அப்பாலும் செல்லவேண்டும். எல்லா இடங்களிலும் மும்முரமாகப் பணியாற்றவேண்டும். பெண்களின் குடியிருப்புகள், என்னுடைய வீடு, என் சகோதரர்கள், சகோதரிகளின் வீடுகள், என் உறவினர்களின் வீடுகள் என்று தொடங்கி எல்லா இடங்களிலும் மும்முரமாகப் பணியாற்றவேண்டும்' என்கிறார் அசோகர்.

எல்லோருக்கும் பொருளாதார உதவிகள் தேவைப்படாமல் இருக்கலாம். எல்லோருக்கும் உடல் உபாதைகள் இல்லாமல் இருக்கலாம். எல்லோருக்கும் அரசிடமிருந்து கிடைக்கும் உதவிகள் தேவைப்படும் என்று சொல்ல முடியாது. ஆனால், தம்மம் அனைவருக்கும் பொதுவானது. மாளிகையில் வசிக்கும்

நான் தொடங்கி சிறையில் அடைபட்டிருக்கும் கைதி வரை அனைவருக்கும் தம்மம் தேவைப்படுகிறது. அறத்தின் முக்கியத் துவத்தை அனைவருக்கும் உணர்த்தவேண்டி இருக்கிறது. ஒரு மனிதன் எங்கே வேண்டுமானாலும் வசிக்கலாம். அவன் பின்னணி என்னவாக வேண்டுமானாலும் இருக்கலாம். ஆணாகத்தான் இருக்கவேண்டுமென்றில்லை, பெண்ணாகவும் இருக்கலாம். தம்மம் அனைவருக்குமானது. ஒருவரையும் விலக்கி வைக்காமல் ஒவ்வொருவரையும் தம்ம மகாமாத்திராக்கள் அணுகவேண்டும் என்கிறார் அசோகர். நிதி உதவி தேவைப் படுபவருக்கு நிதி. உடல் வலி கொண்டவருக்குச் சிகிச்சை, வலி நிவாரணம். தம்மமோ தேவை என்று உணர்பவருக்கு மட்டுமல்ல, அப்படியென்றால் என்னவென்று தெரியாதவர்களுக்கும் தேவைப்படுகிறது. உடலுக்காகச் சிகிச்சைபோல் மனதுக்கான சிகிச்சை அது. அதைத் தம்ம மகாமாத்திராக்கள் வழங்கவேண்டும் என்கிறார் அசோகர்.

தவறான சிந்தனையால், பிறரின் தூண்டுதலால் குற்றமிழைக்கும் ஒருவன் சிறைக்குச் செல்கிறான். அவனை மீட்கவேண்டி இருக்கிறது. தம்மத்தை அறியாதவர்களும் தவறுதான் இழைக்கிறார்கள். மனிதர்களுக்கு இன்னல் விளைவிக்கிறார்கள். சக மனிதர்களை வெறுக்கிறார்கள். விலங்குகளின் மென்மையை உணராமல் துன்புறுத்துகிறார்கள், கொல்கிறார்கள். கடவுளை ஏற்றவர்களும் சரி, ஏற்காதவர்களும் சரி. இத்தகைய தவறுகளில் ஈடுபடுகிறார்கள். சிறையில் இல்லையே தவிர, அவர்களுக்கும் மீட்பு தேவைப்படுகிறது. ஆன்ம விடுதலை. அதை அளிக்கும் ஆற்றல் தம்மத்துக்கு மட்டுமே இருக்கிறது என்று நம்பினார் அசோகர். ஒரு பேரரசனும் அவனுடன் பணிபுரிபவர்களும் தம்மத்தைப் பரப்புவதில் முனைப்போடு இருக்கும்போது அவன் ஆளுகைக்கு உட்பட்ட இடத்தில் குற்றங்களும் குறைகளும் மறையாவிட்டாலும் வெகுவாகக் குறையும் அல்லவா?

நிலத்தை விரிவுபடுத்தவேண்டிய அவசியம் அசோகருக்கு இல்லை. எல்லைக்குள்ளும் எல்லையைக் கடந்தும் தம்மத்தை விரிவுபடுத்தவேண்டிய அவசியத்தை அவர் உணர்ந்திருந்தார். வட மேற்கு தொடங்கி தெற்குவரை நீண்டிருக்கும் பெரும் நிலப்பரப்பில் கவனம் குவிக்கிறார். எல்லா இடங்களுக்கும் நிர்வாகிகளையும் மேற்பார்வையாளர்களையும் அனுப்பி வைக்கிறார். மக்களிடம் தம்மம் தழைப்பதை உறுதிசெய்ய விரும்புகிறார். சிறைகளின் எடையும் குற்றங்களின் எடையும

குறையவேண்டும் என்று விரும்புகிறார். எல்லா உயிர்களும் இன்புற்று இருக்கவேண்டும் என்று கனவு காண்கிறார்.

நாம் மேலே கண்ட கல்வெட்டுகளில் உள்ள ஆச்சரியமூட்டும் ஒரு பொதுத்தன்மையைக் கவனப்படுத்துகிறார் நயன்ஜோத் லாஹிரி. தம்மத்தை வலியுறுத்தும் இடங்களிலெல்லாம் பிராமணர்களையும் சிரமணர்களையும் ஒரே இடத்தில் வைத்து அணுகுகிறார் அசோகர். 'சிரமணா' என்னும் சமஸ்கிருதச் சொல் பாலியில் 'சமணா' என்று மாறுகிறது. சமணம் இதிலிருந்து வந்தது என்பார்கள். வேதங்களில் சிரமணர் எனும் சொல் இடம்பெறுகிறது. உடலை வருத்திக்கொள்பவர், தீவிரமான தேடலில் மூழ்கிப்போனவர், எளிமையை மிகுதியாகப் பேணுபவர், புலனின்பங்களிலிருந்து ஒதுங்கி நிற்பவர், துறவு மேற்கொண்டவர் ஆகிய பொருள்களில் இச்சொல் வழங்கப் பட்டுள்ளது. பௌத்தம், சமணம், ஆசீவகம், சார்வாகம் போன்ற வேத மரபுகளிலிருந்து மாறுபட்டு நின்ற பிரிவுகள் அனைத்துக்குமான பொதுப்பெயராகச் சிரமணம் என்பது காலப்போக்கில் மாற்றம் பெற்றது.

பிராமணர், சிரமணர் என்று இரு தத்துவப் பிரிவுகள் இருந்ததை மெகஸ்தனிஸும் பதிவுசெய்துள்ளார். பிராமணர்களைப் போலன்றி சிரமணர்கள், காடுகளில் வாழ்பவர்கள் என்கிறார் மெகஸ்தனிஸ். பழங்களையும் காட்டுப்பூக்களையும் உண்பவர்கள். மரப்பட்டைகளே அவர்களுடைய ஆடை. குடும்ப உறவுக்குள் அவர்கள் வருவதில்லை. மது அருந்துவதில்லை. அவர்களுக்குக் கடவுளும் கிடையாது என்கிறார் அவர். பிராமணர் என்பதற்கு எதிர்ப்பதமாகவே சிரமணர் பயன்படுத்தப்படுவதைப் பல இடங்களில் காண்கிறோம். இறை நம்பிக்கையற்றவர்கள், மரபை எதிர்ப்பவர்கள் என்று சிரமணர்களை பிராமணர்கள் கருதியதையும் கங்கைக்கரை ராஜ்ஜியங்களை அவர்கள் வெறுத்ததையும் முன்பே பார்த்தோம்.

அசோகர் பிராமணர்களை வெறுக்கவும் இல்லை, ஒதுக்கவும் இல்லை என்பதோடு அவர்களை மதிக்கவும் செய்கிறார். ஒரு பௌத்தராக இருந்தாலும் பிராமணரை அவர் பௌத்தத்துக்கு எதிரானவேராகக் காண மறுக்கிறார். சிரமணப் பிரிவுகளையும் பிராமணப் பிரிவையும் எதிரெதிர் நிறுத்தும் போக்குக்கு மாற்றாக இருவரையும் ஒரு தளத்தில், அருகருகில் கொண்டுவருகிறார். நாம், அவர்கள் என்னும் பிரிவினை அவரை அண்டுவதில்லை. பிராமணர்களுக்கும் சிரமணர்களுக்கும் தான, தர்மம் செய்திட

வேண்டும். பிராமணர்களையும் சிரமணர்களையும் சென்று சந்திக்கவேண்டும். சிரமணர்களை மட்டுமல்ல, பிராமணர் களையும் அவமரியாதை செய்யக் கூடாது. நன்னெறி என்பது சிரமணர்களை மதிப்பதல்ல, பிராமணர்களையும் சேர்த்து மதிப்பது. என்னுடைய தம்மம் இருவரையும் சமமாகப் பார்ப்பதால் என்னுடைய நலத்திட்டங்கள் இருவருக்கும் ஒன்று போல் சென்றுசேரவேண்டும். இதுதான் அசோகரின் தர்க்கம்.

ஒரு பௌத்த சக்கரவர்த்தியாக மட்டும் அசோகர் இருந்திருந்தால் அவர் இவ்வாறு கருதியிருக்க மாட்டார். ஒரு பௌத்தர் பௌத்தத்தைத்தான் தனிக்கவனம் செலுத்தி வளர்க்கவேண்டும். ஒரு பௌத்தர் பௌத்தத்தைத்தான் மக்களிடம் பரப்பவேண்டும். ஒரு பௌத்தருக்கு பிக்குகள்தாம் உயர்ந்தவர். சங்கம்தான் உயர்வானது. இதுவரை பார்த்த கல்வெட்டுகளில் மட்டுமல்ல, இனிப் பார்க்கப்போவதிலும் அசோகர் பௌத்தத்துக்கு எந்தத் தனியிடத்தையும், எந்தச் சிறப்பான தகுதியையும் அளிக்க வில்லை. மகாபோதி சென்றார், புத்தரைக் கடவுளாக ஏற்றார், தம்மத்தை மதித்தார் என்றாலும் பிராமணர்களுக்கு அவர் ஆட்சியில் என்ன கிடைத்ததோ அதுவேதான் பௌத்தர்களுக்கும் கிடைத்தது. அதுவேதான் பிற பிரிவினருக்கும். புத்தர்மீது நம்பிக்கையுள்ளவரும் புத்தர்மீது நம்பிக்கையற்றவரும் அவர் பார்வையில் ஒன்றே.

அசோகரின் பார்வையைப் பௌத்தம் வடிவமைத்தது உண்மை. ஆனால், பௌத்தத்தைக் கடந்தும் அவர் பார்வை விரிந்திருக்கிறது. புத்தரைத் தொழும் எந்தவொரு பிக்குவின் தம்மம்தான் அவருடையதும். ஆனால், பௌத்தத் தம்மத்தை எதுவரை ஏற்கவேண்டும், எங்கே கடந்து செல்லவேண்டும் என்பதை அவர் அறிந்துவைத்திருந்தார். ஒரு பௌத்தராகத் தன் பணி என்ன, ஓர் அரசராகத் தன் பணி என்ன, இரண்டுக்கும் பொதுவான அம்சங்கள் என்ன, வேறுபாடு எங்கே எழுகிறது என்பதை அவர் கவனமாகவும் கூர்மையாகவும் சிந்தித்து தனக்கென்று ஒரு தனித்த அணுகுமுறையை உருவாக்கி இருப்பதைக் காணமுடிகிறது. முழுக்க, முழுக்க ஒரு பௌத்தராக இருந்துகொண்டு பௌத்தத்தைக் கடந்துசென்றிருக்கிறார் அசோகர். ஒரு முழு பௌத்தராக இருந்தால்தான் அவரால் பௌத்தத்தைக் கடக்கமுடிந்தது என்றும் சொல்லலாம். புத்தரை பௌத்தர் என்று சொல்லிவிட முடியுமா என்ன?

●

'அனைவரும் அனைத்து இடங்களிலும் வாழவேண்டும்!'

'**வெ**ற்றியோ புகழோ முக்கியம் என்று தேவனாம்பிய பியதசி கருதவில்லை. என் மக்கள் நீண்ட காலத்துக்குத் தம்மத்தோடு இணைந்து வாழட்டும். தேவனாம்பிய பியதசி இதை மட்டுமே விரும்புகிறார். இதைத்தான் அவர் தன் புகழாகவும் வெற்றியாகவும் கருதுகிறார்.' கிர்னாரில் உள்ள 10ஆம் பெரும்பாறைக் கல்வெட்டின் தொடக்க வரிகள் இவை. சிறியவை, எளிமையானவை என்றாலும் இந்த எண்ணத் தோடுதான் என்னாலான முயற்சிகளை நான் மேற்கொண்டு வருகிறேன் என்கிறார் அசோகர்.

இவை போதுமா என்றால் நிச்சயம் போதாது. இப்படியே சிறிய, சிறிய அடிகளாக எடுத்து வைத்து நடந்துகொண்டிருந்தால் இலக்கை அடைந்துவிடமுடியுமா என்றால் முடியாது. அதை உன் வாழ்நாளில் நீ சாதிப்பாயா என்றால் மாட்டேன் என்பேன். ஆனால், 'அடுத்த பிறவியில் சாதிப்பதற்காக முயற்சிகள் மேற்கொள்வேன்' என்கிறார் அசோகர். தம்மத்துக்கு ஒரு வாழ்நாள் போதாது என்றால் இன்னொன்றை எடுத்துக்கொள்ள வேண்டியதுதான் என்கிறார். அப்போதும் முடியாவிட்டால் இன்னொரு பிறப்பும் வாய்க்காதா என்ன?

தம்மம் கைகொள்வதற்குக் கடினமாக இருப்பதற்குக் காரணம் அதற்கான தடை உள்ளுக்குள் அமைந்திருப்பதுதான் என்பதையும் அதே கல்வெட்டில் அறிவிக்கிறார் அசோகர். தன் சொந்த அனுபவத்திலிருந்து அவர் அறிந்த உண்மை அது. தம்மம் நம்மிடமிருந்து அடிப்படை மாற்றத்தை எதிர்பார்க்கிறது. மிக முக்கியமாக, தியாகத்தைக் கோரி நிற்கிறது. இறைச்சியின் சுவையை மறுக்கும் துணிவுகொண்டவர்களால் மட்டுமே கொல்லாமையை உளப்பூர்வமாக ஏற்கமுடியும். வெறுப்பையும் பகையையும் முற்றாகக் களைந்தெடுக்க முன்வருபவர்களால் மட்டுமே சக உயிர்களை மெய்யான கருணையோடு அணுகமுடியும். 'நீங்கள் எளியவர் என்றால் தம்மத்தை ஏற்பதும் எளிதாக இருக்கும். பெரிய மனிதர் என்றால் கூடுதலாகப் பாடுபடவேண்டும்' என்கிறார் அசோகர்.

அசோகர் அவர் காலத்தின் செல்வாக்குமிக்க, பலமிக்க பெரிய மனிதர் என்பதால் அவருடைய மனப்போராட்டங்களும் பெரியவையாகவே இருக்கும். அசோகரின் கல்வெட்டுகளைக் காலவரிசைப்படுத்தி வாசிக்கும்போது படிப்படியாக அவர் தம்மத்தின் எல்லைகளை விரிவுபடுத்திக்கொண்டே செல்வதையும் எது தம்மம் என்பதற்கான வரையறையைச் சிறிது, சிறிதாக அவர் வளர்த்துக்கொண்டே செல்வதையும் காணமுடிகிறது.

எத்தகைய மனப்போராட்டங்களுக்கு மத்தியில் அவர் இதையெல்லாம் செய்தார் என்பதை ஒருபோதும் நாம் அறிந்து கொள்ள இயலாது. ஆனால், இறுதிவரை அவர் மனநிறைவு பெறவேயில்லை என்று சொல்லமுடியும். கனவுக்கும் யதார்த்தத்துக்கும் இடையில் பாரிய இடைவெளி விழுந்து கிடந்ததை அவர் அவ்வப்போது கவனித்துக்கொண்டே இருந்தார். கனவு விரிய, விரிய இடைவெளியும் பெருகிக் கொண்டே செல்வதைக் கண்டு நிச்சயம் அவர் வருந்தியிருக்க வேண்டும். ஆனால், அந்த வருத்தம் அவர் மேற்கொண்டு கனவு காண்பதைத் தடுத்து நிறுத்தியதாகவே தெரியவில்லை.

என் ஆட்சிக்கு உட்பட்ட 'அனைத்து இடங்களிலும் அனைத்துப் பிரிவுகளைச் சேர்ந்தவர்களும் வாழவேண்டும்' என்று 7ஆம் பெரும்பாறைக் கல்வெட்டில் சொல்கிறார் அசோகர். இங்கே அசோகர் உணர்த்துவது சமயப் பிரிவை. நாம் அனைவரும் ஒரே சமய நம்பிக்கையைப் பின்பற்றவேண்டும் என்று அவசிய மில்லை. நம் பார்வைகளில் முரண்பாடுகள் இருக்கலாம். நம்

கடவுள்கள் மாறுபட்டவர்களாக இருக்கலாம். அதன் பொருள் நாம் தனித்தனி வளையங்களுக்குள் சுருங்கிக்கொள்ளவேண்டும் என்பதல்ல. முரண்பட்டவர்களாலும் அருகருகில் வாழமுடியும். 'சுயகட்டுப்பாட்டோடும் தம்மத்தைக் கடைபிடித்தும்' வாழமுடியுமானால் யாரும் யாரோடும் இணைந்து வாழமுடியும்; பூசல்களுக்கு இடமிருக்காது என்கிறார் அசோகர்.

அனைத்துப் பிரிவுகளும் ஓரிடத்தில் சேர்ந்து வாழவேண்டும் என்று சொல்லவில்லை அவர். எந்தவொரு பகுதியும் அது இன்னாரின் பகுதி என்று அறியப்படக் கூடாது என்பதால் 'அனைத்து இடங்களிலும்' அனைத்துப் பிரிவு மக்களும் வாழவேண்டும் என்கிறார். என் நிலத்தை ஏதேனும் ஒரு பெயரிட்டு அழைக்கவேண்டுமானால் அதை 'வேறுபாடுகளின் நிலம்' என்று அழைக்கலாம் என்பார் அசோகர். எங்கு சென்றாலும் அங்கு வேறுபாடுகளின் தொகுப்பைக் காணலாம். அந்தத் தொகுப்பில் ஒற்றுமை இருக்கும். அமைதி இருக்கும்.

'அனைவரும் அனைத்து இடங்களிலும்' எனும் அசோகரின் கனவைப் பலரும் பலவிதமாக ஆராய்ந்திருக்கிறார்கள். பணிவு, கொல்லாமை, கருணை போல் அசோகர் இங்கே ஒற்றுமையைப் பேசுகிறார் என்பது போக இதில் பெரிதாக எதுவுமில்லை என்கிறார் வின்சென்ட் ஸ்மித்.

அசோகர் காலத்தில் இன்றுள்ளதைப் போல் வெவ்வேறு மதங்கள் இருந்ததில்லை. பௌத்தம், சமணம், இந்து மதம் மூன்றும்தாம் பிரதானமாக இருந்தன. இவை ஒன்றுக்கொன்று எதிரானவை என்றோ பெரிய அளவில் முரண்பட்டவை என்றோ சொல்ல முடியாது. பௌத்தமும் சமணமும் இந்து மதத்திலிருந்து தோன்றியவை அல்லது இந்து சீர்திருத்தவாதிகளால் தொடங்கப் பட்டவை. எனவே இந்த மதங்களைப் பின்பற்றுபவர்கள் ஓரிடத்தில் இணைந்து வாழ்வது எந்த வகையிலும் அசாதாரண மானதல்ல என்கிறார் ஸ்மித்.

ஆர்.கே. முகர்ஜியின் கருத்தும் இதுவே. அசோகர் பொதுவான ஒரு நற்பண்பையே இங்கு பேசுகிறார். கிறிஸ்தவம், இஸ்லாம், யூத மதம் போன்ற பெரும் வேறுபாடுகளைக் கொண்ட மதங்கள் அன்று இல்லை. எனவே அவர் வலியுறுத்தும் வேற்றுமையில் ஒற்றுமை என்பதை இன்றைய சூழலைக்கொண்டு அணுகி வியக்க வேண்டியதில்லை என்கிறார் அவர்.

இன்றைய சூழலை விட்டுவிடுவோம். அன்றைய சூழல் எப்படி இருந்தது? ஸ்மித்தும் முகர்ஜியும் சொல்வதுபோல் இந்து மதத்தின் சிறு பிரிவுகள் போலதான் பௌத்தமும் சமணமும் இருந்ததா? இன்றுள்ளதைப் போல் பெரிய முரண்கள் அன்று இருந்ததில்லையா? பண்டைய இந்தியா என்பது ஒரு பொற்காலமா? அரசியல் ஆய்வாளரும் கோட்பாட்டியலாளருமான ராஜீவ் பார்கவா மறுக்கிறார். உண்மையில் பொற்காலமாக அது இருந்திருந்தால் அசோகர் ஏன் சமயங்களுக்கு இடையிலான ஒற்றுமையை வலியுறுத்த வேண்டும்? வேட்டையாடுவதும் விலங்குகளைக் கொல்வதும் இயல்பாக இருந்தால்தானே அசோகர் கொல்லாமையை வலியுறுத்தினார்? அன்பும் கருணையும் ஏற்கெனவே சமூகத்தில் இருந்திருந்தால் அவர் ஏன் இந்த இரண்டையும் திரும்பத் திரும்ப பேசிக்கொண்டிருக்கவேண்டும்? அறம் தொலைத்த சமூகத்திடம்தானே அறம் பேசவேண்டியிருக்கும்? எல்லோரும் எல்லா இடங்களிலும் ஒன்றாக வாழவேண்டும் என்று அசோகர் சொல்கிறார் என்றால் அப்படியொரு நிலை அன்று இருந்திருக்க வில்லை என்பதுதானே பொருள்?

அசோகரின் 12ஆம் பெரும்பாறைக் கல்வெட்டைக்கொண்டு தன் வாதத்தைக் கட்டமைக்கத் தொடங்குகிறார் ராஜீவ் பார்கவா. கல்வெட்டு கீழ்வருமாறு தொடங்குகிறது.

'மன்னர் தேவனாம்பிய பியதசி எல்லாப் பிரிவுகளையும் சமமாக மதிக்கிறார். துறவிகளையும் குடும்பத்தினரையும் மதித்துப் போற்றுகிறார். பலவிதங்களில் அவர்களைக் கௌரவப் படுத்துகிறார். பரிசும் புகழும் அவருக்கு முக்கியமல்ல. எல்லாச் சமயங்களைச் சேர்ந்தவர்களிடமும் தம்மம் தழைக்கவேண்டும். தம்மம் வேர்கொள்ளவேண்டும் என்பதே அவர் விருப்பம். நாவடக்கம் முக்கியம். நாவை அடக்குவது எல்லாவற்றுக்கும் வேர் போன்றது. மற்றவர்களோடு பேசும்போது எச்சரிக்கையோடு இருக்கவேண்டும்.'

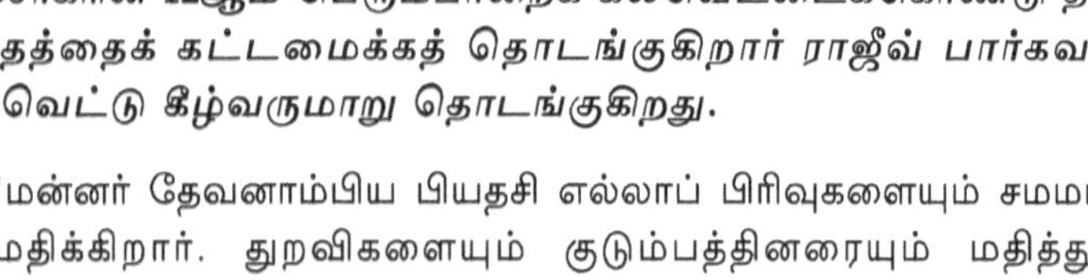

12ஆம் பெரும்பாறை கல்வெட்டு எழுத்துகள், கிர்னார்

அனைவரும் சுயகட்டுப்பாட்டோடு இருக்கவேண்டும் என்று 7ஆம் கல்வெட்டில் பொதுவாகச் சொன்ன அசோகர், இங்கே நாவடக்கத்தின்மீது கவனத்தைக் குவிக்கிறார். சுயகட்டுப் பாட்டின் சாரம் நாவை அடக்குதல் என்கிறார். இவ்வளவு முக்கியத்துவத்தை அவர் இதற்குக் கொடுக்கவேண்டிய அவசியம் ஏன் நேர்ந்தது? எழுத்துப் பரவலாகாத காலகட்டம் என்பதால் அசோகர் கல்வெட்டுகளை மக்களிடம் வாசிக்க வைத்தார் என்று ஏற்கெனவே பார்த்தோம். கல்வெட்டுமேகூட, தேவனாம்பிய பியதசி இவ்வாறு பேசுகிறார் என்றே பெரும்பாலும் தொடங்குவதையும் பார்த்தோம். பேச்சின் இன்னொரு முகத்தையும் அசோகர் அறிந்து வைத்திருந்தார் என்பதையே மேலுள்ள வரிகள் நமக்குக் காட்டுகின்றன. பேசும்போது கவனமாக இருங்கள். உங்கள் சொற்களை எச்சரிக்கையோடு கையாளுங்கள் என்று மக்களிடம் அவர் விண்ணப்பித்துக் கொள்கிறார். எனில், மக்களை மலையுச்சிக்குக் கொண்டுசென்று கீழே உருட்டித்தள்ளும் சக்தி பேச்சுக்கு இருந்திருக்கவேண்டும். அல்லது வெறுப்பும் பகையும் ஏற்கெனவே மக்களை மலையுச்சிக்குக் கொண்டு சென்று நிறுத்தியிருந்த நிலையில், நாவை அடக்கத் தவறினால் நிலைமை விபரீதமாகிவிடும் என்று அசோகர் அஞ்சியிருக்கவேண்டும்.

கடவுள், சமயம், கோட்பாடு என்று மூலைக்கு மூலை பிரிந்து, கடுமையான வாதப்போர்களிலும் மோதல்களிலும் மக்கள் ஈடுபட்டுவந்திருப்பதைக் கண்டு அசோகர் கவலைகொண்டிருக்க வேண்டும். பிராமணரும் சிரமணரும் ஒன்று என்று அவர் வேண்டுமானால் கருதியிருக்கலாம். மக்கள் அனைவரும் அதே அளவுக்குத் தாராளமாக இருந்திருப்பார்கள் என்று சொல்ல முடியாது. மன்னரின் மதம்தான் எங்களுடையது என்னும் பெருமித உணர்வு பௌத்தர்களிடம் இருந்திருக்கலாம். மன்னரின் மதமாக இருந்தாலும் பெரும்பான்மை மக்கள் வேதங்களை ஏற்பவர்கள் என்று பிராமணர்கள் வாதிட்டிருக்கலாம். கோட்பாட்டளவில் பௌத்தத்துக்கும் சமணத்துக்கும் இடையில் ஒற்றுமைகள் இருக்கலாம். அந்த ஒற்றுமை பௌத்தர்களுக்கும் சமணர்களுக்கும் இடையிலும் நிலவியாகவேண்டும் என்று எந்தக் கட்டாயமும் இல்லை.

வேதங்களை ஏற்றவர்கள் அனைவரும் ஒரே குடையின்கீழ் திரண்டிருந்தனர் என்றும் சொல்ல முடியாது. விமர்சையான, விரிவான சடங்குகளில் ஈடுபட்டவர்களை, சடங்குகள்

வேண்டியதில்லை என்று வாதிட்டவர்கள் எதிர்த்தனர். வேதக் கடவுள்களுக்கு முக்கியத்துவம் கொடுத்தவர்களோடு 'கர்மா'தான் அனைத்தையும் தீர்மானிக்கிறது, கடவுள்கள் அல்லர் என்று நம்பியவர்கள் முரண்பட்டனர். வேதகாலத்துக்கு முந்தைய சமய, தத்துவ நம்பிக்கைகளை உயர்த்திப் பிடித்தவர்களும் இருந்தனர். அவர்கள் வேத நம்பிக்கைகளை ஏற்க மறுத்தனர். ரிக் வேதத்துக்குக் கொடுக்கப்பட்ட முக்கியத்துவத்தை உபநிடத்தைப் போற்றியவர்கள் எதிர்த்தனர். குடும்பத்தினருக்கும் துறவு பூண்டவர்களுக்கும் இடையில் பிளவு ஏற்பட்டிருந்தது. புத்தர் எங்கிருந்தோ ஒரு புயல்போல் உள்ளே நுழைந்து அனைவரின் கவனத்தையும் ஈர்த்தார். அதுவரை வலுவாக இருந்த மதிப் பீடுகளை, செல்வாக்குப் பெற்றிருந்த தத்துவப் பார்வைகளை, வழக்கத்திலிருந்த சடங்குகளைக் கூர்மையான கேள்விகளால் குத்தினார், குலைத்துப்போட்டார். எல்லாத் தத்துவப் பள்ளிகளோடும் பௌத்தர்கள் வாதிட்டனர். சமணமும் ஆசீவகமும் சார்வாகமும் இன்னபிற சிந்தனைகளும் துடிப்போடு கிளம்பின. மரபுகள் மேலதிக ஆவேசத்தோடு எதிர்க்கப்பட்டன. மரபாளர்கள் தங்களை மேலும் பலப்படுத்திக்கொள்ளவேண்டிய நிலைக்குத் தள்ளப்பட்டனர். கடும் அனல் மூண்டது.

பௌத்தம் அறத்தை முன்னிறுத்தியது. மனிதன் சக மனிதனோடும் பிற உயிர்களோடும்கொண்டிருந்த உறவைப் புதிய கண்களைக் கொண்டு பார்த்தது பௌத்தம். புதிய மாற்றங்களை அறிமுகப் படுத்தவும் துடித்தது. அந்த மாற்றங்கள் எதிர்ப்புகளைச் சந்தித்தன. சத்திரியர்களால் அகிம்சையைப் புரிந்துகொள்ள முடியவில்லை. அப்படியொன்று ஏன் தேவை என்பதை அவர்களால் விளங்கிக் கொள்ள முடியவில்லை.

சமயம், தத்துவம், ஆன்மிகம் போன்ற தளங்களில் மட்டும்தாம் எதிர்ப்புகளும் மோதல்களும் நிகழ்ந்தன என்று சொல்ல முடியாது. போரை வாழ்வின் ஒரு பகுதியாகக்கொண்டவர்களை, போரால் பாதிக்கப்பட்ட மக்கள் எதிர்த்தனர். விலங்குகளைக் கவர்ந்து செல்லும் வழக்கம் கொண்டவர்களை மேய்ச்சல் நிலத்து மக்கள் எதிர்த்தனர். விலங்குகளைப் பலியிடும் வழக்கம் உச்சத்தை தொட்டது. போரில் வெற்றிபெறவேண்டும் என்பது தொடங்கி எண்ணற்ற சமயச் சடங்குகளை முன்னிட்டு பலவிதமான விலங்குகள் பலியிடப்பட்டன. கால்நடைகளோடு இணைந்து வாழ்ந்து, அவற்றிலிருந்து பலன் பெற்றுவந்தவர்கள் பலியிடும் சடங்குகள் இல்லாது போகவேண்டும் என்று விரும்பினர்.

ஒரு பிரிவின் உரிமை இன்னொரு பிரிவின் உரிமை மீறலாக இருந்தது. ஒரு பிரிவின் சுதந்தரம் இன்னொன்றால் அச்சுறுத்தப் பட்டது. ஒரு நம்பிக்கையை இன்னொன்று மூர்க்கமாக எதிர்கொண்டது. நம்பிக்கை நம்பிக்கையின்மையோடு உரசியது. போர் அமைதியையும் அமைதி போரையும் வெறுத்தது. ஒரு கடவுளை இன்னொன்றோடு மோதவிட்டனர். ஒரு தத்துவப் பள்ளி இன்னொன்றோடு பகை பாராட்டியது. இவர்களில் சிலர் தங்களுக்குள் திரண்டு தம்மைவிட வலுவான ஒரு தத்துவத்தை, ஒரு கடவுளை, ஒரு கோட்பாட்டை எதிர்த்தனர். ஆதிக்கம் எதிர்க்கப்பட்டது. பெரியது சிறியதை நசுக்கிவிட விரும்பியது. சிறியது மேலும் மேலும் வளரவும் மேலும் மேலும் பலம்பெறவும் துடித்தது. நாம் ஏற்கெனவே பார்த்தபடி வனங்களில் வசித்துவந்த பழங்குடிகள் அசோகருக்கு நேரடியான அச்சுறுத்தலைத் தோற்றுவித்தனர். அவர்களைச் 'சமூக ஒழுங்குக்குள்' கொண்டு வருவதற்கு அரசு மேற்கொண்ட முயற்சிகள் கடும் எதிர்ப்புகளைச் சந்தித்தன. முரண்களும் வேறுபாடுகளும் மோதல்களும் வனம், கிராமம், நகரம் என்று எல்லா இடங்களிலும் பரவியிருந்தன.

எனவே சொற்களை எச்சரிக்கையோடு கையாளுங்கள் என்று அசோகர் மன்றாடினார். உங்களுக்கு உங்கள் கடவுள், உங்கள் கோட்பாடு, உங்கள் நம்பிக்கை பெரியதாக இருக்கலாம். அதை முன்னிறுத்தி இன்னொரு பிரிவினரோடு மோதாதீர்கள். உங்களிடமிருந்து மாறுபட்டுச் சிந்திக்கும் ஒரே காரணத்துக்காக அவர்களை இகழாதீர்கள். அவர்கள் சடங்குகளை உங்களால் புரிந்துகொள்ள முடியவில்லை என்பதற்காக அவர்களைத் தாக்காதீர்கள். அவர்கள் செயல்பாடுகள் உங்கள் மதிப்பீடுகளோடு ஒத்துப்போகவில்லை என்பதற்காக அவர்களை உங்கள் வாழ்விடத்திலிருந்து விரட்டாதீர்கள். உங்களோடு ஒத்துப் போகும் கூட்டத்தோடு மட்டும் சேர்ந்து வாழ்வதால் உங்கள் நம்பிக்கை மட்டுமே வலுவானது என்று தோன்றும். அப்படித் தோன்றும் போதே உங்கள் நம்பிக்கை தேக்கமடையவும் தொடங்கிவிடும் என்பதை மறந்துவிடாதீர்கள். நான், மற்றவர் எனும் பிரிவினை அபாயகரமானது. அப்படியொரு கோட்டை எங்கும் வரையாதீர்கள். அப்படியொரு கோடு வலுவடைவதை எங்கு கண்டாலும் அதைப் பாய்ந்துசென்று அழித்துத் துடையுங்கள்.

உங்களில் யார் பெரியவர், யார் சிறியவர் என்று நான் பார்க்கப் போவதில்லை. உங்கள் கோட்பாடுகளில் எது சரியானது, எது

தவறானது என்று நான் தீர்ப்பளிக்கப் போவதில்லை. மன்னனாகிய நான் எல்லாப் பிரிவினரையும் சமமாக மதிக்கிறேன். எல்லாப் பிரிவுகளும் எனக்கு முக்கியமானவை. எல்லா நம்பிக்கைகளையும் நான் தொழுது வணங்குவேன். ஒருவரையும் இகழ மாட்டேன். ஒருவரையும் சொற்களால் தாக்க மாட்டேன். என் நம்பிக்கையை அல்லது நம்பிக்கையின்மையை எவர் மீதும் திணிக்க மாட்டேன். என் நம்பிக்கை அல்லது நம்பிக்கையின்மை என் நிர்வாகத்தில் குறுக்கிடாது பார்த்துக்கொள்வேன் என்று உங்களுக்கு உத்தரவாதம் அளிக்கிறேன். அதேபோல் நீங்களும் எனக்கு உத்தரவாதம் அளியுங்கள். உங்கள் பெருமித உணர்வைக் கட்டுப்படுத்திக்கொள்ளுங்கள். உங்கள் சரி, தவறுகளை உங்களோடு வைத்துக்கொள்ளுங்கள். உங்கள் கண்ணோட்டம் உங்களுடையது மட்டுமே. உங்கள் மதம் உங்களுடையது மட்டுமே. உங்கள் கடவுளை இன்னொருவர்மீது திணிக்காதீர்கள். முழுக் காட்டை அழிக்க ஒரு தீப்பொறி போதும். முழு நிலமும் அழிய ஒரு சொல் போதும்.

நம்மை மற்றவர்களிடமிருந்து எவையெல்லாம் வேறுபடுத்திக் காட்டுகின்றன என்று பார்க்காதீர்கள். நம்மை மற்றவர்களோடு எது இணைக்கிறது என்று தேடுங்கள். தேடினால், தம்மத்தை நீங்கள் அடையாளம் காணலாம். மனிதனைச் சக மனிதனோடும், மனிதனைப் பிற உயிர்களோடும், எல்லா உயிர்களையும் இந்த உலகோடும் தம்மம் இணைப்பதை நீங்கள் உணர்வீர்கள் என்னும் நம்பிக்கை எனக்கு இருக்கிறது என்கிறார் அசோகர். அனைவரும் அனைத்து இடங்களிலும் இணைந்து வாழ்வோம். அனைத்து இடங்களிலும் அமைதியை மலரச்செய்வோம். அனைத்து இடங்களிலும் தம்மம் தழைப்பதைக் காண்போம்.

●

- 21 -

சகிப்புத்தன்மையும் அதற்கு அப்பாலும்

எல்லோரும் எல்லா இடங்களிலும் வாழவேண்டும் என்பதை டி.டி. கோசாம்பி வேறொரு கோணத்திலிருந்து அணுகுகிறார். மக்கள் மட்டுமல்ல, அவர்களை வழிநடத்தும் சமயத் தலைவர்களும் தத்துவவாதிகளும்கூட அப்போது பிளவுண்டே இருந்தனர். ஒரு சமயம் செல்வாக்குப் பெற்றிருக்கும் பகுதியில் மாற்றுச் சமயத் தலைவர்கள் செல்லத் தயங்கினர். மீறிச் செல்பவர்கள் எதிர்க்கப்பட்டனர். எனவே நத்தைபோல் ஒவ்வொருவரும் அவரவர் இடத்தில் சுருங்கிக்கொள்ள வேண்டியிருந்தது. இந்தக் கட்டுப்பாட்டை அசோகர் அகற்ற விரும்பினார்.

எவரும் எப்பகுதிக்கும் செல்லலாம், பிரசாரம் மேற்கொள்ளலாம், மக்களின் நம்பிக்கையை மாற்றியமைக்கலாம். அவ்வாறு செய்வதற்கான உரிமை எல்லாச் சமயத் தலைவர்களுக்கும் உள்ளது. அவர்களைத் தடுத்து நிறுத்தும் அதிகாரம் யாருக்கும் இல்லை. இதுதான் அசோகர் தெரிவிக்க விரும்பிய செய்தி என்கிறார் அசோகர். வேலிகள் அகற்றப்படும்போது சிந்தனைகள் தடையின்றி பரவும். ஒரு சமயம் இன்னொன்றோடு உரையாடும். ஒரு கோட்பாடு இன்னொன்றிடமிருந்து பெற்றுக்கொள்ளும். ஒரு நம்பிக்கை மற்றொன்றோடு ஒன்றுகலக்கும். கலப்பு பகையை முடிவுக்குக் கொண்டுவரும்; உறவை வளர்க்கும். தனித்து வாழும்

இனக்குழு வழக்கத்திலிருந்து விடுபட்டு ஒன்றுகலந்து வாழ வேண்டியது வரலாற்றுத் தேவை. இது தவிர்க்கவியலாததும்கூட. எதிர்கால உலகம் பண்பாடுகளின் கலப்பாகவே இருக்கப் போகிறது என்பதை அசோகர் உணர்ந்திருக்கவேண்டும். அதற்கான முன்தயாரிப்புதான் 'அனைவரும் அனைவரோடும்' என்கிறார் ராஜீவ் பார்கவா.

பிளவுகளையும் வேறுபாடுகளையும் போக்குவதற்கு அசோகர் தம்மத்தை முன்மொழிந்தது ஒரு முக்கியமான திருப்பம் என்கிறார் பார்கவா. அவருக்குமுன்பு வரை தம்மம் தனிநபர் சார்ந்த அறமாக மட்டுமே இருந்தது. தனி மனித விடுதலைக்கான மார்க்கமாகவே தம்மத்தைப் பிக்குகள் பரிந்துரைத்துவந்தனர். அசோகரும் தனி மனித விடுதலையிலிருந்துதான் தொடங்கினார் என்றாலும் அந்த இடத்தில் நிறுத்திக்கொள்ளாமல் சமூக விடுதலைக்கும் தம்மத்தை நீட்டித்துச்சென்றார். தனி மனித ஒழுக்கத்துக்கான தம்மத்தைச் சமூக ஒழுக்கத்துக்கான தம்மமாக அவர் விரித்தார். உள்ளுக்குள் இருக்கும் பிளவுகளை மட்டுமல்ல, சமூகப் பிளவுகளையும் தம்மத்தால் சரிசெய்யமுடியும் என்றும் சமூக நல்லிணக் கத்துக்கான கருவியாகத் தம்மத்தை வளர்த்தெடுக்கமுடியும் என்றும் அவர் நம்பினார்.

வேறுபாடுகளோடு இணைந்து வாழ்வதற்கு என்ன செய்ய வேண்டும்? ஒவ்வொரு சமயமும் பிற சமயங்களுக்கு நெகிழ்ந்து கொடுக்கவேண்டும். ஒவ்வொரு சமயமும் இன்னொன்றுக்கு இடம் ஒதுக்கிக்கொடுக்கவேண்டும் என்கிறார் அசோகர். வேதம் என்ன சொல்கிறது என்பதை, பௌத்தர்களும் சமணர்களும் ஆசீவகர்களும் காதுகொடுத்துக் கேட்கவேண்டும். பௌத்தம் ஏன் நம்மோடு முரண்படுகிறது என்பதை பிராமணர்கள் தெரிந்து கொள்ளவேண்டும். பிராமணர்கள் சடங்குகளில் திளைக் கிறார்கள். நன்றாகத் திளைக்கட்டும். பௌத்தமும் சமணமும் வேதச் சடங்குகளை நிராகரிக்கின்றன. நன்றாக நிராகரிக்கட்டும். எங்கள் சடங்குகள் விமரிசனத்துக்கு அப்பாற்பட்டவை என்று பிராமணர்கள் கருதவேண்டியதில்லை. சடங்குகளை எங்கள் பகுதியில் அனுமதிக்க முடியாது என்று பௌத்தர்களும் சமணர்களும் போர்க்கொடி உயர்த்த வேண்டியதில்லை.

வேதமென்று இருந்தால் வேத மறுப்பும் இருக்கும் என்பதை பிராமணர்கள் ஏற்றுக்கொள்ளட்டும். சடங்கு மறுப்பு என்றொரு கொள்கை இருக்குமானால் சடங்கு என்றொன்றும் இருக்கும்

என்பதைச் சிரமணர்கள் உணரட்டும். சடங்குகளின்மூலம் பலம் பெறமுடியும் என்று நீங்கள் நம்ப வேண்டாம். ஆனால், அவ்வாறு நம்புபவர்கள் இருப்பார்கள் என்பதை ஏற்றுக்கொள்ளுங்கள். குடும்ப வாழ்வே உயர்ந்தது என்று ஒரு பிரிவு சொல்லட்டும். துறவுதான் மேன்மையானது என்று இன்னொருவர் சொல்லட்டும். குடும்ப வாழ்வைத் துறவிகளும் துறவு வாழ்வைக் குடும்பத்தினரும் எதிர்க்காமல் இருந்தால் போதும். சிரமணர்களின் சிந்தனைகளை, வாழ்க்கை முறைகளைப் பிராமணர்களும் பிராமணர்களின் சிந்தனைகளை, வாழ்க்கை முறைகளைச் சிரமணர்களும் புரிந்துகொள்ளவேண்டும். பகை விலகுவதற்கான முதல் நிபந்தனை, புரிதல். இதுதான் அசோகரின் அணுகுமுறை.

புத்தரின் பிரியத்துக்குரிய என்றல்ல, 'கடவுள்களின்' பிரியத்துக்குரியவர் என்றே அவர் தன்னை அழைத்துக் கொண்டார். சடங்குகளிலிருந்து வெளியில் வந்தவர், மற்றவர்களும் அவ்வாறே வெளியில் வரவேண்டும் என்று விரும்பியவர். இருந்தாலும் சில சடங்குகள் தேவையானவை என்பதை அவர் ஏற்றுக்கொண்டார். தம்மம், தத்துவம், உண்மை என்று முழுக்கவும் அறிவுப்பூர்வமான தளத்தில் மட்டும் ஒரு சமூகம் ஈடுபடுவது சாத்தியமற்றது. எளிய மக்களின் அன்றாட வாழ்விலிருந்து சடங்குகளைப் பிரித்தெடுப்பது சாத்தியமில்லை என்பதை அவர் உணர்ந்திருந்தார். வலுக்கட்டாயமாக மக்களின் சிந்தனைகளை, வாழ்க்கைமுறையை மாற்றியமைக்கமுடியும் என்று நம்ப அவர் தயாராக இல்லை. எனவே இயன்றவரை எல்லாக் கல்வெட்டுகளிலும் தான் விரும்பும் தம்மத்தோடு மக்கள் விரும்பி ஏற்றுக்கொண்ட வழக்கங்களை, நம்பிக்கைகளைக் கூடுமானவரை இணைத்துக்கொண்டார். ஆத்திகமும் நாத்திகமும், நகரமும் கிராமமும், சிந்தனையும் சடங்கும், அறிவும் உணர்ச்சியும், யதார்த்தமும் கனவும் எதிரெதிர் அல்லது தனித்தனி வளையங்களுக்குள் அடைபட்டுக்கிடக்க வேண்டியதில்லை. ஒன்று இன்னொன்றைத் தாழ்வாகக் கருத வேண்டியதில்லை. ஒன்றை இன்னொன்றோடு ஒப்பிட்டு எது மேல், எது கீழ் என்று தீர்ப்பெழுத வேண்டியதில்லை. எல்லாம் எல்லா இடங்களிலும் ஒன்றுகலக்கலாம். ஒன்றுகலக்கவேண்டும் என்றார் அசோகர்.

உடலைத் தாக்குவது மட்டுமல்ல; சொற்கள்மூலம் ஒருவர் மனதைத் தாக்குவதும் வன்முறைதான். எந்தப் பிரிவினருக்கு எதிராகவும் வெறுப்புப் பேச்சை வளர்க்காமல் இருப்பதும்,

ஊக்குவிக்காமல் இருப்பதும் முக்கியம் என்று கருதியதால்தான் சமூக நல்லிணக்கத்தை வலியுறுத்தும் அதே கல்வெட்டில் நாவடக்கத்தையும் கொண்டுவந்தார் அசோகர். மாற்றுக் கருத்துகொண்டவர்களை இகழ்வது, சாபமிடுவது, வசை பாடுவது, குத்திக் காட்டுவது, தரம் தாழ்த்துவது, அவமானப் படுத்துவது என்று பலவிதங்களில் சொற்களைக் கொண்டு மற்றவர்களைக் காயப்படுத்த முடியும் என்பதை மறந்து விடாதீர்கள். சொற்களின் விளைவுகளைச் சிந்தித்துப் பார்த்து சுயதணிக்கை செய்துகொள்ளுங்கள் என்கிறார் அசோகர்.

இன்னோர் ஆச்சரியமூட்டும் வேண்டுகோளும் அசோகரிடம் இருந்து வருகிறது. 'தன் சமயத்தைப் புகழ்ந்துகொள்வதையும் மற்றவர்களுடைய சமயங்கள்மீது பழி சுமத்துவதையும் ஒருவர் செய்யக் கூடாது' என்று 12ஆம் பெரும்பாறைக் கல்வெட்டில் கேட்டுக்கொள்கிறார் அசோகர். என் சமயம் உயர்ந்தது என்பதிலிருந்துதானே பிற சமயங்கள் தாழ்வானவை என்னும் கருத்துக்கு நான் வந்துசேர்கிறேன். உங்கள் கோட்பாடுகளும் நம்பிக்கைகளும் கீழானவை என்பதன் பொருள்

என் கோட்பாடும் நம்பிக்கையும் மேலானவை என்பதுதானே? உயர்வு என்றொன்று இருப்பதால்தானே தாழ்வு தோன்றுகிறது? சுய சமயப் பற்றுதான் பிற சமய வெறுப்பாகவும் வெளிப்படுகிறது. தற்பெருமை இகழ்ச்சியில் வந்துமுடிகிறது. சடங்குகளற்றது என் வாழ்க்கைமுறை என்று ஒரு சிரமணர் தன்னைப் புகழ்ந்துகொள்ளும்போது, சடங்குகளில் ஈடுபடுபவரை அவர் தன்னோடு ஒப்பிட்டு இகழ்கிறார். வேதம் உயர்ந்தது, நான் வேதத் தேர்ச்சி பெற்றவன் என்னும் அகந்தையே மரபுகளைக் கேள்வி கேட்பவர்கள்மீது பகைகொள்ளச்செய்கிறது. இகழ்தல்போல் புகழ்தலுக்கும் உன் நாவைப் பயன்படுத்தாதே என்கிறார் அசோகர்.

இதை அவர் பௌத்தத்துக்கும் சேர்த்தே சொல்கிறார் என்பதை மறந்துவிடக் கூடாது. மன்னரின் மதம்தான் எங்களுடையதும் என்னும் பெருமித உணர்வை பிக்குகளுக்கு அவர் இதன்மூலம் மறுக்கிறார். பிற சமயங்களைக் காட்டிலும் மேலானதாக பௌத்தத்தை நிறுவ வேண்டாம் என்று ஒரு பௌத்தராக அசோகர் தன் சமயத்தினரிடம் கேட்டுக்கொள்கிறார். பிராமணப் பெருமிதம் வேண்டாம். பௌத்தப் பெருமிதம் வேண்டாம். துறவுதான் மேலானது என்று சொல்ல வேண்டாம். குடும்ப

வாழ்வே உயர்ந்தது என்று பீற்றிக்கொள்ள வேண்டாம். புகழ்வதை நிறுத்தினால் இகழ்வதும் நிற்கும்.

இரண்டுமே அறமல்ல என்பதால்தான் புகழ்ச்சி, இகழ்ச்சி இரண்டையும் ஒரே தளத்தில் அசோகர் கொண்டுவந்து நிறுத்துகிறார். ஒரு சமயத்தின்மீது நாம் பற்று வைத்திருக்கும் போது நம்மால் நடுநிலையோடு இன்னொரு சமயத்தை அணுக இயலாமல் போகிறது. இந்த இயலாமைதான் இகழ்ச்சியாக வெளிப்படுகிறது. நாம் எந்தச் சமயத்தைச் சார்ந்திருக்கிறோமோ அதையும் நம்மால் நடுநிலையோடு அணுக முடிவதில்லை. காரணம் சுயசமயப்பற்று நம்மைச் சிந்திக்க விடாமல் தடுத்துவிடுகிறது. சமயப்பற்று எனும் நாணயத்தின் இன்னொரு பக்கம்தான் சமயக் காழ்ப்பு. ஒன்றில்லாமல் இன்னொன்று இருப்பதில்லை என்கிறார் அசோகர்.

இகழ்ச்சியைக் கைவிடுவதைக் காட்டிலும் சவாலானது புகழ்ச்சியைக் கைவிடுவது. உங்கள் சமயத்தை உயர்த்திச் சொல்ல வேண்டிய அவசியம் உங்களுக்கு நேரலாம். சூழலால் உந்தப் பட்டு பெருமைபாட ஆரம்பித்துவிடாதீர்கள், பொறுமையாக இருங்கள் என்கிறார் அசோகர். 'அப்படியே சில காரணங்களால் உங்கள் சமயத்தை உயர்த்திச் சொல்லவேண்டிய அவசியம் ஏற்பட்டால், அப்போது உங்கள் சமயத்தோடு சேர்த்துப் பிற சமயங்களையும் உயர்த்திப் பேசுங்கள்' என்கிறார் அசோகர். இதன்படி, பௌத்தத்தின் சிறப்புகளைப் பேசியே தீரவேண்டிய நிலை ஒரு பிக்குவுக்கு ஏற்படுமானால் அவர் புத்தரோடு வேதக் கடவுள்களையும் சேர்த்துப் பேசவேண்டும். ஒரு பிராமணர் வேதக் கடவுள்களோடு புத்தரையும் மகாவீரரையும் இன்ன பிறரையும் சேர்த்துக்கொள்ளவேண்டும். அவ்வாறு செய்வது கடினம் என்று அவர் கருதினால், தற்புகழ்ச்சியை மொத்தமாகக் கைவிட்டுவிடலாம். இல்லை, அனைத்துச் சமயங்களையும் உள்ளடக்கிப் பேசுகிறேன் என்று ஒருவர் துணிவாரானால் அவர் நினைவில் வைத்துக்கொள்ளவேண்டிய செய்தி ஒன்றுண்டு. 'எந்தவொரு சமயத்தையும் கூடுதல் குறைச்சலின்றிப் புகழுங்கள்.'

இதையெல்லாம் செய்யத் தவறினால் என்ன ஆகும் என்பதையும் அசோகர் விவரிக்கிறார். தன் சமயத்தை மட்டும் புகழ்ந்து பிறவற்றை இகழ்பவர், தன் சமயத்தைச் சிறப்பாகக் காட்டுவதற்காகப் பிறவற்றைத் தாழ்த்தியும் தாக்கியும் பேசுபவர், 'தன் சமயத்துக்கு மிகப்பெரும் அழிவை ஏற்படுத்துகிறார்'

என்கிறார் அசோகர். மற்றவர்களின் குறைகளிலிருந்துதான் உங்கள் சமயத்தின் நிறையை நீங்கள் வாதிட்டு நிறுவமுடியு மென்றால் அப்படியொரு வாதத்தை நீங்கள் முன்னெடுக்க வேண்டிய அவசியமே இல்லை. சிரமணர்களைத் துற்றுவதன் மூலம் வேதமரபை உயர்த்திவிடலாம் என்று ஒரு பிராமணர் கருதினால் அவர் சிரமணர்களின் நம்பிக்கையை அல்ல, தன் சமயத்தைத்தான் காயப்படுத்துகிறார். மற்றவர்களுக்காகக்கூட இல்லை; உங்கள் சமயம் முக்கியம் என்று நீங்கள் கருதினால், உங்கள் கடவுள்களை நீங்கள் மதித்தால், உங்கள் நம்பிக்கைகள் தழைக்கவேண்டும் என்று நீங்கள் விரும்பினால், நாவை அடக்குங்கள் என்று நுட்பமாக வாதிடுகிறார் அசோகர்.

பேசுவதற்கு மாற்று என்ன? கேட்பது என்கிறார் அசோகர். 'எல்லாப் பிரிவினரும் மற்ற பிரிவுகளின் தம்மத்தைக் கேட்டறிந்து கொள்ளவேண்டும். அவற்றின் உண்மையான சாரத்தை அறிந்து கொள்ளவேண்டும்.' உங்கள் சமயம் குறித்து எவ்வாறு ஆர்வத்தோடு அறிந்துகொண்டீர்களோ அதேபோல் பிற சமயங் களையும் அறிந்துகொள்ளுங்கள். அவர்களுடைய கோட்பாடு என்னவென்று கேட்டுத் தெரிந்துகொள்ளுங்கள். அவர்கள் நம்பிக்கை என்னவென்று கேளுங்கள். அவர்கள் ஆன்மாவை ஏற்கிறார்களா, நிராகரிக்கிறார்களா? கடவுள்தான் அனைத்தையும் தீர்மானிக்கிறார் என்கிறார்களா அல்லது கர்மவினையே அனைத்தையும் இயக்குகிறது என்கிறார்களா? அவர்களுடைய வழிபாட்டுமுறை என்ன? அவர்களுடைய சமயத் தலைவர்கள் எவ்வாறு பேசுகிறார்கள்? பேசுபவர்கள் அனைவரும் கேட்பவர்களாக மாறுங்கள். நிறையக் கற்றுக்கொள்வீர்கள் என்கிறார் அசோகர். திறந்த மனதோடு எல்லாச் சமயங்களின் சாரத்தையும் உங்களால் உள்வாங்கிக்கொள்ள முடியுமென்றால் அதன்பின் நீங்கள் இயல்பாகவே தற்புகழ்ச்சியையும் பிற சமயக் காழ்ப்பையும் கைவிட்டுவிடுவீர்கள்.

புத்தர் தம்மத்தைப் போதித்தார். பிராமணர்களுக்குத் தர்மம் இருக்கிறது. சமணம், ஆசீவகம், சார்வாகம் என்று எல்லாப் பிரிவினரும் ஏதோ ஒரு வகையான தர்மத்தைப் பின்பற்று கிறார்கள், மதிக்கிறார்கள். அவர்களுடைய தர்மங்களையெல்லாம் நாமும் கற்றுக்கொள்வோம் என்கிறார் அசோகர். பிற சமயங்களை நெருங்கிச்சென்று நீங்கள் அறிந்துகொண்டால் அதன்பின் அவர்களோடு பகை பாராட்டமாட்டீர்கள். அது அவர்களுக்கு நன்மை அளிக்கும். பிற நம்பிக்கைகளைத் தெரிந்துகொண்டால்

உங்கள் நம்பிக்கை பலம்பெறும். அது உங்கள் சமயத்துக்கும் நன்மையையே அளிக்கும். புரிதல் பெருகி, பகை மறையும்போது தம்மம் தவிர்க்கவியலாதபடி எங்கும் பரவத் தொடங்கிவிடும். இதுதான் அசோகரின் எதிர்பார்ப்பு.

தன் சமயத்தையல்ல, எல்லாச் சமயங்களையும் காக்க விரும்பியிருக்கிறார் அசோகர். தன் சமயத்தின் நலனையல்ல, எல்லாச் சமயங்களின் நலன்கள்மீதும் சம அளவில் அக்கறை செலுத்தியிருக்கிறார். அதையே மற்றவர்களும் பின்பற்ற வேண்டும் என்று விரும்பியிருக்கிறார். சமயத் தூய்மையையல்ல, சமயக் கலப்பை முன்மொழிகிறார். சமயக் கோட்பாடுகள் கொண்டும் கொடுத்தும் உறவுகொள்ளவேண்டும் என்கிறார். சமூக நல்லிணக்கத்தைத் தனது இலக்காக வரித்துக் கொண்டிருக்கிறார். சிந்தனைகள் தடையற்றுப் பரவவேண்டும். கருத்துபோல் மாற்றுக் கருத்துகளும் விவாதிக்கப்படவேண்டும் என்கிறார். தன் கொள்கையை ஒருவர் எங்கும் எடுத்துச் சென்று பரப்பலாம். ஆனால், அப்படிப் பரப்பும்போது எதைப் பேசவேண்டும், எதைப் பேசக் கூடாது என்று வரையறை செய்கிறார். ஒருவரும் அவர் நம்பிக்கை காரணமாக சொல்லாலோ செயலாலோ தாக்கப்படக் கூடாது என்கிறார். அதிகாரத்தில் உள்ள மதம் அதிகாரமற்ற மதத்துக்குச் சமமாக அங்கீகரிக்கப்படவேண்டும். பெரும்பான்மை மதம் எந்த விதத்திலும் சிறுபான்மை மதத்தைவிட உயர்ந்தது அல்ல என்று வலியுறுத்துகிறார். பகையை, வன்முறையை, வெறுப்புக் குற்றங்களை ஒழித்து சமூக நல்லிணக்கத்தை அடைவது குறித்துக் கனவு காண்கிறார்.

அசோகர் கண்ட கனவுகளில் மிகவும் அசாதாரணமான கனவென்று இதனை அழைக்கமுடியும். இரண்டாயிரத்துச் சொச்சம் ஆண்டு களுக்குப் பிறகும் நிலைமை பெரிதாக மாறிவிடவில்லை என்பதைக் கணக்கில் கொண்டு அவர் கல்வெட்டுகளை மறுவாசிப்பு செய்யும்போது பண்டைய இந்தியாவில் வாழ்ந்த ஓர் அதிநவீன மனிதராகவே அசோகர் நமக்கு வெளிப்படுகிறார். தன் காலத்துப் பூசல்களிலிருந்தும் முரண்பாடுகளிலிருந்தும் மயக்கங்களிலிருந்தும் விடுபடுவதற்கான ஆற்றல் அவரிடம் இருந்தது. அந்த ஆற்றலை அவர் தன் மக்களோடும் பகிர்ந்து கொள்ள விரும்பினார். நம்மைப் பிடித்திழுக்கும் தளைகளிலிருந்து நாம் அனைவரும் ஒரு சமூகமாக, ஒரே சமூகமாக கைகோத்து ஒன்றுபோல் விடுபடுவோம் என்று

முழங்குகிறார் அசோகர். ஒரே கனவை நாம் அனைவரும் பகிர்ந்துகொள்ளும்போதுதான் ஒவ்வொருவருக்கும் மீட்சி சாத்தியப்படும் என்கிறார் அசோகர்.

இன்று நாம் பேசிக்கொண்டிருக்கும் மதச் சகிப்புத்தன்மையின் ஆதிவடிவத்தை அசோகரின் குரலில் தெளிவாக அடையாளம் காணமுடிகிறது என்கிறார் நயன்ஜோத் லாஹிரி. அசோகரின் குரல் என்பது சகிப்புத்தன்மையின் குரல் என்கிறார் ரொமிலா தாப்பர். அசோகர் முன்மொழிந்த சகிப்புத்தன்மை நவீனமானது மட்டுமல்ல தனித்துவமானதும்கூட என்கிறார் ராஜீவ் பார்கவா. மூன்று வகையான சகிப்புத்தன்மையை வரலாற்றில் காண்கிறோம். செல்வாக்கும் பலமும் மிக்க ஒரு பெரிய மதம் தனக்கருகில் வாழும் சிறிய மதத்தைத் தொடர்ந்து வாழ அனுமதிப்பது முதல் வகை சகிப்புத்தன்மை. பெரிய மதம் நினைத்தால் எப்போது வேண்டுமானாலும் சிறிய மதத்தின் சுதந்தரத்தைத் தடுக்கலாம். எப்போது வேண்டுமானாலும் சிறிய மதத்தின் நம்பிக்கைக்குள், சடங்குக்குள் தலையிடலாம். ஆனால், அவ்வாறு செய்யாமல் சிறிய மதத்தை அது சகித்துக்கொள்கிறது. எனவே அமைதி நிலவுகிறது.

இரு பெரும் மதங்கள் அருகருகில் வாழ்கின்றன. இரண்டும் சமபலம்கொண்டவை. இரண்டும் ஒன்றுக்கொன்று எதிரானவை. இருந்தாலும் ஒன்று இன்னொன்றைச் சீண்டாமல் ஒதுங்கி நிற்கிறது. இரண்டும் ஒன்றையொன்று சகித்துக்கொள்கின்றன. இது இரண்டாவது வகை சகிப்புத்தன்மை. மூன்றாவது வகை சகிப்புத்தன்மை, வாழு, வாழ விடு. உன் மதத்தை நான் வெறுக்கிறேன். உன் சடங்குகளும் கோட்பாடுகளும் ஏற்கவே இயலாதவை. ஆனாலும் நான் உன்னோடு மோதிக்கொண்டிருக்க விரும்பவில்லை. என் நேரத்தையோ செல்வத்தையோ உன்னோடு மோதி வீணாக்க நான் தயாராக இல்லை. என் வழியில் குறுக்கிடாதவரை, என்னோடு மோதாதவரை உன்னைச் சகித்துக்கொள்வேன்.

முதல் எடுத்துக்காட்டில், பெரிய மதம் சிறிய மதத்தைக் கருணையோடு நடத்துகிறது. எனவே மத மோதல் தவிர்க்கப் படுகிறது. இரண்டாவதிலும் மோதல் நிகழ்வதில்லை. ஏனென்றால் சமபலம்கொண்ட இரு மதங்களும் ஒன்றையொன்று கண்டு அஞ்சுகின்றன. மோதல் வெடித்தால் அது இருவரையும் பாதிக்கும் என்பதை இரு தரப்பும் உணர்ந்திருக்கின்றன.

மூன்றாவது வகையில் இருவரும் ஒருவரையொருவர் வெறுக்கின்றனர் என்றாலும் சண்டையிடும் ஆர்வம் இருவருக்கும் இல்லை. எனவே அமைதி நீடிக்கிறது. அசோகரின் அணுகுமுறை இந்த மூன்றும் அல்ல என்கிறார் பார்கவா.

அசோகரின் சகிப்புத்தன்மையை அவ்வாறு பெயரிட்டு அழைப்பதேகூடச் சரியாக இருக்காது. ஏனென்றால் அவர் மாற்றுச் சமயத்தினரைச் சகித்துக்கொள்ளவே சொல்லவில்லை என்கிறார் பார்கவா. பெரிய மதத்தோடு மோதாதே, அது உன்னை அழித்துவிடும் என்று அவர் சிறிய மதத்துக்கு அறிவுரை சொல்லவில்லை. சிறிய மதம் பாவம், அதை விட்டுவிடு என்று அவர் பெரிய மதத்தை விட்டுக்கொடுக்கச் சொல்லவில்லை. நீங்கள் இருவரும் சண்டையிட்டால் இருவரும்தான் அழிவீர்கள், எனவே அமைதியாக இருங்கள் என்று யாரிடமும் எச்சரிக்கவும் இல்லை அவர்.

எல்லாச் சமயங்களும் சமமானவை என்பதால் எல்லாவற்றுக்கும் இங்கே இடமுண்டு, அதற்கான உரிமையும் உண்டு என்கிறார் அசோகர். வேற்றுமைகளை ஏற்றுக்கொள்ளுங்கள் என்று சொல்லவில்லை அசோகர். வேற்றுமையில் மட்டும்தான் முழுமையைக் காணமுடியும் என்கிறார் அவர். அச்சமும் கருணையும் தற்காலிகமான அமைதியை மட்டுமே ஏற்படுத்தும் என்பது அவருக்குத் தெரியும். நீடித்த அமைதி வேண்டுமானால் மாற்று மதங்களை நீங்கள் வெறுமனே சகித்துக்கொள்ளக் கூடாது. அவற்றை விருப்பத்தோடு உங்களுக்குள் உள்வாங்கிக்கொள்ள வேண்டும் என்கிறார் அசோகர். நீயும் வாழ்ந்துகொள் என்று மேலிருந்து குனிந்து பார்த்து இன்னொரு மதத்திடம் சொல்லாதீர்கள். மேலிருந்து இறங்கிவந்து அவர்களோடு சமமாக உரையாடுங்கள். அப்போது இருவரும் ஒரே தளம், இருவருமே ஒரே உயரம் என்பது இருவருக்கும் புரியும் என்கிறார் அசோகர்.

மாற்று நம்பிக்கைகளும் இருக்கட்டும் என்று சொல்லாதீர்கள். எனக்கொரு நம்பிக்கை இருப்பதுபோல் என் அருகில் இருக்கும் மனிதனுக்கு இன்னொரு வகை நம்பிக்கை இருக்கிறது. அதை நான் எப்படி எதிர்க்கவேண்டியதில்லையோ அவ்வாறே அனுமதிக்கவும் வேண்டியதில்லை. என் அனுமதியும் எதிர்ப்பும் சார்ந்து அந்த நம்பிக்கை உயிர் வாழவில்லை என்பதை நான் உணர்கிறேன். அது ஒரு சுதந்தர உயிர். அவ்வாறு இருப்பதற்கான எல்லா உரிமைகளையும் எல்லா நியாயங்களையும

அது கொண்டிருக்கிறது. என்னுடைய மதம் எனக்கொரு பார்வையை அளிப்பதுபோல் அவர் மதம் அவருக்கொரு பார்வையை அளிக்கிறது. இன்னொருவருக்கு இன்னொரு பார்வை. இவையெல்லாம் துண்டு, துண்டாகச் சிதறிக்கிடக்க வேண்டியவை அல்ல. அவை தொகுக்கப்படவேண்டும். புரிந்துகொள்ளப்படவேண்டும். ஒன்றாக்கப்படவேண்டும். அப்போதுதான் முழுமையான தரிசனம் கிடைக்கும். வேற்றுமை இயல்பானது. நம் ஒவ்வொருவருக்கும் பலனளிக்கக்கூடியது. நம் ஒவ்வொருவரையும் நிறைவுசெய்வது. இயற்கையானது. கடவுள்கள் அனைவருக்கும் விருப்பமானது. உயிர்கள் அனைத்துக்கும் பொதுவானது. எனவே அதுவே தம்மம்.

●

- 22 -

'அனைவரும் என் குழந்தைகள்!'

அசோகரை மக்கள் எவ்வாறு எதிர்கொண்டனர் என்று நமக்குத் தெரியாது. மக்களை அசோகர் எவ்வாறு எதிர்கொண்டார் என்பது மட்டுமே நமக்குத் தெரியும். அவர் சொற்களை மட்டுமல்ல உணர்வுகளையும் கல்வெட்டுகளிலிருந்து தெரிந்துகொள்ள முடிகிறது. சில இடங்களில் இறங்கிவந்து, தோளில் கைபோட்டு உரையாடுகிறார். சில இடங்களில், நீ ஏன் இதை இவ்வாறு அணுகக் கூடாது என்று எதிரில் அமரவைத்து ஆலோசனை சொல்கிறார். வேறு சில இடங்களில், இதைச் செய், அதைச் செய்யாதே என்று அரியணையில் ஏறி அமர்ந்துகொண்டு ஆணை பிறப்பிக்கிறார். கடிந்துகொள்கிறார். வருத்தப்படுகிறார். சிடுசிடுக்கிறார். எச்சரிக்கிறார். அன்பைப் பொழிகிறார். அரவணைத்துக்கொள்கிறார்.

கேட்கிறார்களோ இல்லையோ, பொருட்படுத்துகிறார்களோ இல்லையோ மக்களுடனான உரையாடலை நிறுத்திக் கொள்ளவேயில்லை அசோகர். தன் கனவுகளையும் அச்சங்களையும் எதிர்பார்ப்புகளையும் வருத்தங்களையும் தொடர்ந்து தன் மக்களோடு பகிர்ந்துகொண்டே இருந்தார் அவர். இதையெல்லாம் அவர் ஏன் செய்யவேண்டும்? தனக்கும் தன் மக்களுக்குமான உறவை முதல் முறையாகக் கலிங்கத்தில் (தனித்த பாறைக் கல்வெட்டு 1) வெளிப்படுத்துகிறார் அசோகர்.

'நாட்டிலுள்ள மக்கள் அனைவரும் என் குழந்தைகள். அவர்களிடமிருந்து நான் விரும்புவது ஒன்றைத்தான். அது என்ன? மக்கள் எனது பிரகடனங்களைப் பயன்படுத்திக்கொள்ளவேண்டும். இந்த வாழ்வில் மட்டுமல்ல, அடுத்த பிறவியிலும் மகிழ்ச்சியும் நன்மையும் உண்டாகவேண்டும்.'

அசோகர் மக்களிடம் உரிமை எடுத்துக்கொண்டு இவ்வளவு உரையாடியது ஏன் என்பதற்கான விடை இங்கே கிடைக்கிறது. நீங்கள் எனக்கு எதுவும் செய்ய வேண்டாம். வளமும் மகிழ்ச்சியும் பொங்க வாழ்ந்தால் அதுவே போதும் என்று சொல்லும்போது ஓர் எளிய தந்தையாக அசோகர் மாறுவதைப் பார்க்கிறோம். அவருடைய கண்டிப்பு தந்தையின் கண்டிப்பு. ஒரு தந்தை தன் குழந்தைகள்மீதுகொண்டிருக்கும் அக்கறையைத்தான் நான் உங்களிடம்கொண்டிருக்கிறேன். அனைவரும் என் குழந்தைகள் என்பதால் அனைவரையும் நான் சமமாகப் பாவிக்கிறேன் என்கிறார் அசோகர். கலிங்கத்திலுள்ள மற்றொரு கல்வெட்டிலும் (தனித்த பாறைக் கல்வெட்டு 2) அசோகர் இதையே மீண்டும் வலியுறுத்துகிறார்.

'நாட்டிலுள்ள மக்கள் அனைவரும் என் குழந்தைகள். இப்போது என் விருப்பம் என்ன? எல்லோரும் மகிழ்ச்சியாக வாழவேண்டும். எல்லோருக்கும் நன்மை கிடைக்கவேண்டும்.'

அசோகர் இந்த இரு கல்வெட்டுகளையும் கலிங்கத்தில் அமைத்திருக்கிறார் என்பதைக் கவனத்தில்கொள்ளவேண்டும். ஏற்கெனவே அவருடைய 14 பெரும்பாறைக் கல்வெட்டுகளில் 11 கலிங்கத்தில் தொகுப்பாக நமக்குக் கிடைத்துள்ளன. அவற்றோடு இந்த இரண்டும் சேர்கின்றன. தனித்த பாறைக் கல்வெட்டுகள் (1, 2) என்று இவற்றுக்குப் பெயரிட்டவர் ஜேம்ஸ் பிரின்ஸெப். (பெரும்பாறைக் கல்வெட்டுகளின் நீட்சியாகவும் இவற்றை அணுகலாம்). அசோகரின் பல செய்திகள் பல இடங்களிலும் சில செய்திகள் குறிப்பிட்ட ஒரு சில இடங்களிலும் கண்டெடுக்கப் பட்டிருக்கின்றன. ஒரே செய்தியை மீண்டும், மீண்டும் வெவ்வேறு விதங்களில், வெவ்வேறு அம்சங்களுக்கு அழுத்தம் கொடுத்துப் பதிவுசெய்ய அசோகர் தயங்கியதுபோல் தெரிய வில்லை. எந்தச் செய்தியை எந்த இடத்தில் பகிர்ந்துகொள்ள வேண்டும், அல்லது பகிர்ந்துகொள்ள வேண்டியதில்லை என்பதைக் குறிப்பிட்ட இடத்தில் வாழும் மக்களைக் கணக்கில்கொண்டு அவர் நிர்ணயித்திருக்கலாம்.

அனைவரும் என் குழந்தைகள் எனும் உணர்வுப்பூர்வமான அறிவிப்பை அசோகர் கலிங்கத்தில் வெளியிட்டதற்கான காரணம் வெளிப்படையானது என்கிறார் நயன்ஜோத் லாஹிரி. கலிங்கத்து நினைவுகளை அவரால் மறக்க முடியவில்லை. நான் என்னுடைய கடந்த காலத்திலிருந்து வெளிவந்துவிட்டேன். புது மனிதனாக மாறிவிட்டேன். சென்றமுறை ஆயுதமேந்தி உங்களைக் காணவந்தவன் இப்போது தம்மத்தை ஏந்தி நின்று கொண்டிருக்கிறேன். என்னை ஏற்றுக்கொள்ளுங்கள்; நான் உங்களைக் கைவிட மாட்டேன் என்று கலிங்கத்து மக்களிடம் தெரிவிக்க விரும்பியிருக்கிறார் அசோகர். உங்களை நான் எதிரியாகக் கருதிய காலம் ஒன்றுண்டு. அது மறைந்துவிட்டது. இனி எவருடனும் பகையில்லை எனக்கு. நீங்கள் என் குழந்தைகள். நான் உங்களை நாடி வந்திருக்கிறேன். இந்தப் பிறப்பில் மட்டுமல்ல, அடுத்ததிலும் நீங்கள் மகிழ்ச்சியோடும் நலமோடும் இருக்கவேண்டும் என்பதே என் ஒரே விருப்பம். அதைத் தவிர வேறு எதிர்பார்ப்புகளில்லை எனக்கு. கலிங்கத்துக்கு மட்டுமேயான செய்தி இது.

அனைத்து மக்களும் என்று சொல்லும்போது தன் ஆட்சிக்கு உட்பட்ட இந்தியா முழுவதையும்தான் அசோகர் குறிப்பிடுகிறார் என்றாலும் கலிங்கத்து மக்கள் தன்னைத் தந்தையாக ஏற்றுக் கொள்ளவேண்டும் என்று அவர் ஏங்கியிருக்கவேண்டும். கலிங்கம் வலுக்கட்டாயமாக இணைத்துக்கொள்ளப்பட்ட பகுதி. புவியியல் ரீதியில் மட்டுமின்றி மனதளவிலும் அசோகரிடமிருந்து பிரிந்திருந்த பகுதியும்கூட. போர்மூலம் கலிங்கத்தை அவர் மௌரியப் பேரரசோடு ஏற்கெனவே இணைத்துவிட்டார் என்றாலும் இன்னொருமுறை அம்மக்களைத் தம்மத்தைக் கொண்டு அசோகர் வெல்ல விரும்பியிருக்கவேண்டும்.

'எல்லையில் வாழ்பவர்களும் இன்னமும் ஆக்கிரமிக்கப் படாதவர்களும் அரசர் என்ன செய்யத் திட்டமிட்டிருக்கிராரோ என்று எண்ணிக்கொண்டிருக்கலாம். என் விருப்பம் என்னவென்பதை எல்லைப்புற மக்களுக்குத் தெரியப்படுத்த வேண்டும். என் சார்பாக அவர்களை ஆசையோடு, நன்றாகக் கவனித்துக்கொள்ளவேண்டும். மகிழ்ச்சி அவர்களுக்கும் உரியதுதான். அவர்கள் மகிழ்ச்சியோடு இருக்கவேண்டும் என்பதுதான் என் விருப்பமும் என்பது அவர்களுக்குத் தெரிவிக்கப்படவேண்டும்...' என்கிறது 2ஆம் தனித்த பாறைக் கல்வெட்டு.

முதலாம் தனித்த பாறைக் கல்வெட்டு எழுத்துகள், தௌலி

2ஆம் தனித்த பாறைக் கல்வெட்டு எழுத்துகள், தௌலி

எல்லைப்புறத்தில் வசிப்பவர்கள் வெளியாட்களாகக் கருதப்பட்ட காலம் அது. மக்களோடு இணைந்து வாழாதவர்கள், தொந்தரவு செய்பவர்கள் என்று அவர்கள் கருதப்பட்டனர். அசோகரோ கலிங்கத்து மக்கள் மட்டுமல்ல, எல்லையில் வாழ்பவர்களும் என் குழந்தைகளே என்கிறார். நேரடியாக அவர்களோடு உரையாடலையும் தொடங்குகிறார்.

கலிங்கத்தையே போரிட்டு அழித்தவர், நம்மை அடுத்து என்ன செய்யப்போகிறாரோ என்று எல்லையில் வாழும் மக்கள் அஞ்ச வேண்டியதில்லை. உங்களை ஆக்கிரமிக்கும் எண்ணமோ வெளியேற்றும் எண்ணமோ எனக்கு இல்லை. உங்களுக்கும் மகிழ்ச்சியை மட்டுமே நான் அளிக்க விரும்புகிறேன் என்கிறார் அசோகர்.

கடந்த காலத்தில் அவர்கள் இழைத்த குற்றங்களை 'மன்னர் மன்னிக்க விரும்புகிறார்.' அவர்களுக்கும் அறம் பொருந்தும் என்றும் நினைவுப்படுத்துகிறார். 'அவர்களும் அறத்தைப் பின்பற்றலாம். இந்த உலகிலும் மறு உலகிலும் அவர்கள் மகிழ்ச்சியாக இருக்கலாம்.' எல்லை மக்களே கலங்கத் தேவையில்லை எனும்போது கலிங்கத்து மக்கள் கவலை கொள்ளவேண்டிய அவசியமே இல்லை. நான் உங்களை ஏற்பதுபோல் நீங்களும் என்னை நம்பி, ஏற்றுக்கொள்ளுங்கள் என்று இறைஞ்சுகிறார் அசோகர்.

ஆக்கிரமிக்கப்பட்டவர்கள் என்பதால் மௌரிய அதிகாரிகள் கலிங்கத்து மக்களை அலட்சியத்தோடு கையாண்டிருக்கலாம். இவர்களும் என் குழந்தைகள்தாம் என்பதால் இவர்களிடமும் கரிசனத்தோடு நடந்துகொள்ளுங்கள் என்று தன் நிர்வாகிகளை அசோகர் எச்சரிக்க விரும்பியிருக்கிறார். எல்லைப்புற மக்களிடமும் அன்போடு நடந்துகொள்ளவேண்டும் என்று அறிவுறுத்தியிருக்கிறார்.

கலிங்கத்து நிர்வாகிகளுக்கும் சேர்த்தேதான் இந்த இரு கல்வெட்டுகளையும் அசோகர் பொறித்திருக்கவேண்டும் என்கிறார் நயன்ஜோத் லாஹிரி. கலிங்கத்தை மட்டுமல்ல, வெளியிலுள்ள பகுதிகளையும் அன்பால் வெல்லுங்கள் என்று கேட்டுக்கொள்கிறார் அசோகர். இவர்களால் தம்மத்தைப் புரிந்துகொள்ள முடியுமா என்று யோசிக்காமல் எல்லோரிடமும் எடுத்துச்செல்லுங்கள். என் செய்தியைப் பலமுறை படித்துக் காட்டி அவர்களை அமைதிப்படுத்துங்கள். மகாமாத்திரர்கள்

இங்கும் சென்று மேற்பார்வையிடட்டும் என்று கேட்டுக்கொள்கிறார் அசோகர்.

தன்னிடம் பணியாற்றும் அதிகாரிகள்தாம் என்றாலும் கனிவோடு அவர்களுக்கும் தன் நிலைப்பாட்டைப் புரியவைக்கிறார் அசோகர் (முதல் தனித்த பாறைக் கல்வெட்டு). அதிகாரிகள் 'சார்பற்று' பணியாற்றவேண்டும். 'பொறாமை, கோபம், கடுமை, அவசரம், உறுதியின்மை, சோம்பேறித்தனம்' போன்ற குணங்களைக் கைவிடவேண்டும். இவற்றைக் கொண்டிருப்பவர்களால் நடுநிலையோடு பணியாற்ற முடியாது. 'உடல் சோர்வாக இருந்தாலும் கடமையை நிறைவேற்ற முடியாது.' நீங்கள் மட்டுமல்ல, உங்களோடு பணியாற்றுபவர்களிடம் இந்தக் குணங்கள் தென்பட்டால் அவர்களிடம் பேசுங்கள், புரிய வையுங்கள் என்கிறார் அசோகர். என் சொற்களைக் கவனமாகப் பின்பற்றுங்கள். பலன்கள் கிடைக்கத் தொடங்குவதை நீங்கள் காண்பீர்கள். என்னை நம்புங்கள் என்கிறார் அசோகர். உங்கள் கடமையைச் செய்தால் சொர்க்கம் நிச்சயம் என்றும் நம்பிக்கையூட்டுகிறார்.

உஜ்ஜைனி, தட்சசீலம் உள்ளிட்ட பிற பகுதிகளிலும் இதே அணுகுமுறையைக் கையாளுங்கள் என்று அறிவுறுத்துவதன் மூலம் அனைத்து நிர்வாகிகளுக்குமான பொது ஆணையாக இதை மாற்றுகிறார் அசோகர்.

•

மனதையும் மாற்றியமைக்கமுடியும், புறச்சூழலையும் மாற்றியமைக்கமுடியும் என்பது அசோகரின் நம்பிக்கை என்றால் மனிதனால் எதையும் மாற்றவோ திருத்தவோ முடியாது; எல்லாமே முன்கூட்டியே தீர்மானிக்கப்பட்டுவிட்டன என்பது ஆசீவகத்தின் நிலைப்பாடு. 'நியதி' என்று அவர்கள் விதியை அழைத்தனர். நியதிக்கு முன்னால் மனிதச் செயல்கள் அர்த்தமிழக்கின்றன. வருத்தமோ மகிழ்ச்சியோ எது நேர்ந்தாலும் அனுபவித்து தீர்க்கவேண்டியதுதான். வாழ்வும் மரணமும் ஒரு சுழற்சிபோல் வந்துகொண்டே இருக்கும். அதிலிருந்து தப்புவது இயலாது. எனில் ஆசீவகர்கள் ஏன் கடுமையாக உடலை வருத்திக்கொண்டு துறவு பேணுகிறார்கள் எனும் கேள்விக்கு அதுவும் விதியின் விளையாட்டுதான் என்கிறது ஆசீவகம்.

அசோகரின் கல்வெட்டுகளில் தத்துவார்த்த விவாதங்கள் குறைவு. அவர் நடைமுறையில் அக்கறைகொண்டவராக இருந்தார்.

பௌத்தத்திலிருந்து துறவையல்ல, துடிப்பான வாழ்வைப் பெற்றுக்கொண்டார் அவர். துக்கத்திலிருந்து விடுபடுவது அவருக்குச் சாத்தியம். குற்றங்களிலிருந்து மீள்வது சாத்தியம். எந்நிலையிலும் வாழ்வின் பாதையை மாற்றிக்கொள்வது சாத்தியம். நிகழ்காலத்தை மட்டுமல்ல, எதிர்காலத்தையும் மாற்றியமைப்பது சாத்தியம்.

ஆசீவகம் பௌத்தர்களாலும் சமணர்களாலும் எதிர்க்கப்பட்டது. மற்கலி கோசாலரோடு வாதப் போர் நிகழ்த்தி புத்தர் வென்றதாகப் பௌத்தக் கதைகள் குறிப்பிடுகின்றன. பொஆமு 1ஆம் நூற்றாண்டுக்குப் பிறகு ஆசீவகம் செல்வாக்கிழந்துபோனதோடு நில்லாமல் சுவடே இன்றி காணாமலும் போனது. இன்று ஆசீவகத்தை நினைகூர்வதற்கு எஞ்சியிருக்கும் ஒரே சான்று அவர்கள் வாழ்ந்த சில குகைகள்.

பிகாரில் உள்ள கயாவுக்கு அருகில் அமைந்துள்ள பராபரில் நான்கு குடைவரைகளிலும் நாகார்ஜுனா மலையில் மூன்று குடைவரைகளிலும் ஆசீவகத் துறவிகள் வாழ்ந்திருப்பதற்கான சான்று கிடைத்துள்ளது. மக்களின் வாழ்விடத்திலிருந்து ஒதுங்கி தவம்புரிவதற்கு ஏற்ற வகையில் பாறைகளைக் குடைந்து இவை உருவாக்கப்பட்டுள்ளன. ஒவ்வொன்றிலும் இரண்டு அறைகள் இருக்கும். உள்ளே மேற்பரப்பு வழவழப்பாக இருக்கும். லோமாஸ் ரிஷி குகை என்னும் பெயரால் இன்று அழைக்கப்படும் பராபர் குடைவரையின் நுழைவாயில் கண்களைக் கவரக்கூடியது. யானைகளும் தூபிகளும் பொறிக்கப்பட்ட அழகிய வேலைப் பாடுகளோடுகூடிய இந்த நுழைவாயில் அமைப்பு சைத்தியம் என்று அழைக்கப்படுகிறது. இந்த ஒரு குடைவரை தவிர மற்றவை யாரால், யாருக்காக வழங்கப்பட்டவை என்பதை விவரிக்கும் கல்வெட்டுகள் கிடைத்துள்ளன.

'முடிசூடி பன்னிரண்டு ஆண்டுகளுக்குப் பிறகு பியதசி மன்னரால் இந்தக் குகை ஆசீவகருக்கு அர்ப்பணிக்கப்பட்டுள்ளது' என்கிறது ஒரு கல்வெட்டு. இரண்டாவது கல்வெட்டிலும் இதே செய்தி இடம்பெற்றிருக்கிறது. மூன்றாவது, 'முடிசூடி பத்தொன்பது ஆண்டுகளுக்குப் பிறகு துறவிகளுக்கு' அளிக்கப்பட்ட குகையைக் குறிப்பிடுகிறது. 'மழைக்காலத்தில் ஏற்படும் வெள்ளத்திலிருந்து காக்கும் பொருட்டு துறவிகளுக்கு அளிக்கப்பட்டது' என்கிறார் அசோகர். சுருக்கமான இந்த மூன்று கல்வெட்டுகளும் பராபரில் பொறிக்கப்பட்டுள்ளன.

லோமாஸ் ரிஷி குடைவரையின் நுழைவாயில், பராபர்

ஆசீவகர்களுக்கான குகைகள் அவர்கள் விரும்பும் வகையில் எளிமையாக, வேலைப்பாடுகள் எதுவுமின்றி காணப்படுகின்றன. உட்புறங்கள் வழுவழுப்பாக உள்ளன. அமர்ந்து தியானிப்பதற்கு ஏற்ற சூழலையும் அழகியலையும் இந்த அமைப்புக் கொண்டிருக்கிறது. அசோகரின் தூண்களிலும் இதேபோன்ற வழுவழுப்பைக் காணலாம். கண்ணாடி அறைக்குள் நுழைந்தது போலிருக்கிறது என்கிறார் நயன்ஜோத் லாஹிரி. வெளிச்சத்தம் எதுவும் கேட்காது. முழு அமைதி நிலவும். ஆசீவகர்கள் நிச்சயம் இவற்றை விரும்பியிருப்பார்கள்.

அசோகர் குறிப்பிடாவிட்டாலும் வேலைப்பாட்டோடு உள்ள குடைவரை பௌத்தர்களுக்கானது என்பதை எளிதில் சொல்லிவிடமுடியும். இதை பௌத்தர்களுக்கு அளிக்கிறேன் என்று சொல்ல அவருக்கு என்ன தயக்கம் என்னும் கேள்வியை அசோகரின் இயல்பைப் புரிந்துகொண்டவர்கள் கேட்க மாட்டார்கள். ஆசீவகர்களை மட்டும் ஏன் அழுத்தம் கொடுத்து அவர் குறிப்பிடவேண்டும் என்னும் ஐயமும் அவர்களுக்குத் தோன்றாது. எதைச் சொல்லவேண்டும், எதைச் சொல்லாமல் விடவேண்டும் என்பதை நன்கறிந்தவர் அசோகர். எளிய ஆசீவகக் குடைவரையையும் வேலைப்பாடுமிக்க பௌத்த

குடைவரையையும் அருகருகில் அமைத்ததற்குப் பின்னால் 'எல்லோரும் எல்லா இடங்களிலும் வாழவேண்டும்' என்னும் அவர் நோக்கம் செயல்பட்டிருக்குமா என்றால் இருக்கலாம் என்கிறார் நயன்ஜோத் லாஹிரி. கொள்கையளவில் முரண்பட்ட பௌத்தர்களும் ஆசீவகர்களும் தங்களுக்குள் உரையாடிக்கொள்ள வேண்டும் என்று அவர் விரும்பியிருக்கலாம். ஆசீவகர்களைக் குரூரமானவர்களாகக் காட்டும் பௌத்தப் பதிவுகள் உள்ளன. பௌத்தர்கள் போலன்றி சமணர்கள் ஆசீவகர்களோடு நெருக்கமாக இருந்திருக்கிறார்கள். ஆசீவகர்களில் பலர் தங்கள் சமயத்திலிருந்து வெளியேறி சமணத்தைத் தழுவியிருக்கிறார்கள்.

ஆசீவகர்கள் மீது பௌத்தர்கள் காட்டும் பகையுணர்வு தேவையற்றது என்று அசோகர் சொல்ல விரும்பியிருப்பார். ஆசீவகர்களின் நம்பிக்கையைப் பெறுவதற்கும் அவர் நிச்சயம் விரும்பியிருப்பார். ஆசீவகர்களுக்குப் பிடித்த வகையில் குடைவரைகளை உருவாக்கி அவர்களுக்குப் பரிசளித்ததன் மூலம், அவை யாருக்கானவை என்பதைத் திட்டவட்டமாகக் கல்வெட்டில் செதுக்கியதன்மூலம் அசோகர் வெளிப்படுத்த விரும்பிய செய்தி ஒன்றுதான். ஆசீவகர்களும் என் குழந்தைகள்தாம். அவர்களை நான் வேறுபடுத்திப் பார்க்க மாட்டேன். மற்ற குழந்தைகளும் அவ்வாறு செய்தால் மகிழ்வேன். பிந்துசாரர் ஆசீவகத்தை மதித்தவர்; பௌத்தத்தைத் தழுவுவதற்குமுன்பு அசோகரே ஆசீவகராக இருந்தவர்தான் போன்ற வாதங்களைச் சிலர் முன்வைக்கின்றனர். அசோகர் ஆசீவகர்களை அரவணைத்துக்கொண்டதற்கான காரணங்களை உண்மையில் நாம் சிரமப்பட்டுத் தேடவேண்டிய அவசியமே இல்லை. குழந்தைகள்மீது அன்பு செலுத்துவதற்கு ஒரு தந்தைக்கு வேறு காரணங்கள் தேவைப்படாது.

●

23

தூணிலும் இருப்பார்!

அசோகர் உருவாக்கிய முதல் கட்டுமானம் என்று மகாபோதி கோயிலைக் குறிப்பிடுவது வழக்கம். முடிசூடிய பத்தாம் ஆண்டு அசோகர் புத்த கயா சென்றார் என்று பார்த்தோம். புத்தர் ஞானம் பெற்ற போதி மரத்தை அவர் அப்போது வழிபட்டிருக்க வேண்டும். அங்கே ஏற்கெனவே சிறிய கோயில் எழுப்பப் பட்டிருக்கலாம். அசோகர் புதிய கட்டுமானங்களை அதில் சேர்த்திருக்கலாம். ஏற்கெனவே இருந்ததைப் புதுப்பித்திருக் கலாம். அல்லது, அவர் வருகைக்குப் பிறகு அங்கு ஏதேனும் பணிகள் தொடங்கப்பட்டிருக்கலாம். உறுதிபட எதுவும் சொல்வதற்கில்லை. இப்போதுள்ள மகாபோதி கோயில் பொ.ஆ 5 அல்லது 6ஆம் நூற்றாண்டில் குப்தர் காலத்தில் உருவானது. அதன்பின்னர் பலமுறை பலரால் புதுப்பிக்கப்பட்டது. கோயில் வளாகத்தில் அசோகரின் கல்வெட்டு எதுவும் இல்லை. ஆனால், அசோகர் அமர்ந்து தியானம்புரிந்த போதி மரத்துக்கு அடியில் அமைந்துள்ள வஜ்ராசனம் (வைர அரியாசனம்) அசோகரின் பெயரை மகாபோதியோடு இணைத்துவைக்கிறது.

மகாபோதியில் அகழ்வாராய்ச்சிகள் மேற்கொண்டதோடு வஜ்ராசனத்தை வெளிச்சத்துக்குக் கொண்டு வந்தவர் அலெக்சாண்டர் கன்னிங்காம். இப்போதுள்ள போதி மரம் அவர் நட்டதாம். மகாபோதி பற்றி விரிவான முதல் நூலை

வைர அரியாசனம்

மகாபோதியும் சாஞ்சியும் : ஓர் ஒப்பீடு

எழுதியவரும் இவர்தான். வஜ்ராசனம் என்பது 7 அடி 10 அங்குல நீளமும் 4 அடி 7 அங்குல அகலமும்கொண்ட ஒரு கற்பலகை. அதன் அனைத்துப் பக்கங்களிலும் அழகிய வேலைப்பாடுகளைக் காணலாம். பக்கவாட்டில் மலர், வாத்து, புறா ஆகிய மூன்றும் செதுக்கப்பட்டுள்ளன. அசோகரின் தூண்கள் பலவற்றில் வாத்துகளைக் காணலாம். மெய்யுணர்வோடு புத்தரைப் பின்தொடர்தல் என்னும் பொருளை வாத்து கொண்டிருக்கலாம் என்று சொல்கிறார்கள். வஜ்ராசனத்தில் காணப்படும் அதே வேலைப்பாடுகள் சாஞ்சியிலும் உள்ளதால் இரண்டிலுமுள்ள ஒற்றுமைகளைக் கொண்டு வஜ்ராசனம் அசோகருடையதுதான் என்னும் முடிவுக்கு ஆய்வாளர்கள் வந்துள்ளனர். மத்தியப் பிரதேசத்திலுள்ள பர்ஹூத் எனும் இடத்தில் அமைந்துள்ள அசோகர் தூபியிலும் இதே வஜ்ராசனம் இடம்பெற்றுள்ளது. பொஆ 7ஆம் நூற்றாண்டில் மகாபோதிக்கு வந்த யுவான் சுவாங், போதி மரத்தைச் சுற்றி அசோகர் கற்சுவர் எழுப்பியுள்ளதாகக் குறிப்பிட்டுள்ளார்.

அசோகர் நேபாளத்தில் விரிவான பயணங்களை மேற்கொண்டிருக்கிறார். அவர் வந்துசென்றதற்கான சான்றுகள் அங்கே கிடைத்துள்ளன. மகாபோதிக்கு வந்து நான்காண்டுகள் கழித்து, கபிலவஸ்துவிலுள்ள நிகாலி சாகர் எனும் இடத்துக்கு வந்திருக்கிறார். 19ஆம் நூற்றாண்டில் ஒரு நேபாள அதிகாரி வேட்டைக்குச் சென்ற இடத்தில் ஒரு தூணின் ஒரு பகுதியைக் கண்டுபிடித்திருக்கிறார். அசோகரின் தூண்கள் நிலத்துக்குள் ஊன்றி நடப்பட்டவை என்பதால் இந்தத் தூணின் அடிப்பாகத்தைத் தேடியிருக்கிறார்கள். கிடைக்காததால் இப்போதுள்ள பகுதி அருகிலிருந்து கொண்டுவரப் பட்டிருக்கலாம் என்று யூகிக்கப்படுகிறது.

நிகாலி சாகர் தூணிலுள்ள (2ஆம் எண்) கல்வெட்டு அசோகர் முடிசூடி 14 ஆண்டுகள் கழித்து இங்கே வந்திருந்ததை உறுதிசெய்கிறது. பௌத்தத் தொன்மக்கதைகளின்படி மொத்தம் 28 புத்தர்கள் தோன்றியிருக்கிறார்கள். அவர்களில் 26ஆவது புத்தரான கனகமுனி புத்தருக்குச் சொந்தமான இடம் நிகாலி சாகர். அவர் நினைவாக தூபியொன்று ஏற்கெனவே எழுப்பப் பட்டிருக்கிறது. அசோகர் அதை இரு மடங்கு பெரிதுப் படுத்தியதாகக் கல்வெட்டு குறிப்பிடுகிறது. அதன்பின் ஆறாண்டுகள் கழித்து அசோகர் நிகாலி சாகருக்கு வந்து, தூபியை வழிபட்டிருக்கிறார். நிகாலி சாகர் தூணின் உச்சியில் சிங்க உருவம்

நாகர்களிடமிருந்து புத்தரின் நினைவுச்சின்னங்களை
எடுக்க ராமகிராமத்திற்குச் செல்லும் அசோகர்.
சாஞ்சி – தெற்கு நுழைவாயில்

அசோகரின் நேபாளப் பயணம் (ராமகிராமம்), சாஞ்சி

இருந்ததை யுவான் சுவாங் பதிவுசெய்துள்ளார். இன்று அதை நாம் காண முடியவில்லை. தூண் இரண்டாக உடைந்திருக்கிறது என்றாலும் நல்ல வேளையாக, அசோகரின் எழுத்துகள் இருக்கும் பகுதி நமக்குக் கிடைத்திருக்கிறது.

அசோகர் நேபாளத்துக்கு வந்தபோது அந்தப் பகுதி ஏற்கெனவே பௌத்த யாத்ரீகர்களின் விருப்பத்துக்குரிய இடமாக மாறிவிட்டது என்கிறார் நயன்ஜோத் லாஹிரி. நிகாலி சாகரைத் தரிசித்த பிறகு கோடிஹாவா எனும் இடத்துக்குச் சென்றிருக்கிறார் அசோகர். கனகமுனிக்கு முந்தைய இடத்திலுள்ள க்ரகுச்சண்ட புத்தர் என்பவருடைய இடம் இது. சித்தார்த்த கௌதமர் இவர் காலத்தில்தான் பிறந்தாராம். சித்தார்த்தர்தான் அடுத்த புத்தர் என்பதை அறிவித்தவரும் இவர்தான் என்று சொல்லப்படுகிறது. அவருடைய நினைவைப் போற்றும் தூபியை அசோகர் வழிபட்டிருக்கிறார்.

அடுத்து, புத்தரின் பிறப்பிடமான லும்பினிக்குச் சென்றிருக்கிறார் அசோகர். அவருடைய பயண விவரங்கள் நம்மிடம் இல்லை என்பதால் மேலே உள்ள இடங்களைப் பார்த்துமுடித்துவிட்டு லும்பினிக்கு வந்தாரா அல்லது லும்பினியில் தொடங்கி அங்கிருந்து பிற இடங்களுக்குச் சென்றாரா என்பது தெரிய வில்லை. இரண்டாவதுதான் சாத்தியம் என்கிறார் நயன்ஜோத் லாஹிரி. 'முடிசூடி இருபது ஆண்டுகளுக்குப் பிறகு மன்னர் பியதசி இந்த இடத்துக்கு வருகைபுரிந்து, வழிபட்டு மரியாதை செலுத்தினார். இது புத்தர் பிறந்த இடம் என்பதால் ஒரு தூணும் சுற்றிலும் கற்சுவரும் எழுப்பினார்' என்கிறது லும்பினியிலுள்ள அசோகரின் சிறு தூண் கல்வெட்டு (எண் 1). ரும்மிந்தெய் தூண் கல்வெட்டு என்று நேபாளத்தில் இது அழைக்கப்படுகிறது.

பொஆ 5ஆம் நூற்றாண்டில் வருகைபுரிந்த பாஹியான், கபிலவஸ்து 'பாழ்பட்ட நிலமாக' இருந்தது; எங்கெங்கும் வெறுமையையே கண்டேன் என்கிறார். பௌத்தத் துறவி களையும்கூட அதிகம் காண முடியவில்லை என்றும் பயங்கரமான விலங்குகள்தாம் காணப்பட்டன என்றும் எழுதுகிறார். அசோகரின் தூண் புழுதியில் கிடந்ததோடு இடியும் விழுந்து பிளந்திருந்திருக்கிறது. தூண் போக, லும்பினியில் தூபிகளையும் அசோகர் எழுப்பியிருப்பதாகச் சொல்லப்படுகிறது. அவற்றுள் இன்று எஞ்சியிருப்பவை, காட்மாண்டுவிலுள்ள சுயம்புநாத், போத்நாத் ஆகிய இடங்களில் உள்ள இரு தூபிகள் மட்டுமே.

லும்பினியில் அசோகர் தூண்

உடைந்த தூண் பகுதியில் எழுத்துகள், நிகாலி சாகர்

பாஹியான் கண்டபோது வீழ்ச்சியடைந்திருந்த பௌத்தம் கிட்டத்தட்ட 1300 ஆண்டுகளுக்குப் பிறகு புத்துயிர் பெற்றிருக்கிறது. புத்தரின் பிறப்பிடம் பாழ்நிலமாக இருக்கக் கூடாது என்னும் முனைப்பில் தேரவாத பௌத்தர்களும் திபெத்தியர்களும் மற்றவர்களும் இணைந்து லும்பினியில் பல மடாலயங்களை எழுப்பியிருக்கிறார்கள். ரும்மிந்தெய் எனும் கிராமத்தில் புறக்கணிக்கப்பட்ட நிலையில் கிடந்த அசோகரின் தூண எடுத்துவந்து லும்பினியிலுள்ள மாயா தேவி கோயிலில் பொருத்தியிருக்கிறார்கள். இன்று லும்பினி உலக பௌத்தர்களின் புனித இடம். அசோகரின் தூணுக்கு முன்பு பிக்குகள் ஒன்று திரண்டு அமர்ந்து தியானிக்கிறார்கள்.

புத்தர் பிறந்த இடத்தில் வாழும் மக்களுக்காக ஏதேனும் செய்யவேண்டும் என்று கருதிய அசோகர், பின்வரும் வரிகளைக் கல்வெட்டில் இடம்பெறச் செய்திருக்கிறார்.

> 'புத்தர் பிறந்த இடம் என்பதால் இங்கு நிலவரியை ரத்து செய்துள்ளார் (பியதசி). பிற இடங்களில் உள்ள வரி விகிதத்தில் அல்லாமல் விளைச்சலில் எட்டில் ஒரு பகுதியை மட்டும் (இங்குள்ள) குடிமக்கள் செலுத்தினால் போதும்.'

தூண்களை எங்கும் எழுப்பலாம். இறந்தவர்களின் ஈமச்சின்னங்கள் புதைக்கப்பட்டிருக்கும் இடங்களில் மட்டுமே தூபி எழுப்பப்படுவது வழக்கம். இதன் அமைப்பு எளிமையானது. தொலைவிலிருந்து காண்பதற்கு உருண்டையாக மேடுபோல் தோற்றமளிக்கும். செங்கற்களாலும் கட்டி, சுண்ணாம்பு பூசி மெருகேற்றியிருப்பார்கள். சுற்றிலும் சின்னச் சின்ன மாடங்கள் அமைந்திருக்கும். இதில் விளக்கு ஏற்றி வழிபாடு செய்யலாம். தூபிக்குள் ஒரு சிறிய மண்டபம் அமைத்து உள்ளே அஸ்தி கலசத்தில் ஈமச்சின்னங்கள் (எலும்புத் துண்டுகள், சாம்பல் உள்ளிட்டவை) பாதுகாக்கப்படும். இறந்தவருக்கு மதிப்பளிக்கும் வகையில் மேலே ஒரு குடை, மரத்தில் அல்லது கல்லில் உருவாக்கப்பட்டு வைக்கப்படும். சாஞ்சியிலும் சாரநாத்திலும் இவ்வாறு கல்லால் செதுக்கப்பட்ட அழகிய குடையைக் காணலாம். தூபியைச் சுற்றி சுவர் எழுப்பப்பட்டிருக்கும்.

புத்தரின் சாம்பல் எட்டுப் பகுதிகளாகப் பிரிக்கப்பட்டு ராஜக்ருஹம், வைஷாலி, கபிலவஸ்து, அல்லகப்பா (பிகார்), ராமகிராமம், வேததீபம், பவா நகரம் (உத்தரப் பிரதேசம்), குஷிநகர் ஆகிய பண்டைய இந்தியப் பகுதிகளுக்கு

அனுப்பிவைக்கப்பட்டதாகச் சொல்லப்படுகிறது. இவற்றுள் சில இடங்களை அடையாளம் காண்பதில் மாறுபட்ட கருத்துகள் நிலவுகின்றன. ஆரம்பத்தில் மணலாலும் செங்கற்களாலும் தூபிகளை எழுப்பியிருக்கிறார்கள் என்பதால் காலப்போக்கில் அவை அழிந்துவிட்டிருக்கின்றன. மொத்தமுள்ள எட்டில் அசோகர் ஏழு தூபிகளைக் கண்டறிந்து புதுப்பித்திருப்பதாகப் பௌத்தப் பதிவுகள் தெரிவிக்கின்றன.

நேபாளத்தில் அசோகர் மேலும் பல தூண்களை எழுப்பி இருக்கலாம். அவை காணாமல் போயிருக்கும் என்கிறார் லாஹிரி.

•

அசோகர் தூண்களின் காலவரிசையை ஆராய்ந்த சிலர் வைஷாலியில் (பிகார்) இருக்கும் தூணே முதலாவதாக உருவாக்கப்பட்டிருக்கும் என்கிறார்கள். ஒப்பீட்டளவில் பருமனான, உயரத்தில் குறைவான தூண் இதுவே. உச்சியில் தனித்து அமர்ந்திருக்கும் சிங்கம் மௌரியச் சிற்பக் கலையின் மேன்மையை அமைதியாகப் பறைசாற்றுகிறது. புத்தர் இறுதியாகப் பயணம் மேற்கொண்ட திசை என்பதால் சிங்கம் வடக்கு நோக்கி அமர்ந்திருக்கிறது என்று சிலர் கற்பனை செய்கிறார்கள். சிங்கமுகத் தூண் என்று பெயர் பெற்றுவிட்ட வைஷாலி தூண் நம்மைக் கவர்ந்திழுக்கக்கூடியது. இந்தத் தூணில் அசோகரின் எழுத்துகள் எதுவும் இல்லை. 'அசோக ராஜாவால்' எழுப்பப்பட்ட சிங்கத்தூண் என்று யுவான் சுவாங் இதனைக் குறிப்பிடுகிறார்.

மகாஜனபதங்களுள் ஒன்றான வஜ்ஜியின் தலைநகரம் வைஷாலி. பாஹியான், யுவான் சுவாங் இருவருடைய குறிப்புகளைக் கொண்டு வைஷாலியிலுள்ள பஸ்ரா என்னுமிடத்தில் கன்னிங்காம் அகழ்வாராய்ச்சி மேற்கொண்டதன் தொடர்ச்சியாக, சிங்கத் தூண் நமக்குக் கிடைத்திருக்கிறது. செங்கற்களால் கட்டப்பட்ட தூபியும் பழங்காலச் சிதிலங்களும் கண்டறியப் பட்டுள்ளன. மணலோடு சேர்ந்த சாம்பல், முத்திரைக் காசு, சங்கு, இரு கண்ணாடி மணிகள், சிறு துண்டு தங்கம் ஆகியவற்றைக் கொண்ட கலசம் கண்டெடுக்கப்பட்டுள்ளது. தற்போது இது பாட்னா அருங்காட்சியகத்தில் உள்ளது. கலசத்தின்மீது வைக்கப்பட்ட கல் குடையின் ஒரு துண்டும் கிடைத்துள்ளது.

ராஜஸ்தான் மலைப்பகுதியில் அமைந்திருக்கிறது பைரத். இங்குள்ள அசோகரின் தாக்கத்துக்கு உட்பட்ட பகுதியை

எழுத்துகளைக்கொண்ட மலை என்னும் பொருளில் 'பிஜக் கி பஹாரி' என்று இப்பகுதியைச் சார்ந்தோர் அழைக்கிறார்கள். வட்ட வடிவிலான கோயிலொன்றை அசோகர் இங்கே எழுப்பியிருப்பதாகத் தெரிகிறது. கல்கத்தா பைரத் கல்வெட்டு எனும் பெயரால் அழைக்கப்படும் 3ஆம் சிறுபாறைக் கல்வெட்டு இந்தக் கோயிலுக்கு எதிரில்தான் கண்டெடுக்கப்பட்டது. புத்தர், தம்மம், சங்கம் மூன்றிலும் உள்ள தன் பிடிப்பை முதல் முறையாக அசோகர் அறிவிக்கும் கல்வெட்டு இது. கோயிலின் வெளிப் புறத்தில் சில பிராமி எழுத்துகள் கண்டெடுக்கப்பட்டுள்ளன. பௌத்த ஏடுகளிலிருந்து தேர்ந்தெடுக்கப்பட்ட சில வாசகங்களாக அவை இருக்கலாம் என்று கருதப்படுகிறது.

●

அசோகரின் தூண்களில் மிகவும் அழகானது என்று சாரநாத் தூணை அழைக்கிறார் டி.டி. கோசாம்பி. மௌரியச் சிற்பக் கலையின் உன்னதமான அடையாளம் என்று இந்தத் தூண் விதந்தோதப் படுகிறது. உயரமான தூணின் உச்சியில் நான்கு சிங்கங்கள் முதுகோடு முதுகு ஒட்டியபடி, நான்கு திசைகளைப் பார்த்தபடி அமர்ந்திருக்கின்றன. கீழே உள்ள பறற்கட்டையில் குதிரை, காளை, யானை, சிங்கம் ஆகிய நான்கு விலங்குகள் வடிக்கப்பட்டுள்ளன. ஒவ்வொரு விலங்குக்கும் நடுவில் ஒரு தர்மச் சக்கரம் இடம்பெற்றிருக்கிறது. நான்கு திசைகளையும் காவல் காக்கும் விலங்குகளாக பௌத்தர்கள் இவற்றைக் கருதுகின்றனர். புத்தரின் வாழ்வோடு தொடர்புடைய விலங்குகளாகவும் இவற்றைக்கொள்ளலாம். பறற்கட்டைக்குக் கீழே தாமரை இதழ்களை விரித்துக் கவிழ்ந்த நிலையில் காணப்படுகிறது. சிங்கங்கள் முதல் கவிழ்ந்த தாமரை வரையிலான அசோகரின் இந்தச் சிற்பம், இந்தியாவின் தேசியச் சின்னமாக ஏற்றுக்கொள்ளப்பட்டது. அவ்வாறு திகழ்வதற்கான அனைத்துத் தகுதிகளையும் சாரநாத் சிங்கத் தூண் கொண்டிருக்கிறது என்கிறார் கோசாம்பி. சாரநாத் தூண் ஒளிபோல் சுடர்விடுகிறது, மின்னுகிறது என்கிறார் யுவான் சுவாங்.

புத்தரையும் அசோகரையும் ஒருசேர நினைவுப்படுத்தும் உலகப் புகழ்பெற்ற மாபெரும் கட்டுமானம் என்று சாரநாத்தை அழைக்கமுடியும். புத்தர் தனது முதல் உபதேசத்தை நிகழ்த்தியது இங்கேதான். பௌத்தர்களின் புனிதத்தலமாக அன்று முதல் இன்றுவரை சாரநாத் நீடிக்கிறது. பல்வேறு சிந்தனைகள்

ஒன்றுகூடும் இடமாகத் திகழ்ந்த வாரணாசிக்கு அருகில் அமைந்திருப்பதால்தான் சாரநாத்தை, புத்தர் தேர்ந்தெடுத்தார் என்றுகூடச் சொல்லப்படுவதுண்டு. பௌத்தப் பிரதிகளின்படி சங்கம் எனும் அமைப்புக்கான அடித்தளத்தை அவர் சாரநாத்தில்தான் அமைத்தார்.

கலிங்கப் போருக்குப் பிறகு அசோகர் சாரநாத்தில் பல கட்டுமானங்களைத் தொடங்கியதாகச் சொல்லப்படுகிறது. அவற்றுள் ஒன்று செங்கற்களால் கட்டப்பட்ட 'தர்மராஜிக ஸ்தூபா'. தாமேக் தூபி என்று அழைக்கப்படும் இந்த மாபெரும் தூபி புத்தரின் எலும்பு, சாம்பல் உள்ளிட்ட ஈமச்சின்னங்களைப் பாதுகாப்பதற்காக அசோகரால் முதலில் எழுப்பப்பட்டது என்று சொல்கிறார்கள். இதை உறுதிசெய்யும் அசோகரின் கல்வெட்டு எதுவும் சாரநாத்தில் கிடைக்கவில்லை. தற்போது நாம் காணும் பிரம்மாண்டமான தூபி அசோகருக்குப் பின்னர் வந்தவர்களால் கட்டமைக்கப்பட்டது. பொஆ 1ஆம் நூற்றாண்டில் குஷாணர்கள் மேலும் பல புதிய கட்டுமானங்களைச் சாரநாத்தில் உருவாக்கினார்கள். கனிஷ்கர் காலத்தில் அசோகர் தூணில் புதிய கல்வெட்டுச் செய்தி சேர்க்கப்பட்டது. பின்னர் குப்தர்களும் சாரநாத்தைச் செழுமைப்படுத்தினார்கள். தூணில் அவர்களுடைய எழுத்துகளும் பொறிக்கப்பட்டன.

ஹர்ஷவர்தனர் சாரநாத்தைப் புதுப்பிக்கும் பணிகளை மேற்கொண்டார். அப்போது வருகை தந்த யுவான் சுவாங் அசோகரின் தர்மராஜிக தூபியையும் தூணையும் கண்டிருக்கிறார். இரண்டும் கண்ணாடிபோல் பளபளப்போடு இருந்ததாகக் குறிப்பிடுகிறார். வழிபடும் இடமாக மட்டுமின்றி கிட்டத்தட்ட நாளந்தாபோல் 1,500 மாணவர்கள் தங்கிப் படிக்கும் கல்விக்கூடமாகவும் சாரநாத் வளாகம் திகழ்ந்ததாகச் சொல்கிறார் யுவான் சுவாங். 1017ஆம் ஆண்டு முகமது கஜினி படையெடுத்து வந்தபோது சாரநாத்தும் சேதங்களைச் சந்தித்தது. நாளடைவில் சாரநாத்தை இந்தியா மறந்தே போனது.

சாரநாத்தில் முதல் முதலாக அகழ்வாராய்ச்சியை முறைப்படி தொடங்கி வைத்தவர் காலின் மெக்கன்சி. அவர் பணியைத் தொடர்ந்து மேற்கொண்டவர் அலெக்சாண்டர் கன்னிங்காம். தூபிக்கு அடியிலிருந்த கலசத்தைக் கண்டறிந்தவர் இவர்தான். அதன்பின் தயா ராம் சஹானி மேற்கொண்ட ஆய்வு முக்கியமானது. இந்த ஆய்வுகளில் ஏராளமான சிற்பங்கள்,

கற்குடைகள், கல்வெட்டுகள், புடைப்புச் சிற்பங்கள் உள்ளிட்டவை சேகரிக்கப்பட்டன. இன்றுள்ள சாரநாத் புனரமைக்கப்பட்ட ஒரு தொகுப்பு. பரந்து, விரிந்த ஒரு மாபெரும் பௌத்தக் கலைக்கூடம். அசோகர் தூண் உடைந்துவிட்டதால் அதன் துண்டுகள் மட்டும் காட்சிக்கு வைக்கப்பட்டுள்ளன. உடைந்த தூணில் கல்வெட்டுகள் இடம்பெற்றுள்ளன.

●

புத்த கயா, சாரநாத் இரண்டோடும் அணி சேர்க்கப்படும் மற்றொரு முக்கியத் தலம், சாஞ்சி. போபாலிலிருந்து 50 கி.மீ. தொலைவில், ஆள் அரவமற்ற ஒரு தனி உலகம்போல் அமைந்திருக்கிறது சாஞ்சி. சாரநாத்போல் இதுவும் ஒரு பிரம்மாண்டமான பௌத்த வளாகம். ஐம்பதுக்கும் மேற்பட்ட அழகிய, முக்கியமான கட்டுமானங்கள் இந்த வளாகத்துக்குள் அமைந்திருக்கின்றன. அசோகரோடு தொடர்புடைய கட்டுமானங்களில் அவர் மனதுக்கு நெருக்கமானது சாஞ்சி என்று கருதப்படுகிறது.

மிகுந்த விருப்பத்தோடு அசோகர் கட்டமைத்த சாஞ்சியின் வரலாறு பரிதாபகரமானது. ஜான் மார்ஷல் கண்டறிந்து ஆய்வுகள் நடத்தும்வரை பல நூற்றுக்கணக்கான ஆண்டுகளாக இருளில் புதைந்துகிடந்திருக்கிறது சாஞ்சி. புதையுண்டு போன எச்சங்களிலிருந்து சிற்பங்களும் கலை வேலைப்பாடுகள் மிக்க கட்டடப் பகுதிகளும் மிகுதியாகக் களவாடப்பட்டிருக்கின்றன. தூண்கள் பெயர்த்து எடுக்கப்பட்டிருக்கின்றன. மார்ஷல் கண்டறிந்த பிறகும்கூட சாஞ்சியின் நிலை மாறிவிடவில்லை. விலைமதிப்புள்ள பொருள்கள் ஏதேனும் கிடைக்குமா என்னும் ஆர்வத்தில் பலரும் உள்ளே புகுந்து ஏற்கெனவே சேதமடைந்த பகுதிகளுக்கு மேலும் சேதங்களை ஏற்படுத்தியிருக்கிறார்கள். இவையெல்லாம் போதாதென்று தொல்லியல் ஆய்வு மேற்கொண்டவர்களும் தங்கள் பங்குக்கு கண்ணில் கண்டதையெல்லாம் பிரித்தும் பிளந்தும் போட்டிருக்கிறார்கள். சில தூபிகள் அழிந்ததற்கு மார்ஷலும் ஒரு காரணம் என்று சொல்லப்படுகிறது.

சாரநாத் போலவே சாஞ்சியும் அடுத்தடுத்த காலகட்டங்களில் விரிவாகக் கட்டப்பட்டிருக்கிறது, புனரமைக்கப்பட்டிருக்கிறது. அசோகருக்குப் பிறகு கூடுதலாகப் பல பகுதிகள் சேர்க்கப்பட்டன. அதன்பின் நீண்டகாலம் பொலிவிழந்து கிடந்த சாஞ்சி மீண்டும் புத்தாக்கம் பெற்று எழுந்துள்ளது. இன்றுள்ள சாஞ்சி தூபியோடு

சாஞ்சி தூபி

ஒப்பிடும்போது அசோகர் கட்டுவித்த மாபெரும் தூபி அளவில் சிறியது. அழகிய தூணொான்றையும் அசோகர் நிறுவியிருக்கிறார். தெற்கு நுழைவாயிலில் அந்தத் தூண் இடம்பெற்றுள்ளது. ஆனால், முழுமையாக அல்லாமல் மூன்று துண்டுகளாகக் கிடைத்துள்ளது. சாரநாத் தூண் போலவே சாஞ்சி தூணின் உச்சியிலும் நான்கு சிங்கங்களின் சிற்பம் இடம்பெற்றுள்ளது. அது இப்போது சாஞ்சி அருங்காட்சியகத்தில் காட்சிப்படுத்தப் பட்டுள்ளது.

சாஞ்சியின் தோரண வாயில்கள் தனிச்சிறப்புமிக்கவை. மொத்தம் நான்கு வாயில்கள் உள்ளன. அவை வெவ்வேறு காலகட்டத்தைச் சேர்ந்தவை. இருப்பதிலேயே பழமையானது தெற்கு நுழை வாயில். நான்கிலும் ஒரு சிறிய இடத்தைக்கூட வெறுமையாக விடாமல் சிற்பத் தொகுதிகளைச் செதுக்கி வைத்திருக்கிறார்கள் கலைஞர்கள். புத்தர் வாழ்வில் இடம்பெற்ற நிகழ்வுகளும் ஜாதகக் கதைகளும் புத்தகத்தின் பக்கங்கள்போல் அருகருகில் விரிகின்றன. இங்குள்ள கல் வேலிகளில் நுணுக்கமான விலங்குகள், மலர்கள், பறவைகள், தாவரங்கள் என்று பலவிதமான புடைப்புச் சிற்பங்களைக் காணலாம். சாஞ்சியை அணு, அணுவாக விவரித்தும் விளக்கியும் கொண்டாடியும் பல நூல்கள் வெளிவந்திருக்கின்றன. அசோகர் தன் மனைவிகள் சூழ இருக்கும் சிற்பத்தையும் இங்கு காணமுடியும்.

சாஞ்சியிலும் அசோகரின் கல்வெட்டு கிடைத்துள்ளது. சாரநாத், சாஞ்சி, கௌசாம்பி (உத்தரப் பிரதேசம்) இந்த மூன்று இடங்களிலும் கிடைத்துள்ள கல்வெட்டுகளை ஆய்வாளர்கள் இணைத்து வாசிப்பது வழக்கம். மூன்றின் கருப்பொருளும் ஒன்றுதான். பௌத்தப் பிளவு. இந்தக் கல்வெட்டுகளில் முதல் முறையாக ஒரு மாறுபட்ட அசோகரை நாம் காண்கிறோம். அந்த அசோகர் ஒரு கனிந்த பௌத்தராக இருக்கிறார். உலகம் குறித்தும் உயிர்கள் குறித்தும் சிந்தித்துக்கொண்டிருந்த அசோகர் இங்கே பௌத்தம் பற்றிக் கவலைப்படுவதைப் பார்க்கிறோம்.

●

24

பௌத்தமும் அதற்கு அப்பாலும்

அசோகர் பௌத்தத்தைத் தழுவியது பௌத்தத்தின் வரலாற்றில் மட்டுமின்றி உலக வரலாற்றிலும் ஒரு முக்கியமான நிகழ்வாகக் கருதப்படுகிறது. புத்தர் முறையான ஒரு மதத்தைத் தோற்று வித்தவர் அல்லர். சங்கத்தைத்தான் அவர் தோற்றுவித்தார். இல்லறப் பொறுப்புகளிலிருந்து விடுபட்டு முழுநேரத் தேடலில் ஈடுபடுபவர்களை அரவணைத்துக்கொள்வதற்காகவும் அவர்களை ஓர் ஒழுங்குக்குள் கொண்டுவருவதற்காகவும் ஏற்படுத்தப்பட்ட அமைப்பே சங்கம். புத்தருக்குப் பிறகு அவர் உபதேசங்களைப் பாதுகாப்பதற்கும் பரப்புரை செய்வதற்குமான ஓர் அமைப்பாகவும் சங்கம் வளர்ச்சி கண்டது.

இந்தியாவின் கிழக்குப் பகுதியில் ஒரு சிறு குழுவினரால் பின்பற்றப்பட்டுவந்த பௌத்தத்தை கிழக்கு ஆசியாவரை கொண்டுசென்றவர் அசோகர். பௌத்தம் இன்று உலகம் முழுக்கப் பரவியிருக்கிறது என்றால் அதற்கான முன்முயற்சி அவரிடமிருந்து தொடங்கியதுதான். பாறைமுதல் தூண்வரை எங்கும் தம்மத்தைப் பரப்பியவர் அவர். தம்மம் இந்தியாவுக்கானதல்ல, உலகுக்கானது எனும் ஆழ்ந்த நம்பிக்கையோடு இறுதிவரை இயங்கியவர் அவர். அதனால்தான் பௌத்த இலக்கியங்கள் அவரை ஒரு நிலப்பரப்புக்கான பேரரசராக அல்லாமல் ஒரு மதத்தின் தலைவராகவும்

புரவலராகவும் உயர்த்திக் காட்டுகின்றன. சில நேரம் இந்த அடையாளங்கள் ஒன்றோடொன்று கலந்து உறவாடுகின்றன. சில நேரம் எதிரெதிரே முரண்பட்டு நிற்கின்றன. அசோகர் யாராக இருந்தார்? ஒரு நிலத்தின் தலைவராகவா, ஒரு மதத்தின் தலைவராகவா அல்லது ஒரே நேரத்தில் இரண்டுமாகவா?

●

முதலில் பெளத்த அசோகரைப் பார்த்துவிடுவோம். அசோகருக்குத் தம்மம் எவ்வளவு முக்கியமானதாக இருந்தது என்பதை உணர ஏராளமான கல்வெட்டுகள் இருக்கின்றன. ஆனால், பெளத்தத்துக்கும் அவருக்குமான பிணைப்பைப் புரிந்துகொள்ள உதவும் கல்வெட்டுகள் குறைவாகவே உள்ளன. அவற்றுள் ஒன்று 3ஆம் சிறுபாறைக் கல்வெட்டு. 'மகத அரசனான பியதசி சங்கத்தை வணங்கி, அவர்களெல்லாம் (பிக்குகள்) நல்ல ஆரோக்கியத்தோடும் மகிழ்ச்சியோடும் வாழவேண்டும் என்று வாழ்த்தி பின்வருமாறு பேசுகிறார்: புத்தம், தம்மம், சங்கம் ஆகியவற்றின்மீது எந்த அளவுக்கு மதிப்பு வைத்துள்ளேன் என்பதை மரியாதைக்குரியவர்களாகிய நீங்கள் அறிவீர்கள். புத்த மகான் என்னவெல்லாம் சொன்னாரோ அனைத்தும் உண்மை.'

பெளத்தர்களுக்கு நெருக்கமான புத்தம், தம்மம், சங்கம் மூன்றையும் அசோகர் ஒருசேர குறிப்பிடும் இந்தக் கல்வெட்டை பெளத்தர்கள் முக்கியமானதாகக் கருதுகின்றனர். அசோகர் அடிப்படையில் ஒரு பெளத்த சக்கரவர்த்தியே என்னும் வாதத்தைத் தொடங்கி வைக்க இந்த வாசகங்கள் உதவிக்கு வருகின்றன. வாதத்துக்கு வலுசேர்க்கவேண்டுமானால் சற்றே விரிவான ஒரு கல்வெட்டுத் தொகுப்பை எடுத்துக்கொள்ளலாம். 'சாரநாத்-சாஞ்சி-கௌசாம்பி கல்வெட்டுகள்' என்றும் 'பிளவுக் கல்வெட்டுகள்' என்றும் அழைக்கப்படும் அந்தக் கல்வெட்டு களில் சங்கத்தின்மீது அசோகர் கொண்டிருந்த பற்று துலக்கம் பெறுகிறது.

அசோகர் காலத்தில் சங்கம் எத்தகைய அமைப்பாக இருந்தது என்பதை விரிவாக அறிந்துகொள்ள முடியவில்லை. ஆனால், தன் வாழ்வின் பிற்பகுதியில் அசோகர் சங்கத்துக்கு மிகவும் தாராளமாகப் பொன்னும் பொருளும் அள்ளிக்கொடுத்ததாக இலங்கை, இந்திய பெளத்தர்களின் பதிவுகள் புகழ்கின்றன. மேலும், சங்கத்தின் நலன்கள்மீது அக்கறை செலுத்தியிருக்கிறார். சங்கத்தில் சச்சரவுகள் முளைத்தபோது

கவலையடைந்திருக்கிறார். அந்தச் சச்சரவுகளைத் தீர்க்க வேண்டும் என்றும் விரும்பியிருக்கிறார்.

அசோகர் கவலைகொள்ளும் அளவுக்குச் சங்கத்தில் அப்படி என்ன நடந்துவிட்டது என்பது சொல்லப்படவில்லை. 'பிளவுகள்' வெடித்திருக்கின்றன என்பது மட்டும் தெரிகிறது. தத்துவார்த்த விவாதங்கள் காரணமாக ஏற்பட்ட பிளவா, அதிகாரப் போட்டியால் நேர்ந்த பிளவா அல்லது வேறு ஏதேனும் அரசியல் காரணங்கள் இருந்திருக்குமா என்பது தெரியவில்லை. ஆனால், சங்கத்தின் இருப்பையும் எதிர்காலத்தையும் பிளவுகள் அச்சுறுத்தும் என்று அசோகர் அஞ்சியிருப்பதை அவர் கல்வெட்டுகள்வழி அறியமுடிகிறது. சங்கம் ஒரு நாளும் உடையக் கூடாது. அப்படி உடைவதை நாம் பார்த்துக் கொண்டிருக்கக் கூடாது என்கிறார் அசோகர். சங்கத்தைப் பிளக்கும் முயற்சியில் ஈடுபடும் பிக்குகளுக்கும் பிக்குணி களுக்கும் தண்டனைகளைப் பிறப்பிக்கிறார்.

முடிசூடிய 27ஆம் ஆண்டு அசோகர் பிறப்பித்திருக்கும் முதலாம் குறும் தூண் கல்வெட்டு சாரநாத்தில் இடம்பெற்றிருக்கிறது. அதன் செய்தி இது. 'சங்கம் எக்காரணம்கொண்டும் எவராலும் பிளக்கப்படக் கூடாது. ஒரு பிக்குவோ பிக்குணியோ சங்கத்தைப் பிளந்தால் அவனோ அவளோ வெள்ளை ஆடை தரிக்கவேண்டும். வாழத் தகுதியற்ற இடங்களில் வாழவேண்டும்' என்கிறார் அசோகர். இதே செய்தியைச் சொல்லும் சாஞ்சி கல்வெட்டு, 'பௌத்தத்தில் நம்பிக்கை இல்லாத எந்தத் துறவியும் சங்கத்தின் ஒற்றுமையைக் குலைக்க அனுமதிக்கக் கூடாது' என்கிறது. தண்டனை விதித்ததுபோக சில நடவடிக்கைகளையும் அசோகர் எடுத்திருக்கிறார். 'பிக்குகளையும் பிக்குணிகளையும் ஒன்று சேர்த்துள்ளேன். அவர்கள் ஒற்றுமையாக இருக்கவேண்டும். சூரியனும் சந்திரனும் இருக்கும்வரை சங்கத்தில் ஒற்றுமை நிலவவேண்டும்' என்று வேண்டிக்கொள்கிறார்.

பௌத்த சங்கத்துக்குள் பிரிவுகள், உப பிரிவுகள் போன்றவை பெருகியிருக்கிலாம். கோட்பாடு அளவில் மட்டுமின்றி பிக்குகளுக்கும் பிக்குணிகளுக்குமான மோதலாகவும் அவை வெடித்திருக்கலாம். சமூக முரண்களுக்கு என்ன தீர்வை முன்வைத்தாரோ அதையேதான் அசோகர் சங்கத்துக்கும் முன்வைத்திருக்கிறார். வேறுபடும் சக்திகள் பிரிந்திருக்கும்வரை பிளவும் நீடிக்கவே செய்யும். எதிரெதிர் கருத்துகள் அருகருகில்

வரட்டும். பகைகொண்ட மனிதர்கள் பக்கம், பக்கம் வாழட்டும். ஒற்றுமை தானாகவே மலரும். இதுதான் அசோகரின் வழி. சங்கத்தைக் குலைக்கும் சக்தி வெளியில் இல்லை, உள்ளுக்குள் தான் அடங்கியிருக்கிறது என்பதை உணர்ந்ததால் பிக்குகளையும் பிக்குணிகளையும் ஒன்றுசேர்த்திருக்கிறார். ஒற்றுமையையும் முன்வைத்திருக்கிறார்.

அவ்வாறு முன்வைக்கவேண்டிய அவசியம் பௌத்தர்களுக்கே ஏற்பட்டிருக்கிறதே என்று அவர் நிச்சயம் வருந்தியிருக்க வேண்டும். பௌத்தத்தின் உயிர்நாடியான சங்கத்தில் ஒற்றுமை இல்லை என்றால், சமூகத்தில் வேறு எங்கு ஒற்றுமையைக் காணமுடியும்? வாழ்க்கைமுறையாக ஒழுங்கைக் கைகொள்ள வேண்டிய பிக்குகளும் பிக்குணிகளும் ஏன் ஒழுங்கைக் குலைக்க முயலவேண்டும்? ஒருமைப்பாட்டை மதிக்கத் தெரியாத பௌத்தர்களை, பௌத்தர்கள் என்று எப்படி அழைக்கமுடியும்? பிக்குகள் என்றால் என்ன வேண்டுமானாலும் செய்யலாமா? சங்கத்தைக் காட்டிலும் அதன் உறுப்பினர்கள் மேலானவர்களாக மாறிவிட்டார்களா? புத்தரின் உபதேசங்களுக்கு எதிராகச் செல்லத் துணிபவர்களிடமிருந்து பௌத்தத்தை எப்படி இன்னொருவர் பெற்றுக்கொள்ளமுடியும்?

பிக்குகளையும் பிக்குணிகளையும் தண்டிக்கவேண்டும் என்று அசோகர் முடிவெடுத்ததற்குப் பின்னால் சினம் மட்டுமல்ல சோகமும் இருந்திருக்கவேண்டும். எவ்வளவு மூத்த பிக்குவாக இருந்தாலும், எவ்வளவு கற்றறிந்தவராக இருந்தாலும், அவரால் ஒற்றுமை குலையும் என்றால் அவரை வெளியேற்றிவிட வேண்டும். பிக்குகளுக்கான ஆடையைத் துறந்து சாமானியர்கள் போல் அவர்கள் இனி வெள்ளாடை உடுத்தவேண்டும். ஊரைவிட்டே வெளியேற்றவேண்டும் என்று ஆணையிடுகிறார்.

மகாமத்திரர்களுக்கு இந்தச் செய்தியின் ஒரு பிரதியை அனுப்பிவைத்து, எல்லோரும் பார்க்கும் இடத்தில் இதைக் காட்சிப்படுத்துங்கள் என்று அறிவுறுத்துகிறார் அசோகர். பௌத்தத்தில் ஆர்வமுள்ளவர்கள் இந்தச் செய்தியை வாசிக்கட்டும். சங்கம் ஒன்றுபட்டு இருக்கவேண்டியதன் முக்கியத்துவத்தை அவர்கள் புரிந்துகொள்ளட்டும். முக்கிய தினங்களில் பௌத்தர்கள் கூடிநின்று இதனை வாசிக்கவேண்டும். மகாமத்திரர்கள் சுற்றுப்பயணம் மேற்கொள்ளும்போது இந்தச் செய்தியைத் தங்களோடு எடுத்துச்சென்று அங்கிருக்கும்

பெளத்தர்களுக்கும் அதிகாரிகளுக்கும் தெரியப்படுத்தவேண்டும் என்றும் கேட்டுக்கொள்கிறார்.

•

பெளத்தத்துக்கும் அசோகருக்குமான பிணைப்பை வெளிப்படுத்த உதவும் மற்றோர் ஆதாரம் என்று பெளத்தப் பிரதிகள் சுட்டிக் காட்டுவது அவர் காலத்தில் நடைபெற்ற மூன்றாம் பெளத்த மாநாட்டை.

முதல் பெளத்த மாநாடு புத்தரின் பரிநிர்வாணத்துக்குப் பிறகு பொஆமு 405இல் ராஜக்ருஹத்தில் நடைபெற்றதாகச் சொல்லப் படுகிறது. புத்தரின் உபதேசங்கள் அடங்கிய சுத்தபிடகம், மடாலய விதிமுறைகளை உள்ளடக்கிய விநய பிடகம் இரண்டையும் பாதுகாப்பதே இந்த மாநாட்டின் நோக்கம். புத்தரின் மூத்த மாணாக்கரான மகா காஸ்யபர் மாநாட்டுக்குத் தலைமை வகித்திருக்கிறார். புத்தரின் சீடர்களான ஆனந்தரும் உபாலியும் முறையே சுத்த பிடகத்தையும் விநய பிடகத்தையும் சொற்பொழிவுகளாக நிகழ்த்தியிருக்கிறார்கள். புத்தரை நேரில் சந்தித்து வழிபட்ட அஜாதசத்ருவின் ஆதரவோடு நடத்தப்பட்ட மாநாடு என்கின்றன பெளத்தப் பிரதிகள்.

இரண்டாவது பெளத்த மாநாடு பொஆமு 305இல் வைஷாலியில் நடந்ததாகத் தெரிகிறது. இதில் 700 பிக்குகள் கலந்துகொண்டார் களாம். பிக்குகளின் வாழ்க்கைமுறையிலும் மடாலயங்களில் அவர்கள் பின்பற்றும் நடைமுறைகளிலும் உள்ள முரண்களைத் தீர்த்துவைத்து, ஒழுங்கைக் கொண்டுவருவதற்காக இந்த மாநாடு கூட்டப்பட்டிருக்கிறது. அப்போதே பிளவுகள் தோன்றிவிட்டன என்று சிலரும் இல்லை, அவை பின்னர்தான் தோன்றின என்று வேறு சிலரும் வாதிடுகின்றனர். மாநாட்டில் புதிய விதிகள் வகுக்கப்பட்டுள்ளதையும் புதிய ஒழுங்கு பரிந்துரைக்கப் பட்டுள்ளதையும் வைத்துப் பார்க்கும்போது பிளவுகள் வெடித்தனவோ இல்லையோ, நிச்சயம் பலவிதமான முரண்கள் தோன்றியிருக்கின்றன என்று வாதிடமுடியும்.

மூன்றாவது பெளத்த மாநாடு பொஆமு 247இல் பாடலிபுத்திரத்தில் நடைபெற்றதாகவும் அப்போது அங்கே வாழ்ந்த புகழ்பெற்ற பெளத்தரான மொகாலிபுத்த தீஸர் என்பவர் அந்த மாநாட்டுக்குத் தலைமை தாங்கியதாகவும் சொல்லப்படுகிறது. அசோகரின் ஆதரவோடு நடைபெற்ற இந்த மாநாட்டில் அவரும் பங்கேற்று

வைஷாலியிலுள்ள அசோகர் தூண்

பௌத்தப் புனிதப் பிரதிகளைப் பார்வையிட்டு, சில பல திருத்தங்களோடு இறுதி செய்திருக்கிறார்.

முதல் மாநாட்டில் தோன்றியிருந்த முரண்கள் இப்போது பிளவுகளாகவும் மோதல்களாகவும் வளர்ந்து பெரிதாகி இருக்கின்றன. மாநாட்டின் பேசுபொருளும் இதுதான். 'எதிரிகள்' பெரிய அளவில் சங்கத்துக்குள் ஊடுருவிவிட்டார்கள். பிக்குகள் சங்கத்துக்கு விரோதமான நடவடிக்கைகளில் ஈடுபட்டு வருகிறார்கள். அவர்களை உடனடியாக வெளியேற்றவேண்டும் என்று மாநாட்டில் தீர்மானம் போட்டிருக்கிறார்கள். தீவிர விவாதங்களும் நடைபெற்றதாகச் சொல்லப்படுகிறது. மொத்தம் 60,000 பிக்குகளைச் சங்கத்திலிருந்து வெளியேற்றவேண்டும் என்று மாநாட்டுக்குழு அசோகருக்குக் கோரிக்கை விடுத்ததாகவும் அசோகர் அவ்வாறே செய்ததாகவும் சொல்லப்படுகிறது.

அசோகர் ஏற்கெனவே பிளவுகள் குறித்துக் கல்வெட்டுகளில் பேசியிருப்பதை வைத்துப் பார்க்கும்போது மூன்றாவது மாநாட்டில் அசோகர் கலந்துகொண்டிருப்பது உண்மையோ என்று நினைக்கத் தோன்றுகிறது என்கிறார் நயன்ஜோத் லாஹிரி. அவ்வாறு தோன்றுகிறதே தவிர, உறுதியான சான்று எதுவும் கிடைக்கவில்லை. ஆனால், பிளவுக் கல்வெட்டுகள், மூன்றாம் பௌத்த மாநாடு பற்றிய குறிப்புகள் ஆகிய இரண்டுமே அசோகர் காலத்தில் பௌத்தம் ஒன்றுக்கும் மேற்பட்ட சிந்தனைப் பள்ளிகளாகப் பிரிந்திருந்தன என்றும் குழு, உபக் குழு என்று பிரிவினைகள் தோன்றியிருந்தன என்றும் ஒன்றுபோல் சொல்கின்றன.

மற்றபடி, மூன்று பௌத்த மாநாடுகள் குறித்தும் பௌத்தப் பிரதிகளிலிருந்துதான் அறிந்துகொள்ளமுடிகிறது. அந்தப் பிரதிகளுமேகூட ஒன்றோடொன்று பல இடங்களில் முரண் படுகின்றன. மாநாடு நடைபெற்ற ஆண்டு, நடத்தப்பட்டதன் நோக்கம், பங்கேற்றவர்களின் பெயர்கள் என்று எல்லாவற்றிலும் மாற்றுக் கருத்துகள் நிலவுகின்றன. முதல் மாநாடு குறித்துச் சொல்வதற்கில்லை; ஆனால், இரண்டாம் மாநாடு நடந்திருக்கலாம் என்கிறார்கள் வரலாற்றாசிரியர்கள். மூன்றாம் மாநாட்டைப் பொருத்தவரை எல்லோரும் ஒப்புக்கொள்ளும் ஒரு சித்திரம் நமக்குக் கிடைக்கவில்லை என்றே சொல்லவேண்டும்.

காரணம், ஒவ்வொரு பௌத்தப் பள்ளியும் தன்னுடையதை மேலானதாகக் காட்டவும் தன்னுடைய சங்கத்துக்கு

அங்கீகாரத்தைத் திரட்டிக்கொள்ளவும் மூன்றாம் மாநாட்டைப் பயன்படுத்திக்கொண்டிருக்கின்றன. அவரவருக்கு முக்கிய மானவர்களை மாநாட்டில் நுழைத்திருப்பதோடு, தங்கள் பிரிவுக்குதான் மாநாட்டில் அங்கீகாரம் அளிக்கப்பட்டது என்றும் வாதிட்டிருக்கிறார்கள். எடுத்துக்காட்டுக்கு, சிங்கள பௌத்தர் களுக்கு தேரவாதப் பிரிவு முக்கியமானது என்பதால் அசோகரைத் தேரவாத பௌத்தராக அவர்கள் காட்டுகிறார்கள். அசோகரின் சங்கம் தேரவாதத்தையே ஏற்றது என்றும் முரண்பட்டவர்கள் அனைவரும் வெளியேற்றப்பட்டனர் என்றும் அவர்கள் வாதிடுகிறார்கள்.

அசோகர் மூன்றாவது மாநாட்டில் கலந்துகொண்டது குறித்து சிங்களம், பாலி மொழிப்பதிவுகள் மட்டுமே நமக்குக் கிடைத்துள்ளன. அவை நம்பகத்தன்மையை ஏற்படுத்தவில்லை என்கிறார் ரொமிலா தாப்பர். பௌத்த மாநாடு என்பது வரலாற்று முக்கியத்துவம் வாய்ந்த மாபெரும் நிகழ்வு. சங்கத்துக்குள் ஏற்பட்ட சிறிய பிணக்குகள் குறித்தே கல்வெட்டுகளைச் செதுக்கிய அசோகர், இத்தனை பெரிய நிகழ்வைப் பதிவுசெய்யத் தவறியிருப்பார் என்று நினைக்க முடியவில்லை என்கிறார் தாப்பர்.

பிளவுகள் உண்டாக்கிய பிக்குகளை அசோகர் வெளியேற்றியது பற்றிய கல்வெட்டுகளையும் மூன்றாம் மாநாட்டில் நம்பமுடியாத எண்ணிக்கையில் பிக்குகள் வெளியேற்றப்பட்டதையும் வைத்து இரண்டும் ஒன்றுதான் என்கிறார்கள் சிலர். அசோகரின் பிளவுக் கல்வெட்டுகள்தாம் மூன்றாம் பௌத்த மாநாடு நடை பெற்றதற்கான சான்று என்றும் அவர்கள் வாதிடுகிறார்கள்.

ரொமிலா தாப்பர் இதனை ஏற்கவில்லை. அசோகர் மாநாடு நடத்தியதற்குதான் சான்றுகள் இல்லையே தவிர, பௌத்தர்கள் மற்ற சமயத்தினரோடு விரிவாக உரையாடல் நிகழ்த்தவேண்டும் என்று அசோகர் கேட்டுக்கொண்டதற்குக் கல்வெட்டுச் சான்று உள்ளது. இந்த உரையாடல்கள் மாநாடுபோல் நடத்தப் பட்டிருக்கலாம். அந்த மாநாட்டில் வாதப் பிரதிவாதங்கள் வளர்ந்து, மூர்க்கமடைந்திருக்கலாம். பௌத்தர் அல்லாதோர் வெளியேற்றப்பட்டிருக்கலாம். வன்முறைச் செயல்கள்கூட நிகழ்ந்திருக்கலாம். அசோகர் தலையிட்டு மோதல்களைத் தடுத்திருப்பார். இவைதான் நடந்திருக்கும் என்கிறார் ரொமிலா தாப்பர். இந்த நிகழ்வுகளிலிருந்து சிலவற்றைத்

தேர்ந்தெடுத்துக்கொண்டு மூன்றாம் பௌத்த மாநாட்டோடு தொடர்புபடுத்தியிருக்கிறார்கள் என்பது தாப்பரின் வாதம்.

இதனால் பலன் பெறுபவர்கள் சிங்கள பௌத்தர்களே என்பதால் கதைகளையும் அவர்களே தோற்றுவித்திருக்கலாம் என்னும் முடிவுக்குதான் வேறு சில வரலாற்றாசிரியர்களும் வந்து சேர்கின்றனர். பிற பௌத்தப் பள்ளிகளோடு நேர்ந்த மோதல் களைத் தொடர்ந்து தேரவாதத்தை உயர்த்திப் பிடிக்கும் வகையில் ஒரு பழங்காலக் கதையை அவர்கள் கற்பனை செய்திருப்பார்கள். அந்தக் கதையில் அசோகரையும் மாநாட்டையும் தேரவாதத்தையும் அவர்கள் முடிச்சிட்டிருக்கலாம்.

•

கல்வெட்டுக்கும் மாநாடுக்கும் அடுத்தபடியாக அசோகரின் குடும்பத்தினர் பௌத்தத்தோடுகொண்டிருந்த பிணைப்பு பற்றிய பதிவுகள் நம் கவனத்தை ஈர்க்கின்றன.

விதிஷாவின் தேவி புத்தரின் சாக்கிய வம்சத்தோடு தொடர்பு படுத்தப்பட்டதை முன்பு பார்த்தோம். அசோகருக்கு முன்பே பௌத்தத்தை ஏற்றவராகவும் அவர்மூலம்தான் அசோகர் பௌத்தத்தை நெருங்கிவந்தார் என்றும் சொல்லப்படுகிறது.

அசோகர் தனது இரண்டாவது அரசி என்று காருவாகியை அழைக்கிறார். அவரும் பௌத்தப் பணிகளில் தன்னை ஈடுபடுத்திக்கொண்டிருப்பதைக் காணமுடிகிறது. காருவாகியின் தானங்கள் அவர் பெயரால் அறியப்படவேண்டும் என்று அசோகரும் ஓரிடத்தில் குறிப்பிட்டுள்ளார். காருவாகியும் தூண் கல்வெட்டு ஒன்றைப் பொறித்திருக்கிறார். அலகாபாத் தூணில் காணப்படும் அவர் கல்வெட்டை 'ராணி கல்வெட்டு' என்று அழைக்கிறார்கள். ராணி என்ன தானம் செய்தாலும், அது மாந்தோப்பாக இருந்தாலும் சரி, மடாலயமாக இருந்தாலும் சரி; அவர் பெயரிலேயே அந்தத் தர்மச்செயல்கள் பதிவுசெய்யப் படவேண்டும் என்பதுதான் கல்வெட்டுச் செய்தி.

மூன்றாம் பௌத்த மாநாட்டோடு தொடர்புடைய மற்றொரு நிகழ்வு அசோகரின் மகன் மகிந்தர் தொடர்பானது. மகிந்தரும் தேரவாதத்தைப் (விபாஜவாதா என்று அழைக்கப்பட்டது) பின்பற்றியவர் என்றும் அசோகரின் மாநாட்டுக்குத் தலைமை தாங்கிய மொகாலிபுத்த தீஸர்தான் மகிந்தருக்கும் பௌத்தத்தை அறிமுகம் செய்தார் என்றும் சிங்களப் பதிவுகள்

குறிப்பிடுகின்றன. அசோகர் முடிசூடிய ஆறாம் ஆண்டு, மகிந்தருக்கு 20 வயதானபோது அவர் பௌத்தத்தைத் தழுவியிருக்கிறார். மூன்றாம் பௌத்த மாநாடு நிறைவடைந்ததும் பல பிக்குகள் அண்டை நாடுகளுக்கும் தொலைவிலுள்ள நாடுகளுக்கும் பௌத்தத்தைப் பரப்ப அனுப்பி வைக்கப் பட்டிருக்கின்றனர். பொஆமு 249 வாக்கில் மகிந்தர் இலங்கைக்குச் சென்றிருக்கிறார். புத்தரின் பரிநிர்வாணத்துக்குப் பிறகு 237 ஆண்டுகள் கழித்து மகிந்தர் இலங்கை வந்ததாகச் சொல்கிறது தீபவம்சம்.

மகிந்தரை அனுப்பி வைப்பதற்கு முன்பே அசோகருக்கு இலங்கையோடு தொடர்பு இருந்ததாக மகாவம்சம் சொல்கிறது. அனுராதபுரத்தைத் தலைநகராக்கொண்டு இலங்கையை ஆண்டுவந்தவர் தேவனாம்பிய திஸா (தீசன் என்று அழைக்கப் படுபவர்). பௌத்தத்தை இலங்கைக்கு அறிமுகப்படுத்தியவர். அசோகரை இவர் தன் நண்பராகக் கருதியிருக்கிறார். அவருக்குப் பரிசுகள் கொடுத்தனுப்பவேண்டும் என்று விரும்பியிருக்கிறார். இருவரும் ஒருவரையொருவர் சந்தித்துக்கொள்ளவில்லை என்றாலும் பல காலமாக ஒருவரையொருவர் அறிந்து வைத்திருந்தனர். நண்பர்களாகவும் இருந்தனர் என்கிறது மகாவம்சம்.

இருவருக்கும் நேரடிப் பழக்கம் இருந்தது என்கிறது தீபவம்சம். ஆட்சிப் பொறுப்பேற்றதும் திஸா தன் உறவினரொருவரை அசோகரின் அவைக்குத் தூதுவராக அனுப்பியிருக்கிறார். அவர் பாடலிபுத்திரத்தில் ஐந்து வாரங்கள் தங்கியிருந்துவிட்டு ஊர் திரும்பியிருக்கிறார். நான் பௌத்தத்துக்கு மாறிவிட்டேன். நீங்களும் மாறிவிடுங்கள் என்றொரு செய்தியை அசோகர் கொடுத்து அனுப்பினாராம். அதன்பின் திஸா இரண்டாவது முறையாக முடிசூடிக்கொண்டிருக்கிறார். அதற்குப் பிறகு ஒரு மாதம் கழித்து மகிந்தர் இலங்கைக்கு வந்திருக்கிறார்.

பரிவாரங்களோடு இலங்கை சென்ற மகிந்தரை திஸாவும் அவருடைய சகோதரரின் மனைவி அனுலாவும் வரவேற்றிருக் கிறார்கள். மகிந்தர் திஸாவுக்கு முறைப்படி பௌத்தத்தை அறிமுகம்செய்திருக்கிறார். திஸாவும் அவருடனிருந்தவர்களும் பௌத்தத்தை ஏற்றிருக்கிறார்கள். பிக்குகளுக்கான முறையான சங்கத்தையும் மகிந்தர் இலங்கையில் ஏற்படுத்தியிருக்கிறார். உடனே அனுலாவும் அவருடைய பரிவாரத்திலிருந்த பெண்களும்

நாங்களும் பிக்குணிகளாக மாறவேண்டும். எங்களுக்கும் சங்கம் வேண்டும் என்று விண்ணப்பித்திருக்கிறார்கள். அதற்கு எனக்கு அதிகாரம் இல்லை என்று சொன்ன மகிந்தர், நீங்கள் அசோகருக்குக் கடிதம் எழுதினால் அவர் தேரி பௌத்தரான சங்கமித்திரையை அனுப்பிவைப்பார். சங்கமித்திரை கற்றறிந்தவர். அவரால் பிக்குணிகளுக்கான சங்கத்தைத் தொடங்கிவைக்கமுடியும் என்று அறிவுறுத்தியிருக்கிறார் மகிந்தர்.

அதன்படி அசோகரின் மகளும் மகிந்தரின் சகோதரியுமான சங்கமித்திரை (இரட்டைப் பிறவிகள் என்றும் சில இடங்களில் வருகிறது) இலங்கைக்குச் சென்று இளவரசியையும் ஆயிரக் கணக்கான பெண்களையும் பிக்குணிகளாக ஏற்று, அவர்களுக்கான சங்கத்தையும் உருவாக்கிக்கொடுத்திருக்கிறார். புத்தர் அமர்ந்த போதிமரத்திலிருந்து ஒரு கிளையையும் அசோகர் சங்கமித்திரையிடம் கொடுத்தனுப்பியிருக்கிறார். அனுராத புரத்தில் சங்மித்திரை போதி மரத்தை நட்டிருக்கிறார். ஸ்ரீமகாபோதி என்னும் பெயரால் இன்றும் அது அழைக்கப் படுகிறது.

சங்கமித்திரையின் கதை ஒரு சுவையான இடைச்செருகலாக இருக்கக்கூடும் என்கிறார் ரொமிலா தாப்பர். அனுலாவுக்காகச் சங்கமித்திரை இலங்கைக்குச் சென்றதாகத்தான் பதிவுகள் சொல்கின்றன. ஆனால், அப்போது அனுலா ஏற்கெனவே அரசியாக இருந்தார். அவர் பிக்குணியாக மாறுவதற்கு ஒத்துழைத்திருப்பாரா, அதை திஸா அனுமதித்திருப்பாரா என்பதெல்லாம் ஐயத்துக்குரியது. ஆனால், போதி மரத்தின் கிளையில் உண்மை இருக்கலாம். ஆர்வமிகுதியோடு அசோகரிடம் திஸா அதைக் கேட்டிருக்கலாம். அதன்படி போதி மரக்கிளை அனுப்பப்பட்டிருக்கலாம் என்கிறார் தாப்பர்.

சங்கமித்திரை என்றொருவர் இருந்தார் என்பதையே சில வரலாற்றாசிரியர்கள் ஒப்புக்கொள்வதில்லை. அசோகருக்கு அப்படி ஒரு மகள் இருந்திருக்கலாம். அவர் பௌத்தத்தின்மீது ஈடுபாடு கொண்டவராகவும் இருந்திருக்கலாம். இந்த ஈடுபாட்டுக்கு அவருடைய அம்மா தேவியே காரணம் என்பதும் உண்மையாக இருந்திருக்கலாம். ஆனால், அவர் ஒரு பிக்குணியாகவே மாறிவிட்டார் என்று சொல்லப்படுவதை ஏற்க முடியவில்லை என்கிறார் தாப்பர். எனில், அவர் இலங்கைக்குச்

சென்றதும் அங்குள்ள பெண்களைப் பௌத்தத்துக்கு மாற்றியதும் சிங்கள பௌத்தர்களால் உருவாக்கப்பட்ட கதைகளாக இருக்கலாம்.

வேறு சில பதிவுகளில் சங்கமித்திரை அக்னிபிரம்மா என்பவரை மணந்துகொண்டிருக்கிறார். சுமனா (அசோகரின் சகோதரர் பெயர்) எனும் பெயரில் அவர்களுக்கு ஒரு குழந்தையும் பிறந்திருக்கிறது. பிறகு மூவரும் துறவு பூண்டிருக்கின்றனர். இதுவும் நம்புவதுபோல் இல்லை என்கிறார் தாப்பர். பதினெட்டு வயதில் அவர் பிக்குணியாக மாறியதாகச் சொல்லப்படுகிறது. அப்படியானால் இரு ஆண்டுகளுக்கு முன்பு அவர் திருமணம் செய்திருக்கவேண்டும். கைக்குழந்தையோடு அவர் பிக்குணியாக மாறியிருக்க முடியாது.

மகிந்தரைப் பற்றியும் பல்வேறு கதைகள் உலாவுவதால் அவரையும் நம்மால் திட்டவட்டமாக அறிந்துகொள்ள முடியவில்லை. மகிந்தர் அசோகரின் மகனல்ல, அவருடைய சகோதரனின் மகன் என்கிறார் யுவான் சுவாங். மகிந்தர் என்றொரு மகன் உண்மையில் அசோகருக்கு இருந்தாரா என்று சந்தேகிப்பவர்களும் உள்ளனர். ரொமிலா தாப்பருக்கு இந்த ஐயம் இல்லை. தேவியை அசோகர் திருமணம் செய்துகொள்ளவில்லை என்பதால் தேவிக்குப் பிறந்த மகிந்தருக்குப் பாடலிபுத்திரத்தில் அங்கீகாரம் இருந்திருக்காது. இதை உணர்ந்து அவர் பௌத்தப் பிக்குவாக மாறியிருக்க வாய்ப்பிருக்கிறது. அசோகருக்கு இலங்கை திஸாவைத் தெரிந்திருக்கும். பௌத்தத்தை அவருக்கு அறிமுகப்படுத்த வேறு எவரையும் அனுப்புவதைவிடத் தன் மகனையே அனுப்பலாம் என்று அசோகர் கருதியிருக்கக்கூடும் என்கிறார் தாப்பர்.

பிரதிகளிலுள்ள வேறுபாடுகளையும் மீறி நமக்குத் தெரிய தெல்லாம் ஒன்றுதான். அசோகர் மட்டுமல்ல, அவரைச் சார்ந்தோரும் நல்ல பௌத்தர்களாகத் திகழ்ந்திருக்கிறார்கள்.

•

அசோகர் காலக் கலைக்கட்டுமானங்களின் அடிப்படையிலும் பௌத்தத்துக்கும் அவருக்குமான பிணைப்பு ஆராயப் பட்டிருக்கிறது.

ராம்பூர்வாவில் (பீகார்) கண்டெடுக்கப்பட்ட கல்வெட்டு இல்லாத ஒரு தூணின் தலைப்பகுதியில் காளையின் உருவம்

இடம்பெற்றிருக்கிறது. ஒடிசாவிலுள்ள தௌலிக்கு அருகில் ஒரு பெரிய பாறையில் அசோகரின் கல்வெட்டு இடம்பெற்றுள்ளது. அந்தப் பாறையின் முகப்புத்தோற்றம் ஆச்சரியமூட்டக்கூடியது. தலை, தும்பிக்கை, முன்னிரு கால்கள் ஆகியவற்றை மட்டும்கொண்டிருக்கும் ஒரு யானையை நாம் அந்தப் பாறையில் காண்கிறோம். உத்தரகாண்டிலுள்ள கல்சி எனும் இடத்தில் அசோகரின் 14 பெரும்பாறைக் கல்வெட்டுகளும் கிடைத்துள்ளன. அங்குள்ள 10 அடி உயரமும் 8 அடி நீளமும்கொண்ட ஒரு பாறையில் யானையொன்று வரையப்பட்டுள்ளது. அதில் 'கஜாதமா' என்று பிராமியில் எழுதப்பட்டுள்ளது. தலைசிறந்த யானை என்று இதனைப் பொருள்கொள்கின்றனர். இது புத்தரையே குறிக்கிறது என்றும் சொல்லப்படுகிறது.

சாஞ்சி, சாரநாத் போக, பசர் பகிரா, லௌரியா நந்தன்கர், ராம்பூர்வா ஆகிய இடங்களிலுள்ள தூண்களில் ஒன்று அல்லது நான்கு சிங்கங்கள் இடம்பெற்றுள்ளன. யானையும் எருதும் ஒரு தூணில் ஒன்றாக இருக்கின்றன என்றால் இன்னொன்றில் இரண்டும் குதிரையோடு சேர்ந்திருக்கின்றன.

நாம் மேலே பார்த்த இந்த நான்கு விலங்குகளையும் அசோகரின் தூண்களிலும் பிற கட்டுமானங்களிலும் மீண்டும் மீண்டும் நாம் பார்க்கிறோம். நான்குமே புத்தரோடு தொடர்புடைய விலங்குகள். சாக்கிய வம்சத்தில் பிறந்த சிங்கம் எனும் பொருளில் 'சாக்கிய சிம்ஹா' என்று பௌத்த ஏடுகள் புத்தரை அழைக்கின்றன. அவருடைய நட்சத்திரச் சின்னம், எருது. மாயா தேவியின் கனவின்படி அவர் வயிற்றுக்குள் ஒரு வெள்ளை யானையாக உள்புகுந்திருக்கிறார் புத்தர். மாளிகையிலிருந்து புத்தர் உண்மையைத் தேடி தன் பயணத்தைத் தொடங்கியபோது அவர் குதிரையில்தான் சென்றார். எவ்வளவோ விலங்குகள் இருக்க அசோகர் இந்த நான்கில் மட்டும் ஏன் கவனம் குவிக்கவேண்டும்? மதம் தவிர வேறு காரணம் இருக்கமுடியுமா?

சாரநாத் மான் பூங்காவில் புத்தர் முதல் முதலில் உபதேசம் நிகழ்த்தியதன்மூலம் தம்மத்தை உலகுக்கு வழங்கினார் என்பது பௌத்தர்களின் நம்பிக்கை. புத்தரின் உபதேசம் என்பது அவர்களைப் பொருத்தவரை தம்மத்தின் சுழற்சி. சாரநாத்தை நினைவுபடுத்தும் வகையில் தர்மசக்கரத்தின் இரு பக்கங்களிலும் மான்கள் இடம்பெறுவதும் வழக்கம். இந்தியக் கலை வரலாற்றில் தர்மசக்கரத்தை முதல்முறையாக நாம் அசோகரின் தூண்களில்தான் காண்கிறோம்.

சாரநாத் சிதிலங்கள்

சாரநாத் சிங்கங்கள்

சாஞ்சி சிங்கங்கள்

அசோகர் வாழ்ந்த காலத்தில் புத்தருக்கு மனித உருவம் வழங்கப்பட்டிருக்கவில்லை. மனித உருவில் அவரைப் படைக்கக் கூடாது என்னும் வழக்கம் பின்பற்றப்பட்டுவந்தது. தர்மசக்கரம், யானை, பாதம், குடை போன்றவை புத்தரைக் குறிக்கும் அடையாளங்களாகக் கருதப்பட்டன. ஜாதகக் கதைகளில் புத்தர் தனது முற்பிறவிகளில் என்னென்ன விலங்குகளாகத் தோன்றினாரோ அந்த விலங்குகளே அவரைக் குறிக்கப் பயன்படுத்தப்பட்டன. நாம் மேலே கண்ட நான்கும் அத்தகைய விலங்குகள்தாம்.

பகவான் என்று புத்தரை அசோகர் அழைத்தார். ஒரு பௌத்தராகத் தன்னை உணர்பவரால் மட்டுமே இப்படி அழைக்கமுடியும். லும்பினியிலுள்ள மக்களுக்கு மட்டும் அசோகர் வரிச்சலுகை வழங்கியிருப்பதும் கவனிக்கத்தக்கது. அசோகரின் தம்மம் பௌத்தத் தம்மம்தான். நிலம், நிறம், சாதி, வர்க்கம் போன்ற வேறுபாடுகளின்றி அனைவரும் தம்மத்தைக் கைகொள்ள வேண்டும் என்பது புத்தரின் குரல். அதைத்தான் அசோகரிடமும் நாம் கேட்கிறோம் என்கிறார்கள் பௌத்தர்கள்.

இவற்றையெல்லாம் தொகுத்துப் பார்க்கும்போது ஒரு பௌத்த சக்கரவர்த்தியாகத் திகழ்ந்ததால்தான் பௌத்தம், தம்மம், விலங்கு உருவம் மூன்றும் அசோகரின் கட்டுமானங்களில் ஒன்றிணைந்தன என்னும் முடிவுக்கே ஒருவர் வந்துசேரவேண்டியிருக்கும். பௌத்தர்கள் மட்டுமின்றி சில வரலாற்றாசிரியர்களின் முடிவும் இதுவேதான்.

●

அசோகர் தனது இறுதிக்காலத்தில் தன் பணிகளையெல்லாம் ஓட்டுமொத்தமாகத் தொகுத்துப் பார்த்திருக்கிறார். தில்லியிலுள்ள தோப்ரா தூண் கல்வெட்டில் (7ஆம் பெருந்தூண் கல்வெட்டு) அவர் தன்னைச் சுயபரிசீலனை செய்துகொள்வதைக் காண முடிகிறது.

தம்மம் பற்றிச் சிந்தித்த முதல் அரசனல்ல நான். எனக்கு முன்பே தம்மத்தின்மீது பலர் ஆர்வம்கொண்டிருக்கிறார்கள். ஆனால், தம்மத்தை மக்கள் ஏற்குமாறு செய்வது எப்படி என்று அவர்களுக்குத் தெரியவில்லை. தம்மம் என்றால் என்னவென்றே தெரியாதபோது அவர்கள் அதனை எப்படி ஏற்பார்கள்? எனவே நான் முதலில் தம்ம நெறிகளை அதிகாரப்பூர்வமாக

வெளிப்படுத்தினேன். தூண்களில் பதித்தேன். ஆள்கள் நியமித்து மக்களிடம் நெறிகளை எடுத்துச்சென்றேன். மக்கள் சரியாகப் புரிந்துகொண்டார்களா, சரியாகப் பின்பற்றுகிறார்களா என்பதை அதிகாரிகள் வைத்து மேற்பார்வையிடச் செய்தேன்.

மனிதர்களுக்கும் விலங்குகளுக்கும் நிழல் கொடுக்கும் மரங்களைச் சாலையோரங்களில் நட்டது, மாந்தோப்புகளை அமைத்தது, கிணறுகளைத் தோண்டியது, ஓய்விடங்களை அமைத்தது, தாகத்துக்கு நீர்த்தொட்டிகளை அமைத்தது போன்றவற்றைப் பட்டியலிடுகிறார். அதன்பின் சொல்கிறார். இவற்றையெல்லாம் நான்தான் முதலில் செய்தேன் என்று சொல்ல மாட்டேன். எனக்கு முந்தைய மன்னர்களும் செய்திருக் கிறார்கள். நான் அனைத்தையும் தம்மத்துக்காக, தம்மத்தின் பெயரால் செய்தேன் என்பது மட்டும்தான் ஒரே வேறுபாடு என்கிறார் அசோகர்.

அசோகரின் தம்மம் மனிதர்களையும் விலங்குகளையும் பறவைகளையும் இன்னபிற உயிரினங்களையும் உள்ளடக்கியது. சங்கத்தைக் கவனித்துக்கொள்ள சில அதிகாரிகளை அவர் நியமித்தார் என்று மட்டும் பௌத்தர்கள் சொல்கிறார்கள். பிராமணர்களுக்கும் ஆசீவகர்களுக்கும்கூட இதே போன்ற அதிகாரிகளை அவர் நியமித்ததை அவர்கள் சொல்ல மறந்துவிடுகிறார்கள்.

என் குடும்ப உறுப்பினர்களும் வெவ்வேறு தான தர்மங்களில் ஈடுபடுகிறார்கள். ஆனால், இவையெல்லாம் போதாது என்கிறார் அசோகர். கருணை, தாராள மனப்பான்மை, உண்மை, தூய்மை, நன்மை ஆகிய குணங்களை மக்கள் பெற்றிருக்கவேண்டும் என்று விரும்புகிறேன். நான் விரும்பினால் மட்டும் மாற்றம் நடந்து விடாது என்பது தெரியும். மக்களின் பங்கேற்பு இருந்தால்தான் தம்மம் செழிக்கும். அந்தப் பங்கேற்பை உறுதி செய்ய ஆணையிடுவது, ஊக்கமளிப்பது ஆகிய இரு வழிகளையும் கையாண்டு வருகிறேன். மக்களோடு நின்று, அவர்களோடு கரம் கோத்து இவற்றையெல்லாம் நான் செய்கிறேன்.

அசோகரின் கலைக் கட்டுமானங்களில் பௌத்தத்தின் தாக்கம் நீடித்ததை மறுப்பதற்கில்லை. அதே நேரம், பௌத்தத்தின் தாக்கம் மட்டுமே அவரிடம் இருந்தது என்று சொல்லிவிட முடியாது. எடுத்துக்காட்டுக்கு, மத்தியப் பிரதேசத்தில் உதயகிரியில் உள்ள சிங்கத் தூணில் குன்றுகள்போல் இரு

திமில்களைக்கொண்டிருக்கும் ஒட்டகத்தின் உருவம் இடம் பெற்றுள்ளது. புத்தருக்கும் ஒட்டகத்துக்கும் தொடர்பில்லை. ஜாதகக் கதைகளிலும் ஒட்டகம் இல்லை. எனில் அசோகர் ஏன் ஒட்டகத்தைக் கொண்டுவரவேண்டும்? தவிரவும், புத்தரின் முற்பிறப்புகள் என்று பல விலங்குகள் ஜாதகக் கதைகளில் இடம்பெற்றிருக்கின்றன. அவற்றையெல்லாம் ஏன் அசோகர் புறக்கணிக்கவேண்டும்? அழகியல் நோக்கோடு ஏன் இந்த நான்கு விலங்குகளை அவர் தேர்ந்தெடுத்திருக்கக் கூடாது?

அசோகரை ஒரு பௌத்த சக்கரவர்த்தியாக வெளிப்படுத்த வேண்டும் என்பதில் பௌத்தர்களுக்கு இருக்கும் முனைப்பைப் புரிந்துகொள்ளமுடிகிறது. பௌத்தத்தை ஒரு பெருமதமாக வளர்த்தெடுத்தவர் என்று பௌத்தப் பதிவுகள் அவரைக் கொண்டாடுவதையும் புரிந்துகொள்ளமுடிகிறது. சங்கத்தின்மீது அவருக்கிருந்த மதிப்பும் மரியாதையும் மறுக்க முடியாதது. சங்கத்தின் ஒற்றுமை, வளர்ச்சி இரண்டின்மீதும் அவர் கவனம் செலுத்தியிருக்கிறார், உண்மைதான்.

பௌத்தம் அசோகருக்கு நெருக்கமானதாக இருந்தது என்பது உண்மை. ஆனால், அறநெறிகளைப் போதித்ததால், தம்மத்தை உயர்த்திப் பிடித்ததால், அனைத்து உயிர்களையும் நேசிக்கச் சொன்னதால், இந்த உலகிலுள்ள அனைத்தும் நம்மில் ஒரு பகுதி என்று மனப்பூர்வமாக நம்பியதால் பௌத்தம் அசோகருக்கு நெருக்கமானதாக இருந்தது என்பதுதான் முழு உண்மை. அறத்தை வெளியில் எடுத்துவிட்டால் பொருட்படுத்தத்தக்க வேறொன்றையும் பௌத்தத்தில் அசோகர் கண்டிருக்க வாய்ப்பில்லை. தொன்மக்கதைகளிலும் சடங்குகளிலும் சம்பிரதாயங்களிலும் அல்ல; புத்தரின் வாழ்விலும் சிந்தனைகளிலும்தாம் ஆர்வம்கொண்டிருந்தார் அசோகர்.

எளிமையை, கருணையை, அன்பை, அகலமான இதயத்தை புத்தரிடமிருந்து பெற்றுக்கொண்டவர் அவர். ஒரு மனிதனாக புத்தர் எவ்வாறு வாழ்ந்திருப்பாரோ அவ்வாறு வாழ்வதற்கான முயற்சிகளை மேற்கொண்டவர் அவர். புத்தரிடமிருந்து பெற்றுக்கொண்ட விழுமியங்கள் அனைத்தையும்கொண்டு தனது பிரத்தியேக பௌத்தத்தை, பிரத்தியேக தம்மத்தைக் கட்டமைத்தவர் அசோகர். அவருடைய பௌத்தம் பிக்குகளின் பௌத்தம் அல்ல, சங்கத்தின் பௌத்தம் அல்ல. அதனால்தான் தேரவாதம், மகாயானம் போன்ற வழக்கமான வகைமைகளுக்குள்

அசோகரின் பௌத்தத்தை அடக்க முடியவில்லை. அசோகரின் தம்மம் பௌத்தத்தின் தம்மமோ சங்கத்தின் தம்மமோ அல்ல என்பதோடு புத்தரின் தம்மமும்கூட அல்ல அது. அதற்கப்பாலும் விரிந்திருக்கிறார் அவர்.

எல்லாச் சமயங்களோடும், எல்லா மதக் கோட்பாடுகளோடும், எல்லாத் தத்துவப் பிரிவினரோடும் உரையாடல் நிகழ்த்தியவர் என்பதால் அவருடைய தம்மத்தில் பௌத்தம் கடந்த கூறுகள் மிகுதியாகவும் வலுவாகவும் இருக்கின்றன. பெற்றோருக்குக் கீழ்ப்படியவேண்டும், உண்மை பேசவேண்டும் என்று தொடங்கி அசோகர் பகிர்ந்துகொண்ட பல அறநெறிகள் அனைவராலும் ஏற்கப்பட்டவை. இதன் பொருள், அனைத்துச் சமயங்களும் ஏற்றுக்கொண்ட நெறிகளை மட்டுமே அசோகர் கவனமாகத் தொகுத்துக்கொண்டார், அவற்றையே மக்களுக்கு முன்னிறுத்தினார் என்பதுதான்.

புத்தரின் பெயரால், பௌத்த நெறிகளை மட்டும் முன்னிறுத்தினால் அனைத்து மக்களையும் நெருங்க முடியாது என்பதை அவர் உணர்ந்திருக்கவேண்டும். ஒரு பேரரசர் எந்தச் சமயத்தையும் சாராதவராக இருக்கவேண்டும் என்பதல்ல. அவரும் ஒரு மனிதர்தான். தனக்குப் பிடித்த ஒரு சமயத்தைத் தேர்ந்தெடுத்துக்கொள்ளும் உரிமை எல்லோரையும்போல் அவருக்கும் உண்டு. தம்ம யாத்திரை மேற்கொள்வதற்கும் சங்கம் குறித்துக் கவலைகொள்வதற்கும் பிக்குகளை வணங்குவதற்கும் அவருக்குள்ள நியாயத்தை ஒருவரும் மறுக்க முடியாது. தன் சமயத்தைப் பரப்பும் பணியை எவரும், எங்கும் மேற்கொள்ளலாம் என்று சொன்னவர் அவர். அதை அவரும் செய்திருக்கிறார்.

அவர் என்னவெல்லாம் செய்யவில்லை என்பதைப் பார்க்கும்போதுதான் அசோகரின் உயரம் நமக்குப் புரிகிறது. அனைவருக்குமான ஒரு பேரரசர் குறிப்பிட்ட ஒரு சமயத்தைச் சேர்ந்தவராக மட்டும் தன்னை எப்போதும் வெளிப்படுத்திக் கொள்ளக் கூடாது என்பதில் அசோகர் கவனமாக இருந்திருக்கிறார். பௌத்தம், சங்கம் என்றெல்லாம் அவர் பேசியது தன் இறுதிக்காலத்தில்தான். பிளவுகள் பற்றிய அவர் கல்வெட்டுகளும் மக்களுக்குமானவை அல்ல, பௌத்த பிக்குகளுக்கும் பிக்குணிகளுக்கும் ஆனவை. பௌத்தத்தைக் கொண்டுசேர்ப்பது அல்ல அவர் நோக்கம். அது சங்கத்தின் பணி.

பிக்குகளும் பிக்குணிகளும் அதைப் பார்த்துக்கொள்வார்கள். எல்லாச் சமயத்தினரையும்போல் அவர்களும் தங்கள் சமயத்தைப் பரப்புரை செய்யலாம். அசோகரும் பௌத்தர்தான் என்பதால் சங்கத்தோடு அவர் பரப்புரையில் இணைய மாட்டார். சங்கத்தின் கரத்தை வலுப்படுத்தத் தன் கரத்தை அவர் வழங்க மாட்டார்.

அவ்வாறு அவர் செய்திருந்தாலும் யாரும் அவரைக் கேள்வி கேட்டிருக்க மாட்டார்கள். பிற சமய அமைப்புகள்போல் சங்கமும் தழைக்கவேண்டும் என்றுதான் விரும்பினாரே தவிர, சங்கம் மட்டுமே தழைக்கவேண்டும் என்று நினைத்ததில்லை அவர். பிக்குகளுக்குத் தனிச்சிறப்பான சலுகைகள் எதுவும் அவர் வழங்கவில்லை. சங்கத்தைத் தேவையின்றி தூக்கி நிறுத்தியதும் இல்லை அவர். அசோகரின் தம்மம் அதை அனுமதிக்கவில்லை.

பௌத்தத்தை ஏற்றபிறகு 14 பாறைக் கல்வெட்டுகளையும் இரண்டு கலிங்கக் கல்வெட்டுகளையும் அசோகர் பொறித் திருக்கிறார். வாழ்வின் பிற்காலத்தில் 7 தூண் கல்வெட்டுகளை வெளியிட்டிருக்கிறார். பௌத்தம், சங்கம் என்று அசோகர் பேசுவது இந்தப் பிற்காலத் தூண் கல்வெட்டுகளில்தாம். அவற்றை மட்டும் தனியே துண்டித்து எடுத்து அசோகரின் ஆளுமையைச் சித்தரிக்க முடியாது. ஆரம்பம்முதல் இறுதிவரை மாற்றமின்றி, சமரசமின்றி, சலிப்பின்றி அவர் முன்வைத்தது தம்மத்தை மட்டுமே. அந்தத் தம்மத்துக்கு மதமில்லை.

●

- 25 -

மறுபிறப்பு

அசோகரின் கல்வெட்டுகள் ஒவ்வொன்றும் ஒவ்வொரு விதமாகத் தொடங்கினாலும் அநேகமானவை ஒரே இடத்தில்தான் நிறைவடையும். நம்பிக்கை. இனிவரும் காலங்களில் மக்கள் என் சொற்களைப் பொருட்படுத்துவார்கள். இனிவரும் காலங்களில் என் மகன்களும் பேரன்களும் நான் விட்ட இடத்திலிருந்து தொடர்வார்கள். இனிவரும் காலத்தில் மாற்றங்கள் நிகழும். எதிர்வரும் காலம் இன்றுள்ளதைப்போல் இருக்காது. தூண் கல்வெட்டுகளும் அதே நம்பிக்கையோடுதான் நிறைவு கொள்கின்றன. தூண் கல்வெட்டுகளைச் செதுக்கியபோது அசோகர் மூப்படைந்திருந்தார் என்றாலும் அவர் குரலில் எந்த மாற்றமும் இல்லை. கனவிலும்தான். தம்மம் தழைக்கவேண்டும். அது போதும் அவருக்கு.

அதிகாரிகள்மீதும் (ராஜூகர்கள்) நம்பிக்கையோடு இருந்திருக்கிறார். என் மக்கள் நலமாகவும் மகிழ்ச்சியாகவும் வாழ்வதை அவர்கள் உறுதிசெய்வார்கள். 'என் குழந்தைகளை நல்ல செவிலியர்களைப் போல் கவனித்துக்கொள்வார்கள்' என்கிறார். யாருக்கு வெகுமதி தரவேண்டும், யாருக்கு என்ன தண்டனை விதிக்கவேண்டும் என்பதை அவர்கள் பொறுப்பில் விட்டு வைத்திருக்கிறேன். அச்சமின்றி, சுதந்தரமாகச் செயல்படுவதால் சரியானதையே அவர்கள் செய்வார்கள் என்று நம்புகிறேன்.

ஆட்சிக்கு வந்தபிறகு 25 முறை சிறைக் கைதிகளுக்கு மன்னிப்பும் விடுதலையும் அளித்திருக்கிறார். மரண தண்டனை முற்றிலுமாக விலக்கிக்கொள்ளப்பட்டதுபோல் தெரியவில்லை. தண்டனை அளிப்பதற்கு முன்பு மூன்று நாள்கள் காத்திருக்கவேண்டும். சம்பந்தப்பட்டவர்கள் அந்த மூன்று நாள்களுக்குள் அதிகாரிகளிடம் பேசி, தண்டனையை விலக்கிக்கொள்ளுமாறு செய்யலாம் என்கிறார். இந்த வாழ்வில் இல்லாதுபோனாலும் மறுவாழ்விலாவது தண்டனைக் கைதிகள் மகிழ்ச்சியோடு வாழவேண்டும் என்பதே என் விருப்பம் என்கிறார்.

இறுதிக் கல்வெட்டுகளில்கூட விலங்குகளையும் பறவை களையும் அவர் மறக்கவில்லை. வறியவர்களும் பலமற்ற வர்களும் வலியோடு இருப்பவர்களும் ஒடுக்கப்பட்டவர்களும் அவர் நினைவுகளில் நிறைந்திருக்கிறார்கள். தொடர்ந்து மக்களை நேரில் சென்று சந்திக்கவேண்டும், உரையாடவேண்டும் என்கிறார். இவ்வாறு ஒரு பேரரசர் சொல்லிக்கேட்பது வரலாற்றில் இதுவே முதல்முறை என்கிறார் நயன்ஜோத் லாஹிரி. மாற்றங்களை இரு வழிகளில் கொண்டுவர முயன்றிருக்கிறேன். ஆணையிடுவதுமூலமாக, பரப்புரைமூலமாக. இரண்டாவதே சிறந்தது என்பதை என் அனுபவத்தின் அடிப்படையில் கண்டறிந்திருக்கிறேன் என்கிறார். தம்மமாக இருந்தாலும் அதை மக்களே ஏற்கும்படித்தான் செய்யவேண்டுமே தவிர, வலுக்கட்டாயமாகத் திணிக்கக் கூடாது என்கிறார்.

ஆறு தூண் கல்வெட்டுகளையும் தன் வாழ்வை மொத்தமாகத் தொகுத்து அளிக்கும் ஏழாம் கல்வெட்டையும் வாசித்து முடித்துவிட்டு, அசோகர் அடுத்து என்ன சொல்கிறார் என்று தேடினால், பேரமைதி நம்மைச் சூழ்ந்துகொள்கிறது. அவர் பேச மறுக்கிறார். இறுதிக் கல்வெட்டுக்குப் பின்பும் பத்தாண்டுகள் அசோகர் ஆட்சியில் இருந்திருக்கிறார். ஆனால், ஒரு சொல்லும் இல்லை அவரிடமிருந்து. ஏன் இல்லை என்பதும் தெரியவில்லை. நோய்வாய்ப்பட்டிருந்தாரா? வலுவற்றவராக மாறியிருந்தாரா? அதிகாரம் அவர் கைவிட்டுப் போயிருந்ததா? அசோகரின் இறுதிக் கல்வெட்டு அவர் முடிசூடிய 27ஆம் ஆண்டு பொறிக்கப் பட்டிருக்கிறது. பொஆமு 232ஆம் ஆண்டு அசோகர் மரணமடைந்தார்.

•

அசோகரின் வாழ்வில் இடம்பெற்ற ஐந்து பெண்களின் பெயர்கள் நமக்குத் தெரியும். முதலாமவர், தேவி. அவரை ஏற்கெனவே சந்தித்துவிட்டோம். 'ராணி கல்வெட்டு' செதுக்கிய காருவாகியையும் பார்த்தோம். மூன்றாமவர், அசோகருக்குப் பிடித்தமானவராகக் கருதப்பட்ட அசந்திமித்ரா. இவரும் பௌத்த நாட்டம்கொண்டவர். அசோகர் முடிசூடிய 29ஆம் ஆண்டு இவர் மரணமடைந்திருக்கிறார். பத்மாவதிமூலம் குணாளன் என்னும் மகன் பிறக்கிறான். அசந்திமித்ராவுக்குப் பிறகு திஸ்யரக்ஷா அசோகருக்கு நெருக்கமானவராக மாறுகிறார். மிகவும் அழகானவர் என்றும் மிகவும் பொறாமைக் குணம்கொண்டவர் என்றும் அசோகாவதானம் இவரை அழைக்கிறது.

திஸ்யரக்ஷாவுக்குப் போதி என்றால் என்னவென்று தெரிய வில்லை. அசோகர் எந்நேரமும் போதி குறித்துச் சிந்தித்துக் கொண்டிருந்ததும், அவ்வப்போது போதிக்கு உயர்ந்த பரிசுகள் அளித்துக்கொண்டிருந்ததும் அவரை எரிச்சலடையச் செய்திருக் கின்றன. நிச்சயம் போதி ஒரு பெண்ணாகவே இருக்கவேண்டும் என்று முடிவுசெய்து, அப்பெண்ணை அழிக்க ஒரு சூனியக் காரியை நாடியிருக்கிறார். ஒரு முள்ளை எடுத்துக் குத்தியதைத் தொடர்ந்து போதி மரம் பட்டுப்போய்ச் சரிந்துவிடுகிறது.

செய்தி அறிந்து துடிதுடித்துப்போன அசோகர், போதி இறந்தால் நானும் இறந்துவிடுவேன் என்று அரற்றியிருக்கிறார். அதனாலென்ன நான்தான் இருக்கிறேனே என்று திஸ்யரக்ஷா சமாதானப்படுத்தியபோதுதான் என்ன நடந்திருக்கிறது என்பதே அசோகருக்குப் புரிந்திருக்கிறது. ஒரு புனித மரத்தை அழித்துவிட்டாயே என்று அசோகர் கலங்கியதைக் கண்டு திஸ்யரக்ஷா மனம்வருந்தி மீண்டும் சூனியக்காரியிடம் ஓடியிருக்கிறார். மரம் மீட்கப்பட்டது.

பொறாமைக்காரி மட்டுமல்ல அறிவீனம் கொண்டவரும்கூட என்று அசோகாவதானம் கடிந்துகொண்டாலும் அசோகர்மீதான திஸ்யரக்ஷாவின் காதலையும் இக்கதையில் காணமுடிகிறது. ஆனால், அவர் காதலும் மாசு கொண்டதுதான் என்கிறது அசோகாவதானம். மகனாகக் கருதவேண்டிய குணாளன்மீதும் காதல் வயப்படுகிறார் திஸ்யரக்ஷா. குணாளன் இசைந்து போகாததால் அவன்மீது சினம்கொள்கிறார். இதற்கிடையில் தட்சசீலத்தில் கலகம் வெடிக்க, அசோகர் குணாளனை அங்கே அனுப்புகிறார். அனுப்பிய கையோடு கடுமையான நோய்

அவரைத் தாக்குகிறது. வயிற்று வலி, வாந்தி போன்றவை தீவிரமடைகின்றன. மரணம் நெருங்கிவருவதை உணர்ந்ததும் குணாளனுக்குச் செய்தி அனுப்புகிறார்.

குணாளன் அரசனாவதைத் தடுக்க ஆள்களை அனுப்பி அவர் கண்களைத் தோண்டுகிறார் திஸ்யரக்ஷா. அசோகர் செய்தி அறிந்து உன் விழிகளைத் தோண்டி, உன்னுடலைக் கிழிக்கிறேனா இல்லையா பார் என்று வீறுகொண்டு எழுகிறார். குணாளன் அப்பாவைச் சமாதானப்படுத்துகிறான். அவன் நல்ல குணத்துக்கு ஏற்ப பார்வை கிடைத்துவிடுகிறது. அசோகர் திஸ்யரக்ஷாவை எரித்துக்கொல்லுமாறு ஆணையிடுகிறார். தட்சசீலத்து மக்களையும் எரித்துக்கொல்கிறார்.

அசோகரின் மர்ம நோய் என்னானது? அசோகருக்கு ஏற்பட்ட அதே நோய் இன்னொருவனுக்கும் ஏற்படுகிறது. இதை அறிந்த திஸ்யரக்ஷா அந்த நோயாளியை வரவழைத்து அவனைக் கொல்கிறார். பிறகு வயிற்றைக் கீறிப் பார்க்கும்போது உள்ளே ஒரு பெரிய புழு தென்படுகிறது. மிளகு கொடுத்துப் பார்க்கிறார். அது சாகவில்லை. இஞ்சியும் மிளகும் அளிக்கிறார். அப்போதும் சாகவில்லை. இறுதியில் வெங்காயத்தைக் கொடுக்க, அதைத் தின்று புழு செத்துப்போகிறது. ஓடோடிச் சென்று, அசோகருக்கும் வெங்காயத்தைக் கொடுக்க, அவர் வயிற்றிலிருந்த புழு இறந்து, அவர் மீண்டுவருகிறார். உனக்கு என்ன வேண்டும் கேள் என்று அசோகர் சொன்னபோது, ஒரு வாரம் நான் அரசியாக இருக்கவேண்டும் என்று சொல்லியிருக்கிறார் திஸ்யரக்ஷா. அசோகரும் ஒத்துக்கொள்ள, பதவியில் அமர்ந்த கையோடு குணாளனின் கண்களைப் பறித்திருக்கிறார் திஸ்யரக்ஷா.

இந்தக் கதைகளின் அடிப்படை எளிமையானது என்கிறார் ரொமிலா தாப்பர். யாரெல்லாம் பௌத்தத்தை ஆதரித்தார்களோ அவர்களெல்லாம் வானிலும் மேலானவர்கள். பௌத்தத்தை ஆதரிக்க மறுக்கும் அனைவரும் பாதாளத்துக்கும் கீழே இருக்க வேண்டியவர்கள். ஒரு பெண் போதி மரத்தை இலங்கைக்கு எடுத்துச்சென்று அங்கே செழிக்கச் செய்திருக்கிறார். இன்னொரு பெண்ணோ போதி மரத்தைக் குத்திக் கொன்றிருக்கிறார். ஒரு பெண் கடவுளாகவோ சாத்தானாகவோ மட்டும் இருக்கமுடியும் என்கிறது அசோகாவதானம். சிங்களப் பௌத்தப் பிரதிகளும் இதை ஒப்புக்கொள்கின்றன.

கலகத்தை அடக்க தட்சசீலம் சென்றவர் அசோகர். திரும்பி வந்தபோது நோயுற்றுக் கிடந்தவர் பிந்துசாரர். இரு கதைகளையும் குணாளனுக்கும் அசோகருக்கும் பொருத்தி விட்டார்கள். முள் குத்தி போதி மரம் பட்டுப்போகாது. அசோகரின் கரம் பழிவாங்க நீளாது என்று தெரிந்தும் போதி மரத்தைக் கொன்ற பெண்ணை அசோகரைக் கொண்டு தண்டித்திருக்கிறார்கள். மற்றபடி, கதையில் வருவதுபோல் அசோகர் வயிறு தொடர்பான உபாதைகளால் அவதிப் பட்டிருப்பாரா என்று தெரியவில்லை.

அசோகர் தன் சொத்து சுகங்களையெல்லாம் ஒரு மடாலயத்துக்கு அர்ப்பணித்துவிட்டு, குணாளனுக்குப் பொறுப்புகளை வழங்கி விட்டு, முழு ஓய்வில் இருந்தார் என்கின்றன வேறு பதிவுகள். ஒரு நாள் பிக்கு ஒருவர் அசோகரை நாடிவந்தபோது, அவருக்கு அளிக்க அசோகரிடம் நெல்லிக்கனி மட்டுமே, அதுவும் பாதி மட்டுமே இருந்ததாம். இறக்கும்போது ஏதுமற்றவராக மட்டுமின்றி மனமுடைந்தவராகவும் அசோகர் இருந்தாராம். அசோகருக்கு உள்ளிருந்தே எதிர்ப்புகள் கிளம்பின. அதிகாரத்தைக் கைப்பற்ற சதி நடந்தது போன்ற கதைகளும் காணக் கிடைக்கின்றன.

பல்வேறு நோக்கங்களோடு எழுதப்பட்டுள்ள பௌத்தப் பதிவுகளைக்கொண்டு அசோகரின் இறுதிக்காலம் குறித்து எந்த முடிவுக்கும் வரமுடியாது என்கிறார் ரொமிலா தாப்பர். அசோகர் அல்ல, பௌத்தமே அவர்களுக்கு முக்கியம். பௌத்தத்துக்காக அசோகர் முக்கியம், அவ்வளவுதான். கொடூரமாக இருந்தவர் பௌத்தத்தைத் தழுவியபின் கடவுளாக உயர்ந்தார் என்னும் ஒற்றை வரி அதிசயம் போதும் அவர்களுக்கு. புத்தர் சுழலவிட்ட தர்மசக்கரத்தை ஒரு சக்கரவர்த்தியாக அசோகர் உயர்த்திப் பிடித்ததே போதும் அவர்களுக்கு. அவர் எந்த அளவுக்குப் பௌத்தத்தோடு நெருக்கமாக இருந்தார் என்பது மட்டுமே அவர்களுக்கு முக்கியமானது. அவர் பௌத்தத்திலிருந்தும் நீண்டு, விரிவடைந்துகொண்டே சென்றது அவர்களுக்குப் பொருட்டல்ல.

துக்கம் தவிர்க்கமுடியாதது என்கிறது பௌத்தம். மனிதனாகப் பிறந்த ஒவ்வொருவரும் துக்கத்தை உணர்ந்தாகவேண்டும். பேரரசனாக இருந்தாலும் அரை நெல்லிக்கனியோடு (சில இடங்களில் அரை மாங்கனி) அசோகர் இறந்தாக வேண்டியிருக்கிறது. உடல்ரீதியாகவும் மனரீதியாகவும் அவர்

அவதிப்பட்டார் என்று காட்டுவது ஒருவித நிறைவை பௌத்தர்களுக்கு அளித்திருக்கும் என்கிறார் ரொமிலா தாப்பர்.

எல்லாவற்றையும் சங்கத்துக்கு அள்ளித்தந்துவிட்டு வறுமையைப் பூண்ட வள்ளலாக அசோகரை அசோகாவதானம் காட்ட விரும்பியிருக்கிறது என்கிறார் நயன்ஜோத் லாஹிரி. தன்னிடமிருப்பதை மட்டுமல்ல பூமியையே அவர் சங்கத்திடம் கொடுத்துவிட்டாராம். எழுதிக்கொடுப்பதற்குக்கூட எதுவும் இல்லை என்பதால் தன் பற்களைக் கொண்டு எழுத்துகளை அசோகர் கீறினார் என்கிறது அசோகாவதானம். எழுதிக்கொடுத்த கையோடு மரணத்தையும் தழுவிவிட்டாராம். அனைத்தையும் துறந்த புத்தரின் சாயலை அவர் அப்போது பெற்றிருக்கக்கூடும்.

●

என் குழந்தைகளும் அவர்கள் பேரன்களும் என் வழியில் தொடர்ந்து செல்வார்கள் என்று அசோகர் சொல்லியிருந்தாலும் அப்படி யாரும் செய்ததுபோல் தெரியவில்லை. அரசியல் களத்தில் அதுவரை ஆதிக்கம் செலுத்திக்கொண்டிருந்த தம்மம், அதை அறிமுகப்படுத்தியவர்போலவே அமைதியாக மறைந்துசென்றிருக்கிறது. அசோகருக்குப் பிறகு ஆட்சியில் அமர்ந்தவர் யார் என்பதில்கூடத் தெளிவில்லை. ஆனால், மௌரியர் ஆட்சி பல ஆண்டுகளுக்கு நீடித்திருக்கிறது. எவ்வளவு பேர் ஆண்டார்கள், அவர்களெல்லாம் யார் என்பது தெரிய வில்லை. ஆனால், வாரிசுகள் யாரும் அசோகர்போல் பாறைகளிலும் தூண்களிலும் எழுதும் ஆர்வம்கொண்டிருக்க வில்லை என்பது தெரிகிறது.

அசோகர் காலத்திலும் சரி, பிறகும் சரி மெகஸ்தனிஸ்போல் எந்த அயல்நாட்டுப் பயணியும் இந்தியாவுக்கு வரவில்லை. பதிவுகளும் எழுதிவைக்கவில்லை. பௌத்தப் பதிவுகளும் அசோகரோடு மௌரியரைப் பின்தொடர்வதை நிறுத்திக் கொள்கின்றன. அசோகருக்குப் பிறகு யாரும் பௌத்தத்தை நாடவில்லை என்பது தெரிகிறது. இரண்டு பேர் முதல் ஏழு பேர் வரை மௌரியப் பேரரசின் முடிவுக்காலம் வரை ஆண்டிருப்பதாக முரண்பட்ட குறிப்புகள் கிடைக்கின்றன. சந்திரகுப்தர், பிந்துசாரர், அசோகர் மூவரும் 85 ஆண்டுகள் ஆண்டிருக்கிறார்கள் என்றால் பின்னால் வந்தவர்கள் 32 ஆண்டுகள் ஆண்டிருக்கிறார்கள் என்கிறார் லாஹிரி.

●

மெளரிய வம்சத்தை முடிவுக்குக்கொண்டுவந்து சுங்கர் வம்சத்தின் ஆட்சியை நிலைநாட்டியவர் என்று புஷ்யமித்திர சுங்கர் அழைக்கப்படுகிறார். அசோகரால் செல்வாக்குப் பெற்றிருந்த பௌத்தத்தை வீழ்த்தி, மீண்டும் பிராமண மதம் தழைப்பதற்கு அடிகோலியவர் என்றும் பௌத்தர்களைக் கொன்றுகுவித்தவர் என்றும் பௌத்தப் பதிவுகள் இவரை அழைக்கின்றன. மரபை எதிர்த்தவர்களை மரபு வென்றது என்றும் பிராமணர்கள் பௌத்தர்களுக்கு எதிராகக் கலகம் செய்து வென்றனர் என்றும் சிலர் இந்நிகழ்வைப் புரிந்துகொள்ள விரும்புகின்றனர்.

ஹெச்.சி. ராய்சவுத்ரி இதனை மறுக்கிறார். மெளரியர் ஆட்சியில் பிராமணர்கள் அச்சுறுத்தப்படவில்லை. அவர்கள் இருப்புக்கும் கொள்கைக்கும் எந்த ஆபத்தும் நேர்ந்ததில்லை. எனவே பிராமணர்கள் எழுச்சிப்பெற்று பௌத்த மெளரிய ஆட்சியை முடிவுக்குக் கொண்டுவந்தனர் எனும் வாதம் பிழையானது என்பது அவர் கருத்து. இதுபோக, இறுதி மெளரிய மன்னர் என்றும் புஷ்யமித்திரர் குறிப்பிடப்படுகிறார். அப்படி என்றால் அவர் எப்படிப் பிராமணராக இருப்பார்? அவர் ஏன் பௌத்தர்களைக் கொல்லவேண்டும்? புஷ்யமித்திரர் பௌத்தர்களைக் கொன்றதற்கு எந்த ஆதாரமும் இல்லை என்பதுதான் ரொமிலா தாப்பரின் நிலைப்பாடும். புஷ்யமித்திரரின் ஆட்சியில் பௌத்தர்கள் செல்வாக்கு இழந்திருக்கலாம். சங்கம் பலமிழந்திருக்கலாம். இந்தப் பழியை புஷ்யமித்திரர்மீது பௌத்தர்கள் சுமத்தியிருக்கலாம்.

அசோகருக்குப் பிந்தைய மெளரிய மன்னர்களில் ஆச்சரியமூட்டும் ஒரு பெயர், தசரதர். இவர் அசோகரின் பேரன். 'தேவனாம் பிரிய' என்று தன்னை அழைத்துக்கொண்ட இவர், அசோகர் போலவே நாகார்ஜுன மலையிலும் பராபரிலும் சில குகைகளை உருவாக்கி, அவற்றை ஆசீவகத் துறவிகளுக்கு வழங்கியிருக்கிறார். அசோகர் போலவே கல்வெட்டிலும் அதைக் குறித்திருக்கிறார். கடவுளுக்கு நெருக்கமான 'தசலதா' ஆட்சிக்கு வந்ததைத் தொடர்ந்து 'மதிப்புமிக்க ஆசீவகர்களுக்கு' இந்தக் குகைகளை வழங்கியிருக்கிறார். மழைக்காலங்களில் இவை துறவிகளைப் பாதுகாக்கும் என்றும் 'சந்திரனும் சூரியனும் உள்ளவரை நீடிக்கும்' என்றும் அசோகர் போலவே குறிப்பிட்டுள்ளார். ஆனால், அவருக்குப் பிறகு வந்தவர்கள் ஆசீவகர்கள் என்னும் பெயரை அழித்திருக்கிறார்கள். பௌத்தர்களும் இந்து துறவிகளும் அந்தக் குகைகளில் வசிக்கத் தொடங்கியிருக்கின்றனர்.

அசோகருக்குப் பிறகு தசரதர் ஆட்சிக்கு வந்ததாகப் புராணங்கள் குறிப்பிடுகின்றன. குணாளரே ஆட்சிக்கு வந்தார் என்கின்றன பிற பிரதிகள். இரண்டுமேகூட உண்மையாக இருக்கலாம் என்கிறார் ரொமிலா தாப்பர். அசோகர் இறப்பதற்கு முன்போ அல்லது பின்போ அவர் ஆட்சிப் பிரதேசம் பிரிக்கப்பட்டிருக்கலாம். வட மேற்கு மாகாணத்தை உள்ளடக்கிய மேற்கு, காந்தாரம், காஷ்மிர் ஆகியவை குணாளரிடமும் கிழக்கு பகுதி தசரதருக்கும் பிரித்தளிக்கப்பட்டிருக்கலாம் என்கிறார் தாப்பர். இவர்களைப் பற்றி மேலதிகம் தேடத் தொடங்கினால் புராணங்களுக்குள் சிக்கிக்கொள்ளவேண்டியிருக்கும். வரலாற்றுத் தரவுகள் கிடைக்காது.

அசோகரின் பேரன்களில் தசரதர் போக குணாளரின் மகன் சம்பிராதி என்பவரின் பெயரும் இடம்பெற்றுள்ளது. புராணங்களில் சம்பிராதி தசரதரின் மகனாக வருகிறார். அவர் சமணத்தைத் தழுவிக்கொண்டார் என்றும் மெளரிய அரசராக இருந்துகொண்டே சமண வளர்ச்சிப் பணிகளில் ஈடுபட்டார் என்றும் சொல்லப்படுகிறது. கல்வெட்டுச் சான்று எதுவும் இல்லை.

●

சாஞ்சியில் அசோகர் எழுப்பியது போன்ற தூண்களை, சுங்கர்களும் குப்தர்களும் பின்னர் எழுப்பினர். கவிழ்ந்த தாமரை, நான்கு சிங்கங்கள் என்று அசோகரை நினைவுபடுத்தும் அடையாளங்கள் அவற்றில் இடம்பெற்றிருந்தன. அசோகரின் சிற்பங்களில் காணக்கிடைக்காத உயிர், மனிதன். அதன்பின் அசோகரே சிற்பங்களில் வெளிப்பட ஆரம்பித்தார். புத்தரின் சமகாலத்தவரான அஜாதசத்ரு, கோசல மன்னரான பசேனதி போன்றோரின் உருவங்கள் செதுக்கப்பட்டிருக்கின்றன என்றாலும் அசோகரின் உருவம் கல்லில் படிவதற்கு இரு நூற்றாண்டுகள் ஆகியிருக்கின்றன என்கிறார் லாஹிரி.

பொதுஆ 1ஆம் நூற்றாண்டில் சாஞ்சி தெற்கு நுழைவாயிலில் காணப்படும் தூணொன்றில் அசோகரை இரு மனைவிகள் தாங்கிப் பிடித்திருக்கின்றனர். திஸ்யரக்ஷிதாவால் போதி மரம் வீழ்த்தப்பட்டதைத் தொடர்ந்து ஏற்பட்ட சோகத்தைக் காட்சிப்படுத்தும் சிற்பம் இது. சிற்பத்துக்குக் கீழே அவர் பெயர் இடம்பெற்றிருக்கவில்லை. சாஞ்சி அசோகர் உருவான சுமார் நூறு ஆண்டுகளுக்குப் பிறகு, கர்நாடகாவின் கனகனஹள்ளி

அசோகர் தனது அரசிகளோடு, சன்னதி-கனகனஹள்ளி

அசோகரும் அவரது இரண்டு ராணிகளும் - சாஞ்சி.
சன்னதி-கனகனஹள்ளி சிற்பத்தில் 'ராய அசோகோ' என்று
பொறிக்கப்பட்டதில் இருந்து அசோகருடனான அடையாளம்
உறுதிப்படுத்தப்பட்டுள்ளது.

என்னும் இடத்திலுள்ள தூணில் அசோகரின் உருவப்படம் பொறிக்கப்பட்டது. அசோகரின் பாறைக் கல்வெட்டுகளும் இதே இடத்தில்தான் கண்டெடுக்கப்பட்டன. இங்குள்ள சிலையில் அசோகரின் பெயர் பொறிக்கப்பட்டிருந்ததால் சாஞ்சியிலுள்ள சிற்பத்தில் இடம்பெற்றிருப்பவரும் இவரும் ஒருவரே என்னும் முடிவுக்கு வந்துசேர்ந்தனர். சாதவாகன மன்னர்களுக்கு மத்தியில் அசோகரும் தன் மனைவியோடும் பணிப்பெண்களோடும் இடம்பெற்றிருக்கிறார். அருகிலுள்ள மற்றொரு சிற்பத்தில் மற்றவர்களோடு சேர்ந்து அசோகர் போதி மரத்தை வணங்குகிறார்.

இரு சிற்பங்களுமே போதி மரத்தை மையப்படுத்தி வடிக்கப் பட்டுள்ளன. முதலாவதில் வாடிய போதி மரத்தைக் கண்டு வருந்துகிறார். இரண்டாவதில் போதியைத் தொழுகிறார். இரண்டுமே பௌத்தர்களின் பதிவுகளை மையப்படுத்தி அமைக்கப்பட்டுள்ளதைக் காணமுடிகிறது. இரண்டுமே பௌத்தர்கள் விரும்பும் அசோகரைக் காட்சிப்படுத்துகின்றன.

அசோகர் ஒரு வரலாற்று மனிதர் என்பதால் அவரை அவ்வாறு அணுகுவதுதான் சரியானது. பௌத்தத்தில் அல்லாது, வரலாற்றில் பொருத்திப் பார்க்கும்போதுதான் அவர் பற்றிய நம் பார்வை விரிவடைகிறது என்கிறார் ரொமிலா தாப்பர். நீண்டகாலம் காணாமல் போயிருந்த அசோகர் மீட்டெடுக்கப் பட்டபோது, அவரை ஒரு பௌத்த அரசராகவே பலரும் முன்மொழிந்தனர். பின்னர்தான் வரலாற்றாசிரியர்கள் அவரை அகலமாக ஆராயத் தொடங்கினார்கள்.

பண்பாடு, சமயம், நம்பிக்கை, மரபு, தத்துவம் ஆகியவற்றை பண்பாடுகள், சமயங்கள், நம்பிக்கைகள், மரபுகள், தத்துவங்கள் என்று விரித்தெடுத்தார் அசோகர். வேறுபாடுகளை மதிக்க வேண்டும். வேறுபாடுகள் நம் அனைவரையும் கூட்டாக வளப்படுத்தும் என்றார். இந்தியா போன்ற பரந்து, விரிந்த ஒரு நிலப்பரப்பின் உயிர்நாடி பன்முகத்தன்மை. அதை நாம் கொண்டாடவேண்டும் என்று கேட்டுக்கொண்டார்.

அசோகரின் தம்மத்திலும் இந்தப் பன்முகத்தன்மையைக் காணமுடியும் என்கிறார் தாப்பர். அசோகரின் தம்மத்துக்கு ஒன்றுக்கும் மேற்பட்ட அர்த்தங்கள் இருக்கின்றன. பௌத்தம் அவற்றுள் ஒன்று மட்டுமே என்கிறார் தாப்பர். கடவுள், மறுபிறப்பு என்றெல்லாம் பேசியிருக்கிறார் என்றாலும் தனது

தம்மத்தை அவர் எந்தவோரிடத்திலும் கடவுளோடு முடிச்சுப் போடவில்லை என்கிறார் தாப்பர். தம்மத்தைப் பின்பற்றினால் மேலுலகம் போகலாம் என்று ஆசை காட்டுவாரே தவிர, கடவுளிடமிருந்துதான் தம்மத்தைப் பெற்றேன் என்று எங்கும் சொல்லவில்லை அவர். ஏற்றத்தாழ்வுமிக்க சமூகத்தில் ஒழுங்கைக் கொண்டுவரும் குறிக்கோளோடு தம்மத்தை மக்களுக்கு அறிமுகப்படுத்தினார் அவர். தனிநபர் அறத்தைச் சமூக அறமாக உயர்த்தினார்.

பெற்றோர், குழந்தைகள். மரபு, மரபு எதிர்ப்பு. ஆத்திகம், நாத்திகம். ஆசிரியர், மாணவர். பிராமணர், சிரமணர். செல்வந்தர், வறியவர். எஜமானர், அடிமை. இப்படி முரண்பட்டிருந்த அம்சங்களை எதிரெதிர் நிறுத்தாமல் ஓயாமல் இணைத்துக் கொண்டே இருந்தது அசோகரின் தனித்துவம் என்கிறார் தாப்பர். அவருடைய கல்வெட்டுகளில் இந்தப் பதங்கள் பல இடங்களில் இணைந்துவருவதைக் காணலாம். வர்ண வேறுபாடுகள் இயல்பானவை, ஏற்றத்தாழ்வுகளை ஒன்றும் செய்ய முடியாது என்று கருதப்பட்ட காலத்தில் இரண்டும் இயல்பானவையல்ல என்று சொல்லி, சமத்துவத்தை ஒரு மாற்றாக முன்மொழிந்தார்.

அரசமைப்பில், ஆட்சிமுறையில், நிர்வாகத்தில் அவர் கொண்டு வந்த மாற்றங்கள் புதியவை. தம்மத்தை அவர் அரசியலோடு கலந்தார். போர் தவிர்க்கக்கூடியது. அதிகாரம் இருப்பதால் மேலிருந்து கீழாக எதையும் திணிக்கமுடியும் என்று நம்புவது தவறானது. 'ராஜா-பிரஜா' உறவுமுறை ஆண்டான் அடிமை உறவுபோல் இருக்கவேண்டியதில்லை. ஓர் அரசர் மக்களை நெருங்கிச் செல்வது சாத்தியம். மக்கள் சுலபமாக அணுகும் இடத்தில்தான் அரசர் இருக்கவேண்டும். பலம் என்பது ஆயுதபலம் மட்டுமல்ல, அன்பும் பலம்தான். வலிமை என்பது வக்கற்றவர்மீது அதிகாரத்தைச் செலுத்துவது அல்ல. அவர்களை மீட்பது.

அசோகர் கல்வெட்டுகளில் மொழிந்தவாறே ஒவ்வொரு முறையும் நடந்துகொண்டார் என்று சொல்ல முடியாது. நடைமுறைக்கும் கனவுக்கும் இடைவெளி இருந்தது. அதை அவர் உணர்ந்திருந்தார். அது அவரைப் பாதித்தது. இடைவெளியை இட்டு நிரப்புவதற்கான முயற்சிகளை விடாமல் மேற்கொண்டாரே தவிர, கனவைத் தூக்கி எறிந்துவிடத் தயாராக இல்லை அவர். தம்மம் கைகொள்வதற்குக் கடினமானது என்பதை

ஒப்புக்கொண்ட முதல் பேரரசர் அவரே. கடினமாக இருந்தாலும் அதுதான் இலக்கு என்று அறிவித்தவரும் அவரே.

பரந்து விரிந்த தன் ஆட்சிப்பரப்பில் எல்லா இடங்களிலும் ஒரே நிர்வாகமுறையைக் கையாள முடியாது என்பதை அசோகர் உணர்ந்திருப்பார். இடத்துக்கு ஏற்றாற்போல், மக்களுக்கு ஏற்றாற்போல் அவர் நிர்வாக முடிவுகளை மாற்றியமைத் திருப்பார் என்று நம்புவதற்கு இடமிருக்கிறது என்கிறார் தாப்பர். மௌரியப் பேரரசு மையப்படுத்தப்பட்ட அரசாக இருந்தது என்பதுதான் தாப்பரின் ஆரம்பகட்ட பார்வையாக இருந்தது. அதை அவர் பின்னர் மாற்றிக்கொண்டார். இவ்வளவு பெரிய நிலப்பரப்பை மகதத்தை மட்டும் மையமாகக் கொண்டு ஆண்டிருப்பது சாத்தியமில்லை. கங்கைச் சமவெளி வேண்டு மானால் மையப்படுத்தப்பட்ட அரசின்கீழ் வந்திருக்கும். மையத்தைவிட்டு விலகியுள்ள காந்தாரமும் கலிங்கமும் கர்நாடகமும் செளராஷ்டிரமும் மையத்தோடு இயல்பாகச் சேராது. சற்றே இளகிய முறையில் அவற்றைக் கையாள வேண்டும் என்பதை அசோகர் உணர்ந்திருப்பார் என்கிறார் தாப்பர். வனத்தில் வசித்த பழங்குடி மக்களை இறுதிவரை அசோகரால் பிடிக்குள் கொண்டுவரமுடியவில்லை.

நம்மைப்போல் இல்லாதவர்களிடம் கரிசனம் கொள்ளவேண்டும்; அவர்களோடு நெருங்கி உறவாடவேண்டும் என்பது அசோகரின் அணுகுமுறை. கிரேக்க, அராமைக் மொழி பேசுபவர்களையும் உள்ளடக்கிய இந்தியா அவருடையது. பெரும்பான்மை மொழி, பெரும்பான்மை பண்பாடு, பெரும்பான்மை சமயம் போன்ற அடையாளங்களுக்குக் கூடுதல் முக்கியத்துவம் அளிக்க மறுத்தார். வம்சம், இனம், தகுதி போன்றவற்றை நாம் கடந்து செல்லவேண்டும் என்று கேட்டுக்கொண்டார்.

பௌத்தத்தைக் கடந்தும் அசோகரின் தாக்கம் பரவியிருந்தது. மகாபாரதத்தில் வன்முறைக்கு எதிராக யுதிஷ்டிரர் முன்வைக்கும் வாதங்கள் அசோகரின் 13ஆம் பெரும்பாறைக் கல்வெட்டை நினைவுபடுத்துகிறது என்கிறார் தாப்பர். சத்திரிய தர்மத்தைக் காட்டிலும் பாவகரமான இன்னொன்று உலகில் இல்லை; எண்ணிலடங்கா மக்களை ஒருவர் கொல்வது ஏற்கத்தக்கதே அல்ல என்று யுதிஷ்டிரர் சொல்லும்போது, கலிங்கப் போரைக் கண்ட அசோகரின் கலக்கம்தான் அவர் குரலில் வெளிப படுகிறது.

லவ்ரியா-நந்தன்கர் தூண் கல்வெட்டுகள்.
சம்பரணுக்கு அருகிலுள்ள இடம்.

காஷ்மிரின் வரலாற்றைச் சொல்லும் ராஜதரங்கிணியை இயற்றிய கல்ஹனர் (12ஆம் நூற்றாண்டு) அசோகரைக் குறிப்பிடுவதை, தாப்பர் சுட்டிக்காட்டுகிறார். சமணக் கொள்கைகளைப் பின்பற்றியவர், முழு பூமியையும் ஆண்டவர், தூபிகள் பல எழுப்பியவர் என்று அசோகரை அழைக்கிறார். செல்வச் செழிப்புள்ள ஸ்ரீநகரை நிர்மாணித்தவர். சைவக் கோயிலொன்றை அழிவிலிருந்து மீட்டவர் என்றும் குறிப்பிடுகிறார். குப்தர் காலத்திலும் அதன் பின்னரும் மறக்கடிக்கப்பட்டிருந்த அசோகரை மீண்டும் மக்களுக்கு நினைவூட்டியவர் என்று கல்ஹனரைச் சொல்லலாம் என்கிறார் தாப்பர்.

●

மௌரியப் பேரரசின் வீழ்ச்சிக்கு அசோகரின் மென் அணுகுமுறைதான் காரணம் என்கிறார் டி.ஆர். பண்டார்கர். தம்மம் என்னவோ உயர்வானதுதான். ஆனால், அதை அரசியல் கொள்கையாக அசோகர் வரித்துக்கொண்டது பெரும் அழிவை ஏற்படுத்திவிட்டது என்கிறார் அவர். அமைதி, அகிம்சை, அறம் போன்ற அசோகரின் விழுமியங்களை இந்தியா ஏற்றுக் கொண்டதால்தான் அந்நியர்களின் படையெடுப்புகளை அவர்களால் எதிர்க்க முடியாமல் போய்விட்டது என்று குறைபட்டுக்கொள்பவர்களும் உள்ளனர்.

ஆனால், பி.என். பருவா இதனை ஏற்கவில்லை என்கிறார் ராஜ்மோகன் காந்தி. மௌரியப் பேரரசின் வீழ்ச்சிக்கு அசோகர் முன்வைத்த அகிம்சைதான் காரணம் என்று ஒரு வாதத்துக்கு ஒப்புக்கொண்டால், குப்தர்களின் அழிவுக்கு என்ன காரணம்? முகலாயப் பேரரசு ஏன் சரிந்தது? அவர்களெல்லாம் போரிடத் தயங்கியவர்களா? ஒளரங்கசீப் அகிம்சையை முன்வைத்தவரா? அசோகர் இந்தியாவைப் பலவீனப்படுத்திவிட்டார் என்பது ஏற்கத்தக்க வாதமல்ல. அசோகர் தன் படைகளைக் கலைத்தவரல்லர் என்கிறார் பருவா.

பேரரசுகள் உருவாவதும் சரிவதும் இயல்பானவை அல்லவா? அசோகரின் காலத்துக்குப் பிறகு ஏற்பட்ட சரிவுக்கு அசோகரை எப்படிப் பொறுப்பாக்கமுடியும்? போர் வேண்டாம் என்று சொல்வது பலவீனமா? அமைதியை முன்னிறுத்துவது அழிவை ஏற்படுத்துமா?

காலனியத்தின் பிடியிலிருந்து விடுபட்டு எழுச்சிக்கொள்ளும் ஆசியா, அமைதியை நாடுகிறது. போரைவிட அமைதி மேலானது என்பதால் மட்டுமல்ல. 'நாம் திட்டிவைத்திருக்கும் திட்டங் களையும் கண்டுகொண்டிருக்கும் கனவுகளையும்' போர் அழித்துவிடும் என்பதால்.

ஜவாஹர்லால் நேருவின் சொற்கள் இவை. சாரநாத் தூணிலுள்ள சிங்கங்களும் தர்ம சக்கரமும் புதிய இந்தியாவின் அடையாளங்களாக மாறின. அமைதியையும் இந்தியாவின் தேசியச் சின்னமாக மாற்றவேண்டும் என்று விரும்பினார் நேரு. தன் பங்குக்குப் பல கலிங்கங்களைக் கண்டு முடித்திருந்தார் அவர். ரத்த வெள்ளத்தில் மூழ்கிக் குளித்த இந்தியாவைத்தான் அவரால்

தன் கரங்களில் ஏந்திக்கொள்ளமுடிந்தது. அந்த இந்தியா இனி ஒருபோதும் போருக்குச் செல்லக்கூடாது.

இந்தியா மட்டுமல்ல இரண்டாம் உலகப் போரைத் தொடர்ந்து காலனியாதிக்கத்திலிருந்து விடுபட்ட ஆசிய நாடுகள் அனைத்தும் அமைதியையே நாடவேண்டும். அப்போதுதான் ஒரு புதிய எதிர்காலத்தைக் கட்டமைக்கமுடியும். இந்தியா தனக்காக மட்டும் பேசாது. உலகில் எங்கு, எந்த நாடு பாதிக்கப்பட்டாலும் அவர்கள் சார்பாக இந்தியா குரல் கொடுக்கும் என்றார் நேரு. இந்திய அமைதி உலக அமைதியோடு இணைந்தது என்பதால் அப்படியோர் அமைதி வேண்டும் என்று கனவு கண்டார்.

காந்தி போலன்றி நேரு வரலாற்றில் ஆர்வம்கொண்டிருந்ததை பகவான் ஜோஷ் சுட்டிக்காட்டுகிறார். தன் நேரத்தின் பெரும்பகுதியை எழுதுவதிலும் வாசிப்பதிலும் அவர் செலவிட்டார். எதிர்கால இந்தியா குறித்துப் பல கனவுகளை வளர்த்துக்கொண்டிருந்தவர் என்பதால் அதன் கடந்த காலத்திலும் ஆர்வம்கொண்டிருந்தது ஒரு வகையில் தவிர்க்கவியலாததும் கூட. காலனியவாதிகள் எழுதி வைத்த வரலாற்றுக்கு மாற்றாக தேசியவாதிகள் புதிய வரலாற்றை உருவாக்கிக்கொண்டிருந்த காலம் அது. புதிய தேசத்துக்குப் புதிய வரலாறு வலுசேர்க்கும் என்னும் நம்பிக்கையை வரலாற்றாசிரியர்களோடு சேர்ந்து அவரும் பகிர்ந்துகொண்டார். 'எதிர்காலத்துக்கு பின்பு நிகழ்காலம் இருக்கிறது. நிகழ்காலத்துக்குப் பின்னால் நீண்ட நெடிய கடந்த காலம் மறைந்திருக்கிறது. அதிலிருந்துதான் நிகழ்காலம் பிறந்தது என்பதால் நான் கடந்த காலத்தைப் புரிந்துகொள்ள விரும்பினேன்' என்றார் நேரு. இந்தியாவின் கடந்த காலம் நிகழ்காலத்தோடு உரையாடிக்கொண்டிருந்ததை அவர் உணர்ந்தார்.

அசோகரை நேரு 'கண்டுபிடித்தது' அப்போதுதான். சாரநாத் சென்றபோது புத்தர் முதல் உபதேசம் நிகழ்த்துவதைக் கண்டேன். 2,500 ஆண்டுகள் கடந்து அவர் சொற்கள் என்னை வந்தடைந்தன. அசோகரின் தூண்களைக் கண்டேன். அவை மகத்தான மொழியில் என்னோடு பேசின. ஈடு இணையற்ற ஒரு பேரரசரின் கதையை அந்தத் தூண்கள் எனக்குச் சொல்லின என்று உணர்வுப்பூர்வமாக எழுதுகிறார் நேரு.

அசோகரை வரலாறு மறக்காது. அவர் பற்றிய நினைவுகள் அழிவற்றவை என்று தன் மகளுக்குச் சிறையிலிருந்து எழுதுகிறார்

நேரு. பொதுவாக அவர் முடியாட்சியை, மன்னர்களைக் கொண்டாடுவதில்லை. மாவீரர்களை வரலாறு தன் நினைவுகளிலிருந்து உதிர்த்துவிடுகிறது. பெரும் போர்களில் பெரும் வெற்றிகள் குவித்தவர்களால் நாம் இழந்ததே அதிகம் என்று கருதியவர். ஆனால், அசோகர் மற்ற பேரரசர்கள் போன்றவர் அல்லர். பேரரசர் என்பதையும்மீறி அவரை நம்மால் நெருங்கமுடிகிறது, விரும்பவும் முடிகிறது என்கிறார் நேரு.

பேரரசர் என்றல்ல, இந்தியாவின் மகத்தான மகன் என்று அசோகரைத் தன் மகளுக்கு அறிமுகப்படுத்துகிறார் நேரு. மாபெரும் சாம்ராஜ்ஜியத்தின் தலைவராக இருந்தபோதும், தன் மக்களை அவர் வென்றெடுத்த விதம் அலாதியானது என்கிறார் நேரு. வேறுபட்டிருந்த மக்களை அசோகர் அரவணைத்துக் கொண்ட விதம் அவருக்குப் பிடித்துப்போனது. மக்களிடம் நெருங்கிச் செல்லவேண்டும், அவர்களோடு உரையாடவேண்டும் என்று இறுதிவரை அசோகர் விரும்பியது நேருவைக் கவர்ந்தது.

ஆட்சியில் இருந்த காலம் நெடுகிலும் அசோகர் அமைதியை முன்மொழிந்திருக்கிறார். பண்டைய இந்தியாவுக்கு அவர் எதை வழங்கினாரோ அதுதான் புதிய இந்தியாவுக்கும் தேவைப் படுகிறது என்பதை நேரு கண்டுகொண்டார். அசோகரிடமிருந்து பெற்றுக்கொண்ட கனவைத்தான் அவர் இந்தியாவுக்கும் உலகுக்கும் நீட்டித்தார். ஓர் அரசு மனிதர்களின் நலன்கள்மீது மட்டுமல்ல விலங்குகள், பறவைகளின் நலன்கள்மீதும் அக்கறை கொள்ளவேண்டும் என்று நேரு சொன்னபோது கல்வெட்டுகளின் மொழி அவருக்குக் கைகூடியிருந்தது. நேரு அசோகரோடு தன்னை இணைத்து, கற்பனை செய்யத் தொடங்கியிருந்தை இது காட்டுகிறது என்கிறார் பகவான் ஜோஷ். நேருவை அசோகரின் மறுபிறப்பாகப் பலர் பார்க்கத் தொடங்கினார்கள்.

வகுப்புவாத மோதல்கள் ஒரு தேசத்தை என்னவெல்லாம் செய்யும் என்பதைக் கண்கூடாகக் கண்டவர் என்பதால் வேற்றுமைகளை அசோகர் பாணியில் அணுகவும் அரவணைத்துக்கொள்ளவும் விரும்பினார் நேரு. அசோகர் பாறையிலும் தூணிலும் பொறித்திருந்தை நேரு எழுத்திலும் பேச்சிலும் வெளிப்படுத்தத் தொடங்கினார். வேற்றுமை என்பது பலம், பலவீனமல்ல. அமைதி என்பது பலம், பலவீனமல்ல. யதார்த்தத்தை மாற்றும் ஆற்றல் கனவுக்கு உண்டு என்று வலியுறுத்தத் தொடங்கினார் நேரு.

சீனப் போர் (1962) அவர் கனவைக் குலைத்தது. அசோகர் சந்தித்த அதே விமரிசனம் நேருவுக்கும் திருப்பிடவிடப்பட்டது. அமைதி, அகிம்சை என்று நேரு இந்தியாவைப் பலவீனப்படுத்திவிட்டார். வலுகுன்றிய தேசமாக இந்தியா மாறிவிட்டது. நேரு ஒரு தோல்வியாளர் என்று எல்லா மூலைகளிலிருந்தும் தாக்கப் பட்டார். நேருவேகூட குலைந்துதான் போனார். வேற்றுமையில் ஒற்றுமை, மதச்சார்பின்மை, சிறுபான்மை நலன் என்று அசோகரிடமிருந்து அவர் திரட்டிக்கொண்டு செழுமைப்படுத்திய கோட்பாடுகளும்கூட தாக்குதல்களிலிருந்து தப்பவில்லை.

அசோகருக்குப் பின்வந்தவர்கள் அசோகரைக் கைவிட்டதைப் போல் நேருவுக்குப் பின்வந்தவர்கள் நேருவைக் கைவிட்டனர். பெரும்பான்மை மதம் மேலதிகத் தீவிரத்தோடு முன்னெடுக்கப் பட்டது. இந்தியாவின் 'வலிமையைக்' கூட்டவேண்டும் என்னும் முழக்கத்தோடு ஆயுதத் தளவாடங்கள் அதிகரிக்கப்பட்டன. போர் ஏற்கத்தக்கதாக மாறியது. பாகிஸ்தானிலும் வங்கதேசத்திலும் ஈட்டிய வெற்றிகள் மகத்தான சாதனைகளாகக் கொண்டாடப் பட்டன. அணு ஆயுதப் பரிசோதனை 'வெற்றிகரமாக ' நடத்தி முடிக்கப்பட்டது. இன்று, அசோகரின் சின்னம் போர் விமானங்களிலும் ஏவுகணைகளிலும் இடம்பிடித்துவிட்டன என்கிறார் பகவான் ஜோஷ்.

இன்று அசோகரை வாசிக்கும்போது அவர் சொற்கள் விவரிக்கவொண்ணா வியப்பை நமக்கு ஏற்படுத்துவதற்குக் காரணம் அவர் மட்டுமல்ல, நாமும்தான். அவருடைய கனவு வெகு தொலைவில் மறைந்துவிட்டதுபோல் இன்று நமக்குத் தோன்றுகிறது என்றால் அதற்குக் காரணம் இன்று நாம் வாழும் சூழல். ஒரு நவீன, ஜனநாயக நாட்டில் வசிக்கும் நாம் 2,500 ஆண்டுகளுக்கு முன்பு இங்கே வாழ்ந்து மறைந்த ஒருவரை ஏக்கத்தோடு நினைத்துக்கொள்கிறோம் என்றால் நம் காலம் அந்த அளவுக்கு மாசடைந்திருக்கிறது, அந்த அளவுக்குத் திரிந்து போயிருக்கிறது, அந்த அளவுக்கு வீழ்ச்சியைச் சந்தித்திருக்கிறது என்று பொருள்.

•

அவநம்பிக்கையோடு நிறைவு செய்வதை அசோகர் விரும்பமாட்டார். நம் காலம் அவரை வாசிக்கவில்லை என்பதற்காக அவர் சோர்ந்துவிடமாட்டார். அடுத்த தலை முறையோடு பேசுவதற்கு அவர் காத்துக்கொண்டிருக்கிறார்.

அவர்களும் நம்மைப்போல் கைவிட்டுவிட்டால், அவர்களுக்குப் பிறகு வரும் பேரன், பேத்திகளோடு அவர் உரையாடலைத் தொடர்வார். அவர்களில் யாரேனும் ஒருவருக்குள் அசோகரின் சொற்கள் இறங்கி, கலக்கலாம். அப்போது அவர் அசோகரின் மொழியில் பேசத் தொடங்கலாம். அவ்வாறு செய்யும்போது அசோகரின் கனவு மீண்டும் வளரத் தொடங்கும்.

அவர் கனவு மானுடப்பொதுவானது என்பதால் மொழி, நிறம், இனம், சாதி, சமயம், தேசம், பாலினம் என்று எந்த எல்லைக்கோட்டுக்கும் அது அடங்கப்போவதில்லை. காலத்தின் கரங்களாலும் அதை அநேகமாகத் தடுத்து நிறுத்த முடியாது. பிளவுகள் கூர்மையடையும்போது, வேறுபாடுகள் ஒன்றையொன்றை எதிர்த்துச் சமர்புரியும்போது, பெரும்பான்மை வாதம் பலம்பெறும்போது மனித மனம் அமைதியையும் ஒற்றுமையையும் நாடுவது இயற்கை. அந்த இயற்கையின் ஒரு பகுதியாக அசோகரின் கனவு உயிர்த்திருக்கும்.

அவர் கனவு வேண்டுமானால் அசாதாரணமானதாக இருக்கலாம். அசோகர் ஒரு சாமானியர்தான். 'அவரை நாம் கடவுளாக மாற்ற வேண்டியதில்லை' என்கிறார் ரொமிலா தாப்பர். அசோகரையும் அவர் பணிகளையும் புரிந்துகொள்ளவேண்டுமானால் நிறை, குறைகளோடு வாழ்ந்து மடிந்த ஒரு வரலாற்று மனிதராக அவரை நாம் அணுகவேண்டும். அதைத்தான் அவரும் விரும்புவார்.

முதலாம் தனிப்பாறைக் கல்வெட்டின் வாசகங்கள்.

'எல்லோரும் என் குழந்தைகள். என் குழந்தைகள் எப்படி இருக்கவேண்டும் என்று விரும்புவேனோ, அவர்கள் எவ்வளவு நலத்தோடும் வளத்தோடும் இருக்கவேண்டும் என்று விரும்புவேனோ அவ்வாறே எல்லா மனிதர்களும் இருக்க வேண்டும் என்று விரும்புகிறேன். என் விருப்பம் எவ்வளவு தீவிரமானது என்பதை உங்களால் புரிந்துகொள்ள முடியாது.'

●

அசோகர் தனது கல்வெட்டுகளில்
பயன்படுத்திய நான்கு எழுத்துகள்:
பிராமி (மேல் இடது), கரோஷ்டி (மேல் வலது),
கிரேக்கம் (கீழ் இடது) மற்றும் அராமைக் (கீழ் வலது).

கல்வெட்டுகளும் குறிப்புகளும்

சிறுபாறைக் கல்வெட்டுகள்

முதலாம் சிறுபாறைக் கல்வெட்டு

பௌத்தத்தைத் தழுவி 2 ஆண்டுகள் ஆகிவிட்டதை அறிவிக்கிறார் அசோகர். என்னைப் போன்றவர்கள் மட்டுமல்ல சாமானியர்களும் தம்மத்தை ஏற்கலாம் என்கிறார்.

2ஆம் சிறுபாறைக் கல்வெட்டு

பெற்றோர்க்குக் கீழ்ப்படிதல், எல்லா உயிர்களிடத்தும் கருணை, உண்மை போன்றவை வலியுறுத்தப்படுகின்றன.

3ஆம் சிறுபாறைக் கல்வெட்டு

புத்தம், தம்மம், சங்கம் ஆகியவற்றின்மீது தனக்குள்ள மதிப்பையும் மரியாதையையும் அசோகர் பதிவுசெய்கிறார். தம்மம் நீண்டகாலம் தழைக்கவேண்டும் எனும் விருப்பத்தையும் பதிவுசெய்கிறார். பிக்குகள் வாசிக்கவேண்டிய அறநெறி நூல்களையும் குறிப்பிடுகிறார்.

4ஆம் சிறுபாறைக் கல்வெட்டு

கிரேக்கம், அராமைக் இரு மொழிக் கல்வெட்டு. முடிசூடிய 10ஆம் ஆண்டு வெளியிடப்பட்டது. மக்கள் எத்தகைய வளங்களைப் பெற்றிருக்கிறார்கள் என்று சொல்கிறது. வேடர்கள் கொல்வதைத் தவிர்த்துவிட்டனர், மீனவர்கள் மீன் பிடித்தலை விட்டுவிட்டனர் என்கிறது. கட்டுப்பாடு மக்களுக்குக் கைகூடிவிட்டது, நல்நெறிகளையும் அவர்கள் பின்பற்றத் தொடங்கிவிட்டனர் என்கிறது.

●

<h1 style="text-align:center">பெரும்பாறைக் கல்வெட்டுகள்</h1>

முதலாம் பெரும்பாறைக் கல்வெட்டு

உயிர்பலி தடை செய்யப்படுகிறது. பண்டிகைகள் கூடாது என்கிறார் அசோகர். தம்மத்தைப் பரப்புவதுதான் அசலான பண்டிகை என்கிறார். தனக்காக மூன்று உயிர்கள் மட்டுமே கொல்லப்படுகின்றன. வருங்காலத்தில் இந்த வழக்கமும் நிறுத்தப்படும் என்கிறார்.

2ஆம் பெரும்பாறைக் கல்வெட்டு

மனிதர்கள் நலன், விலங்குகள் நலன் இரண்டும் வலியுறுத்தப்படுகின்றன. எல்லா உயிர்களுக்கும் மருத்துவச் சிகிச்சைகள் அளிக்கப்படும். தேவைப்பட்ட மூலிகைகள் கொண்டுவரப்படும் என்கிறார். அண்டை நாடுகளைச் சேர்ந்தவர்கள் என்று சோழர், பாண்டியர் போன்ற தென்னிந்திய ஆட்சியாளர்கள் குறிப்பிடப்படுகிறார்கள்.

3ஆம் பெரும்பாறைக் கல்வெட்டு

முடிசூடிய 12ஆம் ஆண்டு வெளியிடப்பட்டது. ஐந்தாண்டுகளுக்கு ஒருமுறை அதிகாரிகள் ஆட்சிப்பிரதேசம் முழுக்கப் பயணம் செய்யவேண்டும், தம்மத்தைப் பரப்பவேண்டும் என்று ஆணையிடுகிறது. பிராமணர்களுக்குத் தாராளமாகப் பரிசுகள் அளிக்கவேண்டும் என்கிறது.

4ஆம் பெரும்பாறைக் கல்வெட்டு

தம்மத்தை வலியுறுத்துகிறது. பிராமணர்களும் சிரமணர்களும் மதிக்கப்படவேண்டும், உயிர்களைக் கொல்லக் கூடாது, உறவினர்களை அரவணைத்துச்செல்லவேண்டும் போன்ற நெறிகள் குறிப்பிடப்படுகின்றன. தனக்குப் பின் பேரன்களும் கொள்ளுப் பேரன்களும் தம்மத்தை உயர்த்திப் பிடிப்பார்கள் என்கிறார்.

5ஆம் பெரும்பாறைக் கல்வெட்டு

தம்ம மகாமாத்திரர்கள் நியமிக்கப்படுவதை அறிவிக்கிறது. உதவி தேவைப்பட்டவர்களை நாடிச் சென்று அவர்கள் உதவவேண்டும் என்கிறார். சிறையிலிருக்கும் முதியோர்களை விடுவிக்கச் சொல்கிறார். எல்லோரும் என் குழந்தைகள் என்கிறார். நற்காரியங்கள் செய்வது கடினம் ஆனால்,

பழகிக்கொள்ளவேண்டும். செய்யத் தவறுபவர்கள் பாவத்தை இழைக்கிறார்கள் என்கிறார்.

6ஆம் பெரும்பாறைக் கல்வெட்டு

நலத்திட்டங்களை விவரிக்கிறது. மக்கள் தொடர்பான செய்திகள் தனக்கு எப்போதும் வந்துகொண்டிருக்கவேண்டும். உணவு அருந்தும் நேரம், பூங்காவில் இருக்கும் நேரம் என்று தொடங்கி எங்கே இருந்தாலும் அங்கே தன்னைத் தடையின்றி அணுகலாம் என்று அதிகாரிகளிடம் தெரிவிக்கிறார். அதிகாரிகளுக்கிடையே கருத்துவேறுபாடுகள் மூளுமானால் அவற்றையும் தெரிவிக்கவேண்டும். காலவரையறை தேவையில்லை என்கிறார்.

7ஆம் பெரும்பாறைக் கல்வெட்டு

எல்லாச் சமயங்களையும் சகித்துக்கொள்ளவேண்டும், அரவணைத்துச்செல்லவேண்டும் என்று கேட்டுக்கொள்கிறது. பிற சமயங்களைத் தாழ்த்தினால் உங்கள் சமயமும் தாழ்ந்துபோகும் என்கிறது.

8ஆம் பெரும்பாறைக் கல்வெட்டு

வேட்டை, உல்லாசப் பயணம் ஆகியவற்றுக்கு மாற்றாக தம்ம யாத்திரையை அசோகர் மேற்கொள்வதை அறிவிக்கிறது. புத்தகயாவுக்கு அவர் செல்வதையும் போதி மரத்தை வணங்குவதையும் பதிவுசெய்கிறது.

9ஆம் பெரும்பாறைக் கல்வெட்டு

குழந்தைப் பிறப்பு, திருமணம், பயணத்தின் தொடக்கம் போன்றவற்றுக்குச் சடங்குகள் மேற்கொள்ள வேண்டாம் என்று ஆணையிடுகிறது. தம்மத்தை முன்னிறுத்துகிறது.

10ஆம் பெரும்பாறைக் கல்வெட்டு

புகழோ மேன்மையோ முக்கியமல்ல, தம்மமே முக்கியம் என்கிறது.

11ஆம் பெரும்பாறைக் கல்வெட்டு

பெரியவர்களிடம் பணிவோடு இருக்கவேண்டும் என்றும் விலங்குகளைக் கொல்லக் கூடாது என்றும் கேட்டுக்கொள்கிறது. தம்மத்தை விவரிக்கிறது.

12ஆம் பெரும்பாறைக் கல்வெட்டு

பல்வேறு சமயங்களையும் அரவணைத்துச்செல்லவேண்டும் என்று வலியுறுத்துகிறது.

13ஆம் பெரும்பாறைக் கல்வெட்டு

கலிங்கப் போரைக் குறிப்பிடும் கல்வெட்டு. மக்களை வெல்வதற்குப் போர் தேவையில்லை. தம்மத்தைக் கொண்டு மக்களை வெல்லலாம் என்று அறிவிக்கிறது. அசோகரின் தம்மத்தைப் புரிந்துகொள்ள உதவும் முக்கியமான பதிவு.

14ஆம் பெரும்பாறைக் கல்வெட்டு

வெவ்வேறு பகுதிகளில் பொறிக்கப்பட்டுள்ள கல்வெட்டுகளை விவரிக்கிறது.

●

தனித்த பாறைக் கல்வெட்டுகள்

முதல் தனித்த பாறைக் கல்வெட்டு

அதிகாரிகள் மக்களின் நன்மதிப்பையும் நம்பிக்கையையும் பெறவேண்டும். சிறையிலுள்ள குற்றவாளிகளிடம் பாரபட்சமின்றி நடந்துகொள்ளவேண்டும். அதிகாரிகள் நடுநிலையோடு, உணர்ச்சிவசப்படாமல் பணியாற்றவேண்டும். நீதி சரியாக வழங்கப்படுகிறதா என்பதை மேற்பார்வை செய்யவேண்டும் உள்ளிட்ட கட்டளைகள் இடம்பெற்றிருக்கின்றன. மக்கள் அனைவரும் என் குழந்தைகள். இந்த உலகில் மட்டுமின்றி மறு உலகிலும் அவர்கள் மகிழ்ச்சியாக வாழவேண்டும் என்கிறார் அசோகர்.

2ஆம் தனித்த பாறைக் கல்வெட்டு

மக்கள் அனைவரும் என் குழந்தைகள். அவர்கள் மகிழ்ச்சிக்காகப் பணியாற்றத் தயாராக இருக்கிறேன் என்கிறார் அசோகர். எல்லைக்கு அப்பால் வசிக்கும் மக்கள்மீது படையெடுப்பு நடக்காது. அவர்கள் நிம்மதியாக இருக்கலாம். நன்மைகளை மட்டும் என்னிடம் எதிர்பாருங்கள், தீங்குகளை விளைவிக்க மாட்டேன் என்கிறார். மன்னிக்கக்கூடிய குற்றங்கள் மன்னிக்கப்படும். தம்ம நெறிகள் பரவட்டும் என்கிறார்.

●

தூண் கல்வெட்டுகள்

முதலாம் தூண் கல்வெட்டு

முடிசூடிய 26ஆம் ஆண்டு செதுக்கப்பட்டது. அறநெறிகள் மீண்டும் வலியுறுத்தப்படுகின்றன. கடைநிலை ஊழியர்கள் தொடங்கி உயரதிகாரிகள் வரை அனைவரும் தம்ம நெறிகளைப் பின்பற்றவேண்டும் என்கிறார். மக்களுக்கு நீதி கிடைக்கவேண்டும். மகிழ்ச்சியோடு அவர்கள் வாழவேண்டும் என்கிறார்.

2ஆம் தூண் கல்வெட்டு

பாவங்களைக் குறைத்துக்கொள்ளுதல், நற்குணங்களை அதிகரித்தல், கருணை, தாராள குணம், உண்மை, தூய்மை ஆகியவையே தம்மம் என்கிறார். அனைத்து விலங்குகளையும் நினைவுகூர்கிறார். தம்மப் பணிகளை அசைபோடுகிறார்.

3ஆம் தூண் கல்வெட்டு

சுயபரிசோதனை அவசியம். மூர்க்கமாக நடந்துகொள்வது, கோபம், பெருமிதம் ஆகியவை பாவங்கள் என்கிறார். தம்மத்தை ஏற்றால் மறுமையிலும் இன்பம் கிடைக்கும் என்கிறார்.

4ஆம் தூண் கல்வெட்டு

முடிசூடிய 26ஆம் ஆண்டு பொறிக்கப்பட்டது. ராஜூக்கர்களின் (அதிகாரிகள்) பணிகளைக் குறிப்பிடுகிறது. வெகுமதியோ தண்டனையோ அச்சமின்றி, சுதந்தரமாக அவர்கள் அளிப்பார்கள். என் விருப்பங்களை அறிந்தவர்கள் என்பதால் அஞ்சவேண்டாம் என்கிறார். மரண தண்டனை நீடிக்கிறது. தண்டனையை மனு கொடுத்து மாற்றிக்கொள்ளலாம் என்கிறார்.

5ஆம் தூண் கல்வெட்டு

குறிப்பிட்ட தினங்களில் எந்தெந்த விலங்குகளைக் கொல்லக் கூடாது என்றும் எந்தெந்த விலங்குகளை எப்போதும் கொல்லக் கூடாது என்றும் விரிவாகப் பட்டியலிடுகிறது. சிறைக் கைதிகள் 25 பேர் விடுதலை செய்யப்படுவதையும் அறிவிக்கிறது.

6ஆம் தூண் கல்வெட்டு

முடிசூடிய 12ஆம் ஆண்டு வெளியிடப்பட்டது. தம்மம்தான் மக்களுக்கு மகிழ்ச்சியை உறுதிசெய்யும் என்கிறார். எல்லாச்

சமயத்தினரும் மகிழ்ச்சியாக வாழவேண்டும். எல்லாத் தரப்பு மக்களையும் சந்தித்து உரையாடவேண்டும் என்று விரும்புகிறார்.

7ஆம் தூண் கல்வெட்டு

அசோகர் அதுவரை மேற்கொண்ட பணிகள் விரிவாகத் தொகுக்கப்படுகின்றன. தம்மம் வலியுறுத்தப்படுகிறது. அதிகார மற்றவர்கள், ஏழைகள், ஆதரவற்றவர்கள் காக்கப்படவேண்டும். தம்மத்தைத் திணிப்பதைவிட ஊக்குவிப்பதே சிறந்த வழி. விலங்குகள் காக்கப்படவேண்டும் என்று கேட்டுக்கொள்கிறார்.

●

பிளவுக் கல்வெட்டுகள்

சங்கத்தில் உண்டான பிளவுகளைத் தடுக்கவும் சங்கத்தைக் காக்கவும் மேற்கொள்ளப்பட்ட நடவடிக்கைகளைப் பதிவுசெய்யும் கல்வெட்டுகள். பிக்குகளும் பிக்குணிகளும் ஒன்றுசேர்க்கப் பட்டுள்ளனர். சங்க நெறிகளில் நம்பிக்கையற்றவர்கள் அனுமதிக்கப் படக்கூடாது. ஒற்றுமையைக் குலைப்பவர்கள் ஊருக்கு வெளியில் சாமானியர்களாக வாழவேண்டும் என்று தண்டிக்கப்படுகின்றனர். சங்கம் ஒற்றுமையோடு நீடித்து நிலைக்கவேண்டும் என்று விரும்புகிறார்.

●

பிற கல்வெட்டுகள்

ரும்மிந்தெய் தூண் கல்வெட்டு

அசோகர் லும்பினிக்குச் சென்றதைப் பதிவுசெய்கிறது. லும்பினி மக்களுக்கு வரிச்சலுகை அளிக்கப்படுகிறது.

குகைக் கல்வெட்டுகள்

பராபரரில் ஆசீவகர்களுக்குப் பரிசாக அளிக்கப்பட்ட குகைகள் பற்றிய மூன்று கல்வெட்டுகள் இவை. முடிசூடிய 12ஆம் ஆண்டு இரண்டு கல்வெட்டுகளும் 19ஆம் ஆண்டு மற்றொரு கல்வெட்டும் பொறிக்கப்பட்டுள்ளன.

ராணி கல்வெட்டு

அசோகரின் இரண்டாம் ராணி காருவாகியின் தர்மச் செயல்களைப் பதிவுசெய்யும் கல்வெட்டு.

நிகலிசாகர் தூண் கல்வெட்டு

கபிலவஸ்துவில் நிறுவப்பட்டது. முடிசூடிய 14ஆம் ஆண்டு கனகமுனி புத்தர் தூபியின் உயரத்தை இரட்டிப்பாக்கியதையும் 20ஆம் ஆண்டு, மீண்டும் வருகை புரிந்து வழிபட்டதையும் பதிவுசெய்கிறது.

●

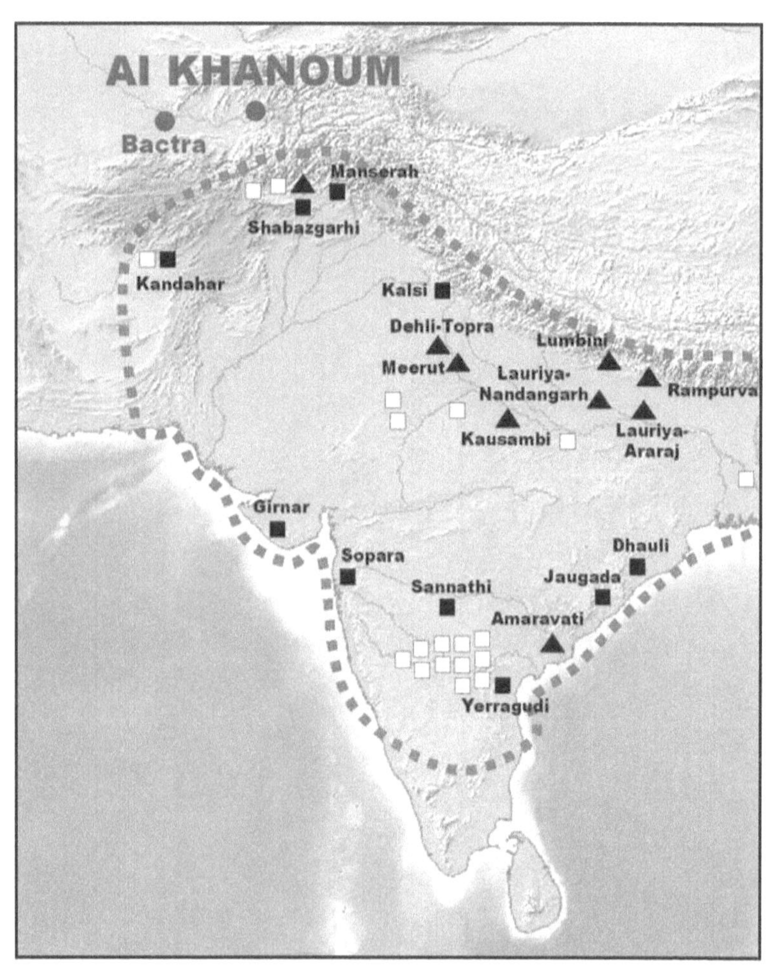

அசோகரின் கல்வெட்டுகள் கண்டெடுக்கப்பட்ட இடங்கள்

பின்னிணைப்பு 2

கல்வெட்டுகளும்
கண்டெடுக்கப்பட்ட இடங்களும்

கிர்னார் பெரும்பாறைக் கல்வெட்டுகள் (ஆண்டு : 1822)

குஜராத்திலுள்ள ஜூனாகத்தில் 14 வெவ்வேறு கல்வெட்டுகள் கிடைத்துள்ளன.

அலகாபாத்-கோசம் தூண் கல்வெட்டுகள் (ஆண்டு : 1822)

உத்தரப் பிரதேசத்திலுள்ள அலகாபாத்தில் 6 தூண் கல்வெட்டுகள் கண்டெடுக்கப்பட்டன. கௌசாம்பியிலிருந்து கொண்டுவரப்பட்டிருக்கலாம்.

ராணி கல்வெட்டு (ஆண்டு : 1834)

காருவாகி அளித்த பரிசுகள் பற்றிய விவரங்கள் அலகாபாத் தூணில் 1834ஆம் ஆண்டு கண்டுபிடிக்கப்பட்டது.

லவ்ரியா-அரேராஜ் தூண் கல்வெட்டுகள் (ஆண்டு : 1834)

பிகாரிலுள்ள சம்பரணில் அமைந்துள்ள இடம். இங்கே அலகாபாத்தில் உள்ளதைப் போன்ற தூண் கல்வெட்டுகள் கண்டெடுக்கப்பட்டன.

லவ்ரியா-நந்தன்கர் தூண் கல்வெட்டுகள் (ஆண்டு : 1834)

சம்பரணுக்கு அருகிலுள்ள மற்றோர் இடம். இங்கும் மேலே கண்ட அதே தூண் கல்வெட்டுகள் கண்டெடுக்கப்பட்டன.

ஷஹ்பாஸ்கடி தூண் கல்வெட்டுகள் (ஆண்டு : 1836)

பாகிஸ்தானிலுள்ள மர்தான் மாவட்டத்தில் அமைந்துள்ள இந்த இடத்தில் கிர்னாரில் கண்டுபிடிக்கப்பட்ட அதே கல்வெட்டுகள் கிடைத்திருக்கின்றன.

தெளலி பெரும்பாறைக் கல்வெட்டுகள் (ஆண்டு : 1837)

ஒரிசாவிலுள்ள பூரி மாவட்டத்தில் அமைந்துள்ளது தெளலி. முதல் பத்து பெரும்பாறைக் கல்வெட்டுகளும் 14ஆம் கல்வெட்டும் கிடைத்துள்ளன. கலிங்க மக்களுக்கு மட்டுமேயான 2 கல்வெட்டுகளும் கிடைத்துள்ளன.

டெல்லி மீரட் தூண் கல்வெட்டுகள் (ஆண்டு : 1837)

உத்தரப் பிரதேசத்திலுள்ள மீரட் மாவட்டத்தில் அலகாபாத்தில் உள்ளதைப் போன்ற கல்வெட்டுகள் கிடைத்துள்ளன.

டெல்லி தோப்ரா தூண் கல்வெட்டுகள் (ஆண்டு : 1837)

ஹரியானாவின் அம்பாலா மாவட்டத்திலுள்ள இடம். அலகாபாத்திலுள்ள அதே ஆறு கல்வெட்டுகள். கூடுதலாக, அசோகர் தன் பணிகளைத் தொகுத்துக் காணும் கல்வெட்டும் கிடைத்துள்ளது.

சாசாராம் சிறுபாறைக் கல்வெட்டு (ஆண்டு : 1839)

அசோகர் பௌத்தத்தைத் தழுவியது பற்றிய கல்வெட்டு பிகாரிலுள்ள ஷாபாத் மாவட்டத்தில் கிடைத்துள்ளது.

பைரத் பௌத்தக் கல்வெட்டுகள் (ஆண்டு : 1840)

ராஜஸ்தானிலுள்ள ஜெய்ப்பூரில் கிடைத்துள்ள பௌத்தம் பற்றிய கல்வெட்டு.

பராபர் குகைக் கல்வெட்டுகள் (ஆண்டு : 1847)

ஆசீவகர்களுக்குப் பரிசளித்தது பற்றிய 3 கல்வெட்டுகள் பிகாரிலுள்ள ஜஹானாபாத்தில் கிடைத்துள்ளன.

ஷௌகடா பெரும்பாறைக் கல்வெட்டுகள் (ஆண்டு : 1850)

ஒரிசாவிலுள்ள கஞ்சாம் என்னும் பகுதியில் தெளலியில் கிடைத்த அதே கல்வெட்டுகள் கிடைத்துள்ளன.

கல்சி பெரும்பாறைக் கல்வெட்டுகள் (ஆண்டு : 1860)

உத்தரகாண்டிலுள்ள டேராடூன் பகுதியில் கிர்னாரில் கிடைத்த அதே கல்வெட்டுகள் கிடைத்துள்ளன. கல்வெட்டோடு சேர்ந்து யானையின் முன்பகுதி செதுக்கப்பட்ட பாறையும் கிடைத்துள்ளது.

சாஞ்சி பிளவுக் கல்வெட்டு (ஆண்டு : 1863)

சங்கத்தைப் பிளப்பவர்களுக்குத் தண்டனை அளிக்கும் கல்வெட்டு மத்தியப் பிரதேசத்திலுள்ள ரெய்ஸன் மாவட்டத்தில் கிடைத்துள்ளது.

ரூப்நாத் சிறுபாறைக் கல்வெட்டு (ஆண்டு : 1871)

மத்தியப் பிரதேசத்திலுள்ள ஐபல்பூர் மாவட்டத்தில் சாசாராமில் கிடைத்துள்ள அதே கல்வெட்டு கிடைத்துள்ளது.

பைரத் சிறுபாறைக் கல்வெட்டு (ஆண்டு : 1872)

ராஜஸ்தானிலுள்ள ஜெய்ப்பூர் மாவட்டத்தில் சாசாராமில் கிடைத்துள்ள அதே கல்வெட்டு கிடைத்துள்ளது.

ஷௌகடா பெரும்பாறைக் கல்வெட்டுகள் (ஆண்டு : 1872)

ஒரிசாவிலுள்ள கஞ்சாம் என்னும் பகுதியில் கிர்னாரில் கிடைத்த அதே கல்வெட்டுகள் கிடைத்துள்ளன. தௌலியில் கிடைத்துள்ள இரு தனிப்பாறைக் கல்வெட்டுகளும் இங்கும் கிடைத்துள்ளன.

அலகாபாத்-கோசம் பிளவுக் கல்வெட்டு (ஆண்டு : 1877)

அலகாபாத் தூணில் சாஞ்சியில் உள்ளதைப் போன்ற கல்வெட்டு கிடைத்துள்ளது.

சொபாரா பெரும்பாறைக் கல்வெட்டுகள் (ஆண்டு : 1882)

மகாராஷ்டிராவிலுள்ள தானேவில் 8, 9 எண்கள் கொண்ட கல்வெட்டுகள் பகுதியளவில் கிடைத்துள்ளன.

மன்சேரா பெரும்பாறைக் கல்வெட்டுகள் (ஆண்டு : 1888-89)

பாகிஸ்தானிலுள்ள ஹஸாரா மாவட்டத்தில் கிர்னாரில் உள்ளதைப் போன்ற கல்வெட்டுகள் கிடைத்துள்ளன.

பிரம்மகிரி சிறுபாறைக் கல்வெட்டுகள் (ஆண்டு : 1892)

கர்நாடகாவிலுள்ள சித்ரதுர்கா மாவட்டத்தில் சிறுபாறைக் கல்வெட்டுகள் பகுதியளவில் கிடைத்துள்ளன.

சித்தபுரா சிறுபாறைக் கல்வெட்டுகள் (ஆண்டு : 1892)

பிரம்மகிரியில் கிடைத்த அதே கல்வெட்டுகள்.

ஜாதிங்கா ராமேஸ்வரம் சிறுபாறைக் கல்வெட்டுகள் (ஆண்டு : 1892)

கர்நாடகாவிலுள்ள சித்ரதுர்கா மாவட்டத்தில் பிரம்மகிரியில் கிடைத்த அதே கல்வெட்டுகள் கிடைத்துள்ளன.

லம்பினி துாண் கல்வெட்டுகள் (ஆண்டு : 1896)

புத்தர் பிறந்த இடத்துக்கு அசோகர் வருகை தந்தது பற்றிய கல்வெட்டு நேபாளத்தில் கிடைத்துள்ளது.

நிகாலி சாகர் துாண் கல்வெட்டு (ஆண்டு : 1895)

நேபாளத்திலுள்ள கபிலவஸ்துவில் அசோகரின் வருகை, பணிகள் பற்றிய கல்வெட்டு கிடைத்துள்ளது.

ராம்பூர்வா துாண் கல்வெட்டுகள் (ஆண்டு : 1902)

பிகாரிலுள்ள சம்பரணில் அலகாபாத்தில் கிடைத்த அதே கல்வெட்டுகள் கிடைத்துள்ளன.

சாரநாத் பிளவுக் கல்வெட்டு (ஆண்டு : 1904)

அலகாபாத்தில் கிடைத்ததைப் போன்ற சங்கத்தின் பிளவு பற்றிய கல்வெட்டு.

தட்சசீலம் கல்வெட்டு (ஆண்டு : 1914-15)

அலகாபாத்தில் கிடைத்ததைப் போன்ற சங்கத்தின் பிளவு பற்றிய கல்வெட்டு கிடைத்துள்ளது.

மஸ்கி சிறுபாறைக் கல்வெட்டு (ஆண்டு : 1915)

கர்நாடகாவிலுள்ள ராய்ச்சூரில் சாசாராமில் கிடைத்த கல்வெட்டு கிடைத்துள்ளது.

எர்ராகுடி பெரும்பாறைக் கல்வெட்டுகள் (ஆண்டு : 1929)

ஆந்திராவிலுள்ள கர்னூலில் கிர்னாரில் கிடைத்தவை போன்ற கல்வெட்டுகள் கண்டெடுக்கப்பட்டுள்ளன.

காவிமத் சிறுபாறைக் கல்வெட்டு (ஆண்டு : 1931)

கர்நாடகாவிலுள்ள ராய்ச்சூரில் மஸ்கியிலுள்ளதைப் போன்ற கல்வெட்டு கிடைத்துள்ளது.

பால்கிகுண்டு சிறுபாறைக் கல்வெட்டு (ஆண்டு : 1931)

கர்நாடகாவிலுள்ள ராய்ச்சூரில் மஸ்கியிலுள்ளதைப் போன்ற கல்வெட்டு கிடைத்துள்ளது.

புல் இ தாருந்தா கல்வெட்டு (ஆண்டு : 1932க்கு முன்னால்)

ஆப்கனிஸ்தானிலுள்ள ஜலாலாபாத்தில் கொல்லாமையை வலியுறுத்தும் அராமைக் கல்வெட்டு கிடைத்துள்ளது.

ராஜுலா மண்டகிரி சிறுபாறைக் கல்வெட்டுகள் (ஆண்டு : 1953)

ஆந்திராவிலுள்ள கர்னூலில் எர்ராகுடியில் கிடைத்தவை போன்ற கல்வெட்டுகள் கண்டெடுக்கப்பட்டுள்ளன.

குஜ்ஜாரா சிறுபாறைக் கல்வெட்டு (ஆண்டு : 1953)

ஆப்கனிஸ்தானிலுள்ள காந்தஹாரில் கிடைத்துள்ள இருமொழிக் கல்வெட்டு.

அக்ரௌரா பாறைக் கல்வெட்டு (ஆண்டு : 1961)

உத்தரப் பிரதேசத்திலுள்ள மிர்ஸாபூர் மாவட்டத்தில் சாசாராமில் கிடைத்துள்ள அதே கல்வெட்டு கிடைத்துள்ளது.

காந்தாரக் கல்வெட்டு (ஆண்டு : 1963)

12, 13ஆம் கல்வெட்டுகள் பகுதியளவில் கிடைத்துள்ளன.

காந்தார அராமைக் கல்வெட்டு (ஆண்டு : 1963)

நன்னெறிகளை வலியுறுத்தும் கல்வெட்டு.

பாஹாபூர் கல்வெட்டு (ஆண்டு : 1966)

பைரத்தில் உள்ளதைப் போன்ற கல்வெட்டு தில்லியில் கிடைத்துள்ளது.

லக்மான் அராமைக் கல்வெட்டு (ஆண்டு : 1969)

கொல்லாமையை மக்கள் கடைபிடிப்பது குறித்த கல்வெட்டு ஆப்கனிஸ்தானில் இரு இடங்களில் கிடைத்துள்ளன.

பங்கோராரியா சிறுபாறைக் கல்வெட்டு (ஆண்டு : 1975)

மத்தியப் பிரதேசத்திலுள்ள செஹோர் மாவட்டத்தில் சாசாரம் கல்வெட்டுக்கு இணையான ஒன்று கிடைத்துள்ளது.

உதேகோலம் சிறுபாறைக் கல்வெட்டுகள் (ஆண்டு : 1978)

கர்நாடகாவிலுள்ள பெல்லாரியில் இரு கல்வெட்டுகள் கிடைத்துள்ளன.

சன்னதி பெரும்பாறைக் கல்வெட்டுகள் (ஆண்டு : 1989)

கர்நாடகாவிலுள்ள குல்பர்கா மாவட்டத்தில் 12,14ஆம் எண்கள் கொண்ட கல்வெட்டுகள் கிடைத்துள்ளன. இரு தனித்த பெரும்பாறைக் கல்வெட்டுகளும் அதே இடத்தில் கிடைத்துள்ளன.

ரத்தன்பூர்வா சிறுபாறைக் கல்வெட்டு (ஆண்டு : 2009)

பிகாரிலுள்ள பபுவா மாவட்டத்தில் சாசாராமில் காணப்பட்ட அதே கல்வெட்டு கிடைத்துள்ளது.

குறிப்புகள்

- நயன்ஜோத் லாஹிரி தனது *Ashoka in Ancient India* நூலில் அளித்துள்ள விரிவான பட்டியலின் அடிப்படையில் தொகுக்கப்பட்டுள்ளது.

- கண்டெடுக்கப்பட்ட இடத்தின் பெயரால் கல்வெட்டு அழைக்கப்படுகிறது.

- ஒரு கல்வெட்டில் இடம்பெற்றுள்ள செய்தி பல இடங்களில் கிடைத்துள்ளன என்றாலும் அவற்றில் சின்னச் சின்ன வேறுபாடுகளும் உள்ளன.

- 1882ஆம் தொடங்கி 2009 வரை வெவ்வேறு இடங்களில் அசோகரின் கல்வெட்டுகள் கிடைத்துள்ளன. எதிர்காலத்தில் மேலும் கண்டுபிடிப்புகள் நிகழலாம்.

- தெற்கில் பாறைக் கல்வெட்டுகள் அதிக அளவில் கிடைத்துள்ளன. தூண்கள் வடக்கில் மட்டுமே கிடைத்துள்ளன.

●

பின்னிணைப்பு 3

சான்றுகள்

நூல்கள்

Ashoka in Ancient India, Nayanjot Lahiri, Harvard University Press

Ashoka and the Decline of the Mauryas, Romila Thapar, 3rd Edition, Oxford University Press

Ashoka: The Search for India's Lost Emperor, Charles Allen, Little Brown and Company

A History of Ancient and Early Medieval India : From the Stone Age to the 12th Century, Upinder Singh, Pearson

Ashoka, R.K. Mookerjee, Motilal Banarsidass Publications

Ashoka : The Buddhist Emperor of India, Vincent Smith, Oxford

Asoka, D.R. Bhandarkar, University of Calcutta

Lectures on the Ancient History of India, D.R. Bhandarkar, Rupa

The Legend of King Ashoka : A Study and Translation of the Asokavadana, John S. Strong, Motilal Banarsidass Publishers (Originally published by Princeton University Press, 1985)

World Conqueror & World Renouncer, S.J. Tambiah, Cambridge University Press

The Dipavamsa : An Ancient Buddhist Historical Record, Hermann Oldenberg, Williams and Norgate

The Mahavamsa or The Great Chronicle of Ceylon, London, Pali Text Society and Luzac & Company, Ltd.

The Purana Text of the Dynasties of the Kali Age, F.E. Pargiter, Oxford University Press

Age of the Nandas and Mauryas, K.A. Neelakanda Sastri (ed.), Motilal Banarsidass

Exploring Early India : Upto AD 1300, Ranabir Chakravarti, Primus

India's Ancient Past, R.S. Sharma, Oxford University Press

Ancient India in Historical Outline, D.N. Jha, Manohar

An Introduction to the Study of Indian History, D.D. Kosambi, Popular Prakashan

The Penguin History of Early India : From the Origins to AD 1300, Romila Thapar, Penguin

Political Violence in Ancient India, Upinder Singh, Harvard University Press

Ashoka and His Inscriptions, B.M. Barua, New Age Publishers Ltd.

Asoka Edicts in New Light, B.M. Barua, Indian Historical Quarterly

A Concise History of South India : Issues and Interpretations, Edited by Noboru Karashima, Oxford

Asokan Edicts : An Assemblage of Sociological Assertions and Moral Guidelines, Suttisa Lappermsap, Eastern Book Linkers

A Guide to Sanchi, John Marshall, Eastern Book House

Mahabodhi, or the great Buddhist temple under the Bodhi tree at Buddha-Gaya, Alexander Cunningham, W.H. Allen & Co.

Revenge & Reconciliation : Understanding South Asian History, Rajmohan Gandhi, Penguin

A History of Indian Philosophy, Surendranath Dasgupta, Cambridge

Inscriptions of Asoka : New Edition, E. Hultzsch, Government of India

The History of Mahabodhi Temple at Bodh Gaya, K.T.S. Sarao, Springer

To Uphold the World : A Call for a New Global Ethic from Ancient India, Bruce Rich, Beacon Press

அசோகர் கல்வெட்டுகள், தினேஷ் சந்திர சர்க்கார், தமிழில்: தி.கி. இரகுநாதன், சாளரம்

ஆய்வுக் கட்டுரைகள்

The Puranic Chronology of the Mauryan Dynasty, H.G. Shastri, Proceedings of the Indian History Congress , 1959, Vol. 22 (1959).

Notes on the Kandahar Edict of Asoka, D.D. Kosambi, Journal of the Economic and Social History of the Orient , May, 1959, Vol. 2, No. 2 (May, 1959).

Ashoka - A Retrospective, Romila Thapar, Economic and Political Weekly, Vol. 44, No. 45 (November 7-13, 2009)

The Roots of Indian Pluralism : A reading of Asokan edicts, Rajeev Bhargava, Philosophy and Social Criticism, 2015

Context, Content, and Composition: Questions of Intended Meaning and the Asokan Edicts, Namita Sugandhi, Asian Perspectives, Vol. 42, No. 2, University of Hawaii Press.

The Aramaic Inscription of Asoka Found in Lampaka, W. B. Henning, Bulletin of the School of Oriental and African Studies, University of London, Vol.13, No. 1 (1949)

Asoka and Buddhism, Romila Thapar, Past & Present, No. 18 (Nov., 1960), pp. 43-51, Oxford University Press on behalf of The Past and Present Society.

The Place of the Emperor Asoka in Ancient Indian Political Thought, Henry S. Albinski, Midwest Journal of Political Science, Feb., 1958, Vol. 2, No. 1 (Feb., 1958)

From Place to Site : Locations of the Buddha's Life, Frederick Asher, Artibus Asiae, Vol. 69, No. 2

Interpretations of Indian History, Romila Thapar, Kunal Chakrabarti and Geeti Sen. India International Centre Quarterly, Vol. 20

Asoka's Disparagement of Domestic Ritual and Its Validation by the Brahmins, Timothy Lubin, Journal of Indian Philosophy, Vol. 41, No. 1 (February 2013)

The Asoka Pillar in the Terai, G. Bühler, Department of Oriental Studies, University of Vienna

The Asoka Edicts from Mysore, G. Bühler, Department of Oriental Studies, University of Vienna

The King's Enforcement of the Vinaya Pitaka: The Purification of the Sangha under Asoka (c. B. C. 269-232), M. B. Voyce, Brill

Compassionate Politics: Buddhist Concepts As Political Guide, Akira Ichikawa, Journal of Church and State, Vol. 21, No. 2 (Spring 1979)

The Dissemination of Asoka's Rock and Pillar Edicts, Herman Tieken, Vienna Journal of South Asian Studies, Vol. 46 (2002)

The Date of Asoka, E. Hultzsch, The Journal of the Royal Asiatic Society of Great Britain and Ireland, (Oct. 1914)

The Last Words of Asoka, J. F. Fleet, The Journal of the Royal Asiatic Society of Great Britain and Ireland, (Oct., 1909)

The Rummindei Inscription and the Conversion of Asoka to Buddhism, J. F. Fleet, The Journal of the Royal Asiatic Society of Great Britain and Ireland (Apr. 1908)

The Early Faith of Asoka, E. Thomas, The Journal of the Royal Asiatic Society of Great Britain and Ireland, New Series,Vol. 9, No. 2 (Apr., 1877)

Political Authority: The Two Wheels of the Dharma, Whalen Lai, Buddhist-Christian Studies, Vol. 30 (2010), pp. 171-186, University of Hawai'i Press

Main Trends in the Historiography of the Early Maurya Empire since Independence, Shankar Goyal, Annals of the Bhandarkar Oriental Research Institute, Vol. 76, No. 1/4 (1995)

Asoka and the Taxila Inscription, Radhakrishna Choudhary, Annals of the Bhandarkar Oriental Research Institute, Vol. 39, No. 1/2 (January-April 1958)

Kautilya's Arthasastra on War and Diplomacy in Ancient India, Roger Boesche, The Journal of Military History, Volume 67, Number 1, January 2003

The Roots of Indian Pluralism: A Reading of Asokan edicts, Rajeev Bhargava, Philosophy and Social Criticism 2015, Vol. 41(4-5)

Beginning of Candragupta Maurya's Reign, H. C. Seth, Proceedings of the Indian History Congress, Vol. 3 (1939)

Asoka's wives and the ambiguities of Buddhist kingship, John S. Strong, EPEO, Vol. 13

Pushyamitra Sunga and the Buddhists, Ram Kumar Mishra, Proceedings of the Indian History Congress, Vol. 73 (2012)

Mapping the Mauryan Empire, Irfan Habib and Faiz Habib, Proceedings of the Indian History Congress, Vol. 50, Golden Jubilee Session (1989)

Bio-diversity of Flora and Fauna in the time of Ashoka (C.269 B.C. - C.232 B.C.), Arun Kumar Jha, Proceedings of the Indian History Congress, Vol. 65 (2004),

Ashoka's perception of Nature and Man : A study in Art and Attitude, Abhay Kumar Singh, Proceedings of the Indian History Congress, Vol. 65 (2004)

Asokan Art : Why and How for Buddhist, Kalyan Kumar Dasgupta, Proceedings of the Indian History Congress, Vol. 31 (1969)

●

மருதன்

பதினைந்து ஆண்டுகளுக்கும் மேலாக எழுத்துத் துறையில் இயங்கிவருகிறார். வரலாறு, அரசியல், வாழ்க்கை வரலாறு ஆகிய துறைகளில் பல நூல்கள் வெளிவந்துள்ளன.

கடந்த சில ஆண்டுகளாக பண்டைய இந்திய வரலாற்றில் கவனம் செலுத்திவருகிறார். 'ரொமிலா தாப்பர் : ஓர் அறிமுகம்', 'அசோகர்', 'இந்தியா கண்டுபிடிக்கப்பட்ட கதை' ஆகியவை இவருடைய சமீபத்திய நூல்கள். இளம் வாசகர்களுக்காக இவர் எழுதிய கதைகளும் கட்டுரைகளும் நூல்களாக வெளிவந்துள்ளன.